भविष्यकालीन जीवनासाठी युगप्रवर्तक संतवाङ्मय

दिलीपराज प्रकाशन प्रा. लि.™

२५१ क, शनिवार पेठ, पुणे - ४११०३०.

दिलीपराज प्रकाशनाची सर्व पुस्तके आता आपण Online खरेदी करू शकता.

आमच्या Website ला कृपया एकदा अवश्य भेट द्या. अथवा Email करा.

Email - diliprajprakashan@yahoo.in

www.diliprajprakashan.in

भविष्यकालीन जीवनासाठी युगप्रवर्तक संतवाङ्मय

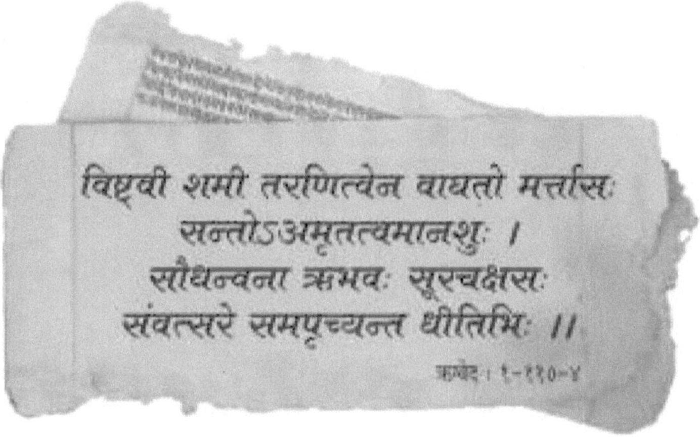

डॉ. सौ. किरण कृष्णराव नागतोडे
डॉ. उमाजी पांडुरंगजी नाल्हे

दिलीपराज प्रकाशन प्रा. लि.™
२५१ क, शनिवार पेठ, पुणे - ४११०३०.

भविष्यकालीन जीवनासाठी युगप्रवर्तक संतवाङ्मय
Bhavishakaleen Jivanashathi Yugapravartak Santvangmay

ISBN : 978 - 93 - 5117 - 121 - 8

प्रकाशक
राजीव दत्तात्रय बर्वे
मॅनेजिंग डायरेक्टर,
दिलीपराज प्रकाशन प्रा. लि.,
२५१ क, शनिवार पेठ, पुणे ४११०३०.
दूरध्वनी क्रमांक (फॅक्ससहित)
२४४७१७२३ । २४४८३९९५ । २४४९५३१४

प्रथमावृत्ती । १५ जुलै २०१६

प्रकाशन क्रमांक । २२७९

अक्षरजुळणी । सौ. मधुमिता राजीव बर्वे
पितृछाया मुद्रणालय, ९०९, रविवार पेठ,
पुणे ४११००२.

मुद्रितशोधन । अरविंद कुलकर्णी

मुखपृष्ठ । शिरीष घाटे

ज्ञान, कर्म, भक्ती इत्यादी साधनांचे विविध मार्ग सांगणाऱ्या;
समाजातील पर्वताएवढे दुःख पाहून अंतःकरणातला प्रेमसागर
उचंबळून येणाऱ्या आणि दुःखितांच्या, रंजल्या-गांजल्यांच्या सेवेसाठी
आपले जीवन खर्ची घालणाऱ्या;
सामान्य जनतेतील सदसद्विवेकबुद्धी जागृत करणाऱ्या;
आचारविचारांतील शुचितेचा, पावित्र्याचा, मंगलतेचा संदेश देणाऱ्या;
काम, क्रोध, मद, मोह, मत्सर, लोभ या षड्रिपूंपासून अलिप्त राहायला
शिकविणाऱ्या;
विविध धर्म, पंथ, भाषा, जात, लिंग या सर्वांमध्ये सामंजस्य साधणाऱ्या;
विश्वबंधुतेची, विश्वशांतीची, विश्वप्रेमाची प्रेरणा सतत देणाऱ्या
आणि माणसाला माणुसकी शिकविणाऱ्या
महान उद्धारक सर्व संतांच्या चरणकमली
हे ग्रंथपुष्प समर्पित...

- डॉ. सौ. किरण नागतोडे
डॉ. श्री. उमाजी नाल्हे

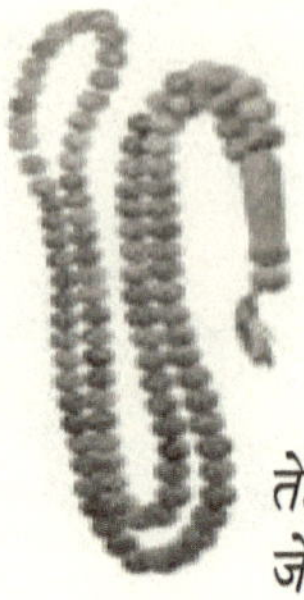

प्रास्ताविक

तेही प्राणापरौते । आवडती हें निरुतें ।
जे भक्तचरित्राते । प्रशंसिती ।।

(ज्ञानेश्वरी १२-२२७)

संतांची चरित्रे हे माणसाच्या मनावर चांगले संस्कार करणारे एक फार श्रेष्ठ साधन आहे. कारण संत ज्या उच्चतम वंदनीय अवस्थेपर्यंत पोचलेले असतात; त्यासाठी त्यांनी केलेले कष्ट, त्याग, दोष जिंकून संपादन केलेले गुण, त्याचे कारुण्य, भूतदया, परमात्मनिष्ठा, सर्वांच्या हिताविषयी असणारी तळमळ, सर्वत्र भगवद्स्वरूप पाहणारी त्यांची व्यापक दृष्टी; मुख्य म्हणजे त्यांनी केलेला बोध, उपदेश याची ओळख आणि जीवनात त्याचे आचरण केल्याने ऐहिक, नैतिक, पारमार्थिक लाभ व्यक्तीला होतात. त्यांचे जीवन सुधारते. सद्विचारसंपन्न व्यक्तिमत्त्व बनते.

भारत ही तर अशा संतांची भूमी आहे. पुण्यवानांची पुण्यनगरी आहे. सुपीक, सात्त्विक, सोज्वळ विचारांची ठेव आहे. संतांच्या नीतितत्त्वांमुळेच माणसाला वैचारिक बैठक प्राप्त झाली. चांगल्या संस्कारांचा वारसा या मातीला संतांपासूनच मिळाला. संतांचे सद्गुण या मातीत रुजले. संतांच्या जन्मामुळेच ही भूमी पावन झाली, मंगल झाली. ती पुण्यनगरी ठरल्यामुळेच भारताच्या आध्यात्मिक जीवनाची ज्ञान व भक्ती ही दोन्ही अंगे उजळून निघाली. संतांनी आपल्याला आत्मभान दिले, वैश्विक दृष्टिकोन दिला. त्यांनी भाषा घडविली, संस्कृती घडविली, माणूस घडविला आणि केवळ महाराष्ट्रच नव्हे तर सारा भारतदेश आपल्या संचिताने समृद्ध केला.

महाराष्ट्रात तर संतपरंपरेची मौक्तिकमालाच निर्माण झाली आहे. या संतमालिकेचा प्रत्येक संप्रदायात गजर केला जातो.

वारकरी, नाथ, महानुभाव, दत्त, समर्थ हे सर्व संप्रदाय आपल्या महाराष्ट्रात आहेत. भजन, पूजन, कीर्तन व प्रवचनापूर्वी निवृत्ती, ज्ञानदेव, सोपान, मुक्ताबाई, नामदेव, जनाबाई, चोखामेळा, नरहरी, गोरा कुंभार, सावता माळी, एकनाथ, तुकाराम, रामदास या संतांना आळविले जाते. या संतशिरोमणींनी जनसामान्यांना मार्गदर्शन केले. बहुजन समाजाला ईश्वरप्राप्तीचा सोपा भक्तिमार्ग दाखविणारे हे संत भूलोकीचे देवच ठरले. या सर्व संतांनी संसारात राहूनच परमार्थाचा पैलतीर कसा गाठता येतो याची शिकवण दिली.

भारतीय सामाजिक आणि सांस्कृतिक इतिहासाचे सूक्ष्म अवलोकन केल्यास आपल्या सहज लक्षात येईल की, येथील बहुसंख्याक बहुजन समाजाच्या सार्वकालिक आणि सर्वांगीण उन्नयनासाठी निर्माण झालेल्या धार्मिक, सामाजिक आणि सांस्कृतिक चळवळींना पाहिजे तेवढे यश आले नाही; मग ती बुद्ध-महावीरांनी सुरू केलेली 'बहुजन हिताय, बहुजन सुखाय चळवळ' असो, की मध्ययुगातील बसवेश्वरांची वीरशैव लिंगायतांची चळवळ असो, की उत्तरेतील रविदास-कबीरांची चळवळ असो. तर, त्या येथील सनातन धर्मवाद्यांनी शस्त्रबळाने, शासनकर्त्यांच्या मदतीने त्या चळवळी मोडून काढलेल्या दिसतात किंवा त्या-त्या चळवळीत अंतर्गत हितशत्रू निर्माण करून चळवळीत अंतर्विरोध निर्माण करून, तिची शकले पाडून तिचा लय केलेला आहे. महाराष्ट्रातील संतचळवळीमध्येही काहीसे असेच दिसून येत असले, तरी या संतचळवळीने पुढे केलेल्या समताधिष्ठित, नीतिमान आणि संयमी समाजाचे स्वप्न बऱ्याच प्रमाणात पूर्ण झाले. प्रत्येक संप्रदायातील महानुभावाचे समाजामध्ये समताधिष्ठित, नीतिमान आणि संयमी समाजाचे स्वप्न जरी फारसे पूर्ण होऊ शकले नाही; तरी निष्ठावान संयमी समाज विविध संप्रदायांच्या माध्यमातून निर्माण झाला. संतवाणीचा, संतसाहित्याचा, संतोपदेशाचा प्रभाव आजही समाजावर तितकाच ताजा आहे. आपल्या वैयक्तिक आणि सामाजिक जीवनात व्यक्ती संतांच्या विचारांपासून तसूभरही ढळलेली दिसत नाही आणि हीच संतचळवळीची जमेची बाजू आहे.

संत स्वत:साठी कधीच जगले नाहीत, तर ते तुमच्या-आमच्या कल्याणासाठी जगले. त्यांनी त्या वेळी, त्या काळात जे सांगितले, ते त्या वेळी तर उपयोगाचे होतेच; परंतु त्यापेक्षाही आज उपयोगाचे आहे. आजच्या विविध समस्यांचे उत्तर त्या वेळच्या त्यांच्या उपदेशात सापडते. आज जी परिस्थिती दिसून येते, ती त्यांनी त्या वेळी विदित केली होती; कारण ते खरे द्रष्टे संत होते.

■

मनोगत

माझे सर्व संतप्रेमी वाचक, अभ्यासक, उपासक, विद्यार्थी, आदरणीय मंडळी व बंधु-भगिनींनो,

महाराष्ट्री संत - कवि-परंपरा । तैसाचि चरित्रग्रंथाचा पसारा
वळणी लावावया समाज सारा । ग्रंथ लिहिले बहुतांनी

याप्रमाणे सर्व संतांच्या जीवनचरित्रावर, कार्यावर, उपदेशावर, समाजविकासामध्ये असणाऱ्या त्यांच्या स्थानावर, महत्त्वावर लिखित साहित्योद्यानातील पुष्पमालेत आमचे 'भविष्यकालीन जीवनासाठी युगप्रवर्तक संतवाङ्मय' हे ग्रंथपुष्प आदरणीय वाचक, अभ्यासक, उपासक, विद्यार्थी व जनताजनार्दनाच्या करकमली देताना आम्हाला अतिशय आनंद होतो आहे.

माणसातील माणुसकीला साद घालण्याचे व तिला जागविण्याचे काम या महान संतांनी प्राचीन काळापासून केलेले आहे. 'प्रयत्ने वाळूचे कण रगडिता तेलही गळे' हेच सर्व संतांनी सांगितले. त्यांचे स्मरण, अवलोकन आणि त्या प्रकारचे वर्तन म्हणजे कर्तृत्वाच्या प्रेरणेचा अखंड स्रोत होय. त्यांच्या चरित्रातून, उपदेशातून, कार्यातून, साहित्यातून, विचारातून, वाङ्मयातून आपल्याला नेहमीच बोध आणि मार्गदर्शन मिळत आलेले आहे. केवळ भारतीयांनाच नव्हे, तर जगातील सर्व मानवांना आपले हे सांस्कृतिक धन- संतसाहित्य- म्हणजे ज्ञानाचा व एक कुतूहलाचा विषय आहे. म्हणून म्हणावेसे वाटते की,

दिव्यत्वाची जेथे प्रचीती । तेथे कर माझे जुळती

हे संतमहात्मे धूपबत्तीप्रमाणे जगासाठी जळतात व सुगंध देतात हे प्रत्ययास येते म्हणून थोरांनी त्यांना 'भवरोगवैद्यम्' म्हटले आहे.

संत-महात्मे देती ऐसी दवा । उद्धरेल जडजीवा
संत बिमारी बसविती । सर्व जगा शांती देती

साधारणत: समाजात तीन प्रकारचे संत होऊन गेले. प्रापंचिक संत, ब्रह्मचारी संत व ब्रह्मनिष्ठ संत असे संतांचे तीन प्रकार असतात. गीतेचे भाष्य मायमराठीत आणणारे संत ज्ञानदेव हे ब्रह्मचारी संत होते. संत तुकोबा आणि संत नामदेव, संत चोखोबा, संत सावता माळी, संत बहिणाबाई हे प्रपंचात होते व नंतर संतत्वास पोचले. समर्थ रामदास हे मात्र केवळ ब्रह्मचारीच नव्हे, तर ब्रह्मनिष्ठ संत होते. जन्माला आल्यापासून मृत्यूपर्यंत ते संन्यस्त वृत्तीने राहिले. अशा तिन्ही प्रकारच्या संतांचा समावेश आमच्या या ग्रंथात आहे.

या ग्रंथामध्ये ज्या संतांचा समावेश केलेला आहे, त्यांच्या जीवनचरित्राचा प्रथम संक्षिप्त आढावा घेतलेला आहे. संक्षिप्त स्वरूपात लिहिताना फारच कठीण गेले. कारण सर्वच महत्त्वाचे वाटायचे, समाजाला संदेश देणारे वाटायचे; परंतु लिखाणाचा उद्देश आणि मर्यादा सांभाळाव्या लागतात. हे सर्व सांभाळून त्या प्रत्येकाविषयी या ग्रंथात लिखाण केलेले आहे. त्यानंतर त्यांच्या वाङ्मयाचा, साहित्याचा विचार केलेला आहे. नंतर त्यांच्या सर्व प्रकारच्या कार्याचा समावेश केलेला आहे. त्यात सामाजिक, धार्मिक, नैतिक, साहित्यिक, सृजनात्मक तसेच मानवतावादातून केलेल्या कार्याचा विचार आहे. त्यानंतर आजच्या व भावी युगाच्या संदर्भात प्रत्येक संतांच्या संदर्भात विचार केलेला आहे आणि शेवटी पुन्हा एकत्रितरीत्या सर्व संतांचे साहित्य, वाङ्मय, विचार, भविष्यकालीन जीवनासाठी कशा प्रकारचे काय आवश्यक व महत्त्वाचे आहे, हे लिहिले आहे. प्रत्येक व्यक्तीच्या विकासासाठी आणि आयुष्यासाठी ते आवश्यक आहे, असे वाटते. म्हणून प्रस्तुत ग्रंथात त्याचा समावेश केलेला आहे.

या ग्रंथाच्या लिखाणासाठी अनेक प्रकारचे सहकार्य व प्रेरणा प्रा. कृष्णराव नागतोडे यांनी दिल्यामुळे ग्रंथ लवकर पूर्ण करण्यास मदत झाली. तसेच नेहमीप्रमाणेच प्रेमळ प्रेरणा व स्नेहपूर्ण दाद देणाऱ्या माझ्या मुली व जावई डॉ. कुलदीप खासबागे, डॉ. सौ. हर्षिता खासबागे, श्री. निरज कुबडे व सौ. श्वेता कुबडे यांनाही विसरता येणार नाही.

सतत लिखाण- उत्कर्षासाठी उत्सुक असणाऱ्या सौ. चित्राताई नाल्हे, श्री. पीयूष नाल्हे व उन्नती नाल्हे यांच्याही प्रेरणांचा उल्लेख इथे महत्त्वपूर्ण आहे.

मला नेहमीच मार्गदर्शन करणारे माझे भाऊजी डॉ. बी. डी. राऊत व बहिण सौ. रत्नप्रभा राऊत यांनी महानुभाव संप्रदाय व श्री चक्रधरस्वामींबद्दल केलेल्या मार्गदर्शनाबद्दल आम्ही लेखकद्वय आभारी आहोत.

संदर्भग्रंथ उपलब्ध करून देणारे तसेच मा. प्राचार्य डॉ. रविंद्र भेंडे यांनी केलेल्या सहकार्याबद्दल आम्ही आभारी आहोत. डॉ. संदीप देसाई यांचे आम्ही आभारी आहोत.

याशिवाय अप्रत्यक्षपणे लेखनकार्यास ज्यांची मदत झाली, त्या सर्वांचे आम्ही अंत:करणपूर्वक आभारी आहोत आणि शेवटी सांगू इच्छिते की, माझ्या 'कर्मयोगी विनोबा, भाग १, २, ३ या पुस्तकाला मिळालेला महाराष्ट्र राज्य शासनाचा 'उत्कृष्ट वाङ्मय निर्मिती पुरस्कार' आणि इतर नऊ वाङ्मयीन व अभ्यासक्रमाच्या पुस्तकाला मिळालेल्या उत्तम प्रतिसादामुळे ग्रंथलेखन करण्याची इच्छा वृद्धिंगत झाली. त्यातील उणिवा आमच्या आहेत; परंतु चोखंदळ वाचकांनी, अभ्यासकांनी आपल्या प्रतिक्रिया न विसरता कळविल्यास त्या दूर करण्याचा प्रयत्न होईल व आम्ही त्यांचे उपकृत राहू.

डॉ. सौ. किरण कृ. नागतोडे
डॉ. श्री. उमाजी पां. नाल्हे

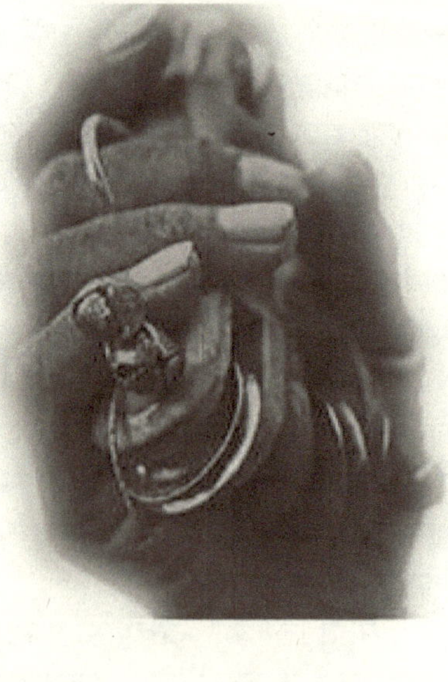

ग्रंथप्रयोजन

सर्व संतांची खाण म्हणजे महाराष्ट्र, असे म्हणता येईल. कारण आपल्या महाराष्ट्रामध्ये अनेक संत होऊन गेले आणि या सर्व संतांची एकच दृष्टी होती, ती म्हणजे–

जेथे जग हे ब्रह्म नव्हे । तेचि ब्रह्मत्वे उभे राहे
तरी कवण पां न पाहे । सर्वार्थिभावे

अशा प्रकारची दृष्टी सर्व संतांचीच होती. ती दृष्टी साकार करणे हा उद्देश आहे.

साधारणत: १३ व्या शतकापासून संतांचे वाङ्मय प्रसिद्ध झाले आहे. त्यांचे कार्य तेव्हापासून आजतागायत सुरू आहे. हे संतवाङ्मय कुठलाही खंड पडू न देता आजपर्यंत जनसामान्यांशी अविरत, अव्याहत हृदयसंवाद करीत आहे, मार्गदर्शन करीत आहे. इहलोकात कसे राहावे, प्रपंच कसा करावा, परमार्थसाधना कशी करावी, याचा वस्तुपाठ देण्यासाठीच प्रस्तुत ग्रंथाची निर्मिती आहे.

संतांसारखे आपले जीवन त्यागी नाही. तसे कार्य आपण करू शकणार नाही किंवा कुणाच्या भल्याचे खूप मोठे कार्य केले नाही तरी निदान आपल्या फायद्यासाठी दुसऱ्याच्या जागा, कार्य हिसकावून घेऊन स्वत: आनंद तर लुटणार नाही, स्वत:च्या स्वार्थासाठी दुसऱ्याचे गळे तर कापले जाणार नाहीत, ही जाणीव आपल्यामध्ये निर्माण व्हावी. ते महामानव दुसऱ्यासाठी जगले. आपण आपल्यासाठी जगत असू; परंतु आपल्यासाठी जगताना दुसऱ्याला त्रास देणार नाही ही भावना हा ग्रंथ वाचून

निर्माण व्हावी. कारण सर्व संतांची भावना 'नांदो आनंदी आनंद । सगळीकडे सर्वदा' अशी होती.

आजच्या युवकाला, समाजाला, राष्ट्राला त्यांच्या विकासासाठी संतांच्या विचाराची, उपदेशाची, जाणिवांची गरज आहे आणि म्हणून राष्ट्रसंत तुकडोजी-महाराजांनी म्हटल्याप्रमाणे,

जे जे आपणासी कळते । ते ते सांगावे सकळाते
आपुले चि म्हणोनि जन ते । मायबाप

याप्रमाणे सर्व शब्दबद्ध करण्यासाठी ही सेवा सर्व संतांच्या चरणी समर्पित करण्याचे भाग्य आम्हाला मिळाले. त्यासाठी जी अंत:प्रेरणा मिळाली, त्यामुळे ग्रंथप्रयोजन सिद्ध झाले.

वाङ्मयी सेवा सेवाचि जाण । जेणे मार्गी लागिती जन
जन तितुका जनार्दन । जाणुनि कार्य करावे

यासाठी खऱ्या रीतीने हे ग्रंथप्रयोजन आहे.

फलश्रुती

१३ संतांचे चरित्र, कार्य, विचार, उपदेश, संदेश, अनुभव आजच्या समाजासाठी, राष्ट्रविकासासाठी, व्यक्तीसाठी आवश्यक आहे. ते या ग्रंथामुळे पूर्ण होऊ शकते व व्यक्ती या ग्रंथाच्या वाचनाने, मननाने संकटांना सामोरे जाण्याचे धैर्य प्राप्त करू शकेल, अधिक कार्य करण्याची तिला प्रेरणा मिळेल, सहकारी तत्त्व वाढीस लागेल. प्रांजळपणा, विनय, क्षमाशीलता, अन्यायाला शांतपणे व योग्य रीतीने प्रतिकार करणे, कर्तव्यनिष्ठा या गुणांचे संवर्धन होईल.

शाळा व महाविद्यालयातील विद्यार्थ्यांना तसेच अभ्यासू व्यक्तींना या ग्रंथातून १३ संतांचे चरित्र व त्यांची अधिक माहिती उपलब्ध होऊ शकेल. तसेच आज समाजाला त्यांच्या ज्या गुणांची, आदर्शांची, विचारांची गरज आहे, ती लाभू शकेल. मानवधर्म विकसित करण्याचे विश्वबंधुतेचे सहकारी तत्त्व विकसित करण्याचे संतवाङ्मय हे एक महत्त्वपूर्ण साधन आहे. याची प्रचिती व अनुभव ग्रंथ वाचल्यानंतर वाचकांना येईल.

या ग्रंथात समाविष्ट असलेल्या संतवाङ्मयाच्या वाचनातून संतविचार व उपदेशाच्या उदात्त विचारातून समाजोद्धाराची, आत्मोद्धाराची जिवंत तळमळ लाभलेल्या व्यक्तीला अचूक व भरपूर मार्गदर्शन करण्याचे सामर्थ्य प्रस्तुत ग्रंथात आहे.

सर्व संतांनी दैवी आणि असुरी संपत्तीतील भेद स्पष्ट करून शुचितेचा, पावित्र्याचा नंदादीप प्रज्वलित करण्याचे कार्य केले आहे. समाजाचं मानसशास्त्र ओळखून मनाचे पावित्र्य, शुचिता कशी राखावी याचं मार्गदर्शन या ग्रंथाद्वारे मिळेल.

सर्व संतांनी उपासनेकरता जरी सगुण ईश्वर किंवा द्वैतवाद पत्करलेला असला, तरी ईश्वर हा मूलत: निर्गुण, निराकार आहे हे त्यांनी नि:संदिग्ध शब्दांत सांगितले. भक्ती प्रेमासाठी सगुणातून निर्गुणाकडे जावे लागते. तेव्हा कशा प्रकारची भक्ती करावी, भक्तीचा सोपा मार्ग नामस्मरण कसा? हे संतांनी सांगितल्याप्रमाणे प्रस्तुत ग्रंथामध्ये दिलेले असल्यामुळे याचा फायदा वाचकांना, उपासकांना निश्चितच होईल.

वेदामध्ये एक अमर संदेश सांगितलेला आहे–

विष्ट्वी शमी तरणित्वेन वाघतो मर्त्तास:
सन्तोऽअमृतत्वमानुश: ।
सौधन्वना ऋभव: सूरचक्षस:
संवत्सरे समपृच्यन्त धीतिभि: ।। (ऋग्वेद - १-११०-४)

याचा अर्थ असा की, परमात्म्याची उपासना करणारे संतपुरुष त्या अमरपदाला प्राप्त करतात. असे संतपुरुष इतर लोकांना उत्तम मार्गाने जाण्याची प्रेरणाही देतात. ते नेहमी स्वत:च्या बुद्धीने, विवेकाने सर्व कामे करतात, म्हणूनच ते नेहमी प्रगती करतात. म्हणून अमरपदाला प्राप्त करण्यासाठी संतपुरुषांच्या मार्गाने जाणे हेच एकमेव साधन आहे.

वेदाचा संदेश आपल्यापर्यंत पोचविण्याचा हा ग्रंथरूपी लेखनाचा प्रयास आहे आणि या ग्रंथाच्या वाचनातून, 'भावना प्रगटावी लोकांच्या अंतरी । लखलखाट दृष्टी कमलांकित सुंदरी' असे व्हावे, असे वाटते.

■

अनुक्रम

संतमाहात्म्य १५
संतपरंपरा १८
विदर्भातील प्रमुख पाच संप्रदाय २२
संत नामदेव ३५
संत ज्ञानदेव ४९
सर्वज्ञ श्रीचक्रधरस्वामी ६५
संत चोखामेळा ७८
श्री संत एकनाथ ९३
संत तुकाराम ११०
संत सावता महाराज १२४
संत गाडगेमहाराज १४०
संत बहिणाबाई १६५
संत समर्थ रामदासस्वामी १७७
संत कान्होपात्रा १९२
संत जनाबाई २०४
संत मुक्ताबाई २१५
संतांचे व संतवाङ्मयाचे भविष्यकालीन जीवनामध्ये स्थान २२५
संदर्भसूची २५६

संतमाहात्म्य

संत म्हणजे साधुपुरुष, संत्पुरुष, सज्जन, पवित्र आचरण करणारी सदाचरणी व्यक्ती. संत शब्दात 'सत्' 'ब्रह्म' अशा अर्थी सत् म्हणजे ब्रह्माचे अस्तित्व मानणारा आस्तिक 'सत् सन्तौ सत्' असा चालतो. आस्तिक व्यक्तीला संत शब्द रूढ होऊन भक्तिमार्गात ज्याची प्रगती होईल, त्याला हा शब्द जोडला जाऊ लागला. साक्षात्कारी संताची जाणीव चैतन्याच्या मूळ स्रोताशी जोडलेली असते. म्हणून ते मौलिक विचार सांगू शकतात, संत त्यांनाच म्हणता येईल, ज्यांनी आपले पूर्ण जीवन परमेश्वराला समर्पित केले असेल. जो स्वत:साठी कोणतीच इच्छा ठेवत नाही, सतत ईश्वरभक्तीत लीन राहून पवित्र आणि सात्त्विक जीवन व्यतीत करतो. उदा. संत ज्ञानेश्वर, ज्ञानियाचा राजा. वारकरी पंथाचे स्फूर्तिस्थान संतश्रेष्ठ संतशिरोमणी ज्ञानेश्वर. सनातन्यांनी त्यांचा कितीतरी छळ केला. पण चित्त स्थिर ठेवून 'ज्ञानेश्वरी', 'अमृतानुभव' यांसारखे पांडित्यपूर्ण व विद्वत्तापूर्ण ग्रंथ अगदी बालवयातच निर्माण करून सर्वसामान्यांना समजेल अशा भाषेत प्रतिपादिले. कारण भगवद् गीतेतील ज्ञानपरंपरा संस्कृतमध्येच अडकली होती.

भगवान श्रीकृष्णाच्या 'परित्राणाय साधूनां विनाशायच दुष्कृताम्' या उक्तीप्रमाणे अर्जुनाने कर्मयोगाचे आचरण करून दाखविले. गौतम बुद्ध व महावीरांनी ईश्वराचे अस्तित्व नाकारून सदाचार, सद्विचार, सद्भावना यांवर भर दिला. येशू ख्रिस्त क्रूसावर चढतानादेखील 'माझा छळ करणाऱ्याला क्षमा कर'

असा आदर्श घालून देतात. संत नामदेवांनी 'नाचू कीर्तनाचे रंगी । ज्ञानदीप लावू जगी' म्हणून वारकरी पंथाची ध्वजपताका भारतभर चालवली. जन्मांध असूनही गुलाबरावमहाराजांनी अध्यात्मक्षेत्रात प्रचंड पराक्रम केला. समर्थ रामदासांनी संन्यासी असूनही प्रपंच व परमार्थाचा समन्वय घालून छत्रपती शिवाजींना श्रीचे राज्य स्थापण्यास प्रेरणा दिली. आर्यधर्माची पताका घेऊन स्वामी विवेकानंदांनी त्यांचे गुरू रामकृष्ण परमहंस यांच्या पाठबळाने जगभर प्रचार केला.

प्राचीन काळातील भारतीय साहित्यात 'संत' या शब्दाचा निरनिराळ्या स्वरूपांत वापर झालेला आहे. ऋग्वेद, छांदोग्योपनिषद, भर्तृहरीचे शतकत्रय इ. प्राचीन साहित्यात विविधार्थांनी या शब्दाचा वापर केलेला आहे. आज ज्या अर्थाने संत या शब्दाचा वापर होतो, त्यापेक्षा बराच निराळा अर्थ उपयुक्त प्राचीन साहित्यात अभिप्रेत असलेला दिसून येतो. निर्गुणोपासक संतकवींना उद्देशून आज हा शब्द उपयोगात येत असला, तरी उपनिषद्वाङ्मयात 'संत' या शब्दाचा एकमेव परमतत्त्व या अर्थाने वापर केलेला आहे. तो मुळात संस्कृत आहे.

संत कोणत्याही धर्माचे, पंथाचे, संप्रदायाचे असले तरी यांच्या साधुत्वाचे स्वरूप सर्वसाधारणच असते. त्यांच्या व्यक्तिमत्त्वाचा प्रभाव राजकीय पुरुषांच्या व्यक्तित्वाप्रमाणेच मर्यादित नसतो. अनेक राजकीय पुरुषांचा उदय होतो आणि त्यांच्याबरोबरच त्यांच्या कर्तृत्वाचाही अस्त होतो. इतिहासाला त्यांच्या कार्याचा शोध घ्यावा लागतो. परंतु संतांच्या कार्याचा प्रभाव जनमानसावर पिढ्यान्‌पिढ्या टिकून राहतो. किंबहुना सातत्याने वाढतच जातो. ईश्वर, जीव आणि जगत यांच्या अनुबंधाविषयीचे त्यांचे गूढज्ञान आणि अनुभव, त्यांची मानवतावादी दृष्टी, समाजमानसिकता, उदार व सहिष्णूवृत्ती या गुणांमुळे त्यांची विभूती विश्वात्मक आकार घेते. असे असूनही संत स्वतःला कधीही अभिमानी ठेवत नाहीत. त्यामुळे त्यांच्या व्यक्तित्वाला अधिक उजाळा प्राप्त होतो. इथल्या संतांनी नेहमी निर्गुणांचे भान ठेवून सत्‌गुणांची आळवणी केली आहे. 'तुज सगुण म्हणू की निर्गुण रे । सगुण-निर्गुण एक गोविंदु रे ।' हीच सदैव इथल्या संतांची धारणा आणि अनुभूती राहिलेली आहे.

जगात संतांच्या परंपरा निर्माण झाल्या नसत्या, तर मानवाला जड मूढावस्थेतून बाहेर निघता आले नसते व त्याच्या नैतिक जीवनाचा विकास कधीच झाला नसता. मानवाच्या आणि राष्ट्राच्या जीवनाच्या केवळ भौतिक विकासाने परिपूर्णता कधीच प्राप्त होत नसते. भौतिक जीवनाची यशस्विता

खऱ्या अर्थाने आत्मिक विकासावरच अवलंबून असते. म्हणूनच प्रत्येक कार्यात भगवंताचे अधिष्ठान पाहायला संत सांगत असतात. संतांच्या कार्याला शाश्वत स्वरूप प्राप्त होते. संत मानवाला जगाकडे आत्ममय बुद्धीने पाहण्याची शिकवण प्रामुख्याने देतात 'हे विश्वची माझे घर', 'विष्णुमय जग विश्वाचा धर्म', 'मराठा तितुका मेळवावा, महाराष्ट्र धर्म वाढवावा' ही विश्वात्मक जाणीव आणि आत्मीयतेची शिकवण या आत्मोपम्य बुद्धीची परमोच्च परिणतीच म्हणावी लागेल. दुसऱ्याचे दु:ख जाणण्याच्या वृत्तीतून विराट समाजपुरुष एकसंध होतो आणि अशा विराट पुरुषाची सर्व कर्मे अनासक्तीतून परहितार्थ अर्पण होऊ शकतात. ही सामाजिक जाणीव संतांच्या जीवनातून आणि स्वानुभवसंपन्न उक्तीतून जनमानसात संस्कारित होत असते.

महाराष्ट्रीय संतांनी भक्तिमार्गाद्वारे जे धार्मिक आंदोलन केले, त्याचा प्रभाव संपूर्ण समाजावर पडून एक जागरण घडून आले. समाजाच्या जागरणाची प्रवृत्ती एका क्षेत्रात उद्भवली की, तिच्या लाटा इतर क्षेत्रांतही पसरतात आणि सर्व समाजाचे उत्थापन झाल्याचा प्रत्यय येतो. संतांच्या चळवळीमुळे महाराष्ट्रात असेच घडून आले. संतांच्या शिकवणुकीमुळे देव आपल्या पाठीशी उभा आहे, संकटाच्या वेळी तो आधार देतो, अशी विश्वासाची भावना लोकांमध्ये निर्माण झाली. संतांनी आपल्याला सांगितले की, सतत नामामुळे अगणित लोक तरले आणि पुढेही तरतील. 'जो श्रद्धा, भक्ती, विश्वासपूर्वक नाम घेईल, तो तरलाच म्हणून समजा', हा त्यांचा दिव्य संदेश होता. या विश्वासातून त्यांची अस्मिता जागी होते. महाराष्ट्रातील संतांची परंपरा ही ज्ञानेश्वरापासून तुकारामापर्यंत विशेष स्वरूपात आढळते. त्यानंतरच संत ज्यांना पथिक किंवा पारंपरिक म्हणता येईल अशा स्वरूपाचे झाले. नामदेवाच्या भक्तीतील उत्कटता आणि तळमळ, एकनाथांची मानवजातीबद्दलचीच नव्हे तर अखिल प्राणिमात्रांसंबंधीची उदात्त समभावना आणि अंतरीची कळकळ, तुकारामाचा भक्तिभावाने ओथंबलेला अंत:करणाचा जिव्हाळा आणि आत्मप्रत्यय ही पुढच्या-पुढच्या संतांमध्ये कमी आढळून येते. त्यांनी संप्रदाय चालू ठेवला. परंतु काही काळानंतर मात्र संत गाडगेबाबा आणि राष्ट्रसंत तुकडोजीमहाराज यांच्या आचार व विचाराने देशाच्या प्रत्येक घटकात, कार्यात, व्यक्तिविकासात, समाजविकासात मौलिक भर घातली.

■

संतपरंपरा

प्राचीन काळापासून भारत ही ऋषिमुनींची भूमी आहे. त्यांचा वारसा सांगणारे व चालविणारे अनेक पंथ निर्माण झाले. या अनुयायामधूनच अनेक संत उदयाला आले. या संतांनी जनतेला भक्तीकडे, अध्यात्माकडे आकर्षित केले. त्यामुळेच मरगळलेल्या समाजात नवीन शक्ती भरली गेली, नवचैतन्य निर्माण झाले. हे संतच समाजात जागृती निर्माण करीत आणि सामाजिक परिवर्तन घडवून आणत असत. महाराष्ट्र, विदर्भसुद्धा या भक्तीसंप्रदायापासून, या धार्मिक प्रवाहापासून दूर नाही. समाजापासून दूर राहून उपासना करणारा एक प्रवाह, तर संसारात राहून घरगृहस्थी सांभाळत उपजीविकेसाठी कामधंदा, व्यवसाय करीत भक्ती करणारा साधना किंवा उपासनेत सहभागी होणारा दुसरा प्रवाह. या प्रवाहांपैकी एक म्हणजे वारकरी संप्रदाय होय. असे आणखी काही संप्रदाय निर्माण झाले. फक्त त्यांच्या उपासनेमध्ये फरक होता. जसे की दत्त संप्रदाय, समर्थ संप्रदाय, नाथ संप्रदाय, महानुभाव संप्रदाय या सर्व संप्रदायांमध्ये अनेक नामवंत संत होऊन गेले. अशा प्रकारे एकूणच या देशाला संतपरंपरा लाभली आहे.

भारतातील संतपरंपरा

भारत म्हणजे संतांची भूमी, पंथाची भूमी, मानवजातीचा पाळणा, भाषेची जन्मभूमी, इतिहासाची आई, पुराणांची आजी, परंपरांची पणजी आणि संतांची जन्मभूमी अशी संस्कृतीची किती सुंदर व्यवस्था भारतात आहे. भारतात साहित्य, समाज आणि संस्कृती यांच्या जडणघडणीत धर्मधारणांचा वाटा मोठा राहिलेला

आहे. आचार्य विनोबा भावे लिहितात, ''प्राचीन काळी वैदिक, श्रमण आणि बौद्ध विचारांच्या लाटा एकामागून एक उत्तर भारतातून दक्षिण भारतात वाहत गेल्या. त्यांच्या वेगाने राज्ये मोडकळली आणि रचली. समाज पालटले, जाती उसळल्या आणि मिसळल्या. नव्या भाषा आणि नवे रीतिरिवाज उदयास आले. त्यानंतर मध्ययुगात विचारांच्या अशाच लाटा दक्षिणेतून उत्तरेकडे वाहत गेल्या. या साऱ्या तत्त्वज्ञानाच्या आणि उपासनेच्या होत्या.'' शंकर, रामानुज, मध्व, ज्ञानदेव, वल्लभ असे पाच आचार्य एकामागून एक अनुक्रमे केरळ, तामिळनाडू, कर्नाटक, महाराष्ट्र आणि आंध्र या निरनिराळ्या भाषा बोलणाऱ्या प्रदेशांत अवतरले. त्यांपैकी ज्ञानदेवाने आपले सर्व साहित्य आपल्या प्रांतीच्या लोकभाषेत रचले.

भक्ती, आंदोलने आणि त्यातून अवतरलेले भक्तिसाहित्य हा मध्ययुगात सर्वांत अधिक पसरलेला आणि टिकलेला धागा आहे. दक्षिणेतील तामिळनाडूत सुरू झालेली भक्तिचळवळ उत्तरेकडे क्रमाक्रमाने पसरत गेली. उत्तरेतला प्राचीन भागवतधर्म आणि दक्षिणेतील साधूंचा गूढ आनंदवाद यांचा मिलाफ तिने घडविला. महाराष्ट्रातील ज्ञानोबापासून तुकोबापर्यंतच्या संतांची मराठी भक्ति कविता, मीरा-सूरदासांची हिंदी कविता, तुलसीदासांचे 'रामचरितमानस', शरदेवाचे आसामी भागवत, चैतन्य महाप्रभूचे बंगाली शिक्षाष्टक असा हा धागा भारतभर गुंफलेला दिसतो. मानवाच्या इतिहासात जी काही मूल्यवान आणि सर्जनशील सामग्री आहे, तिचे भंडार केवळ भारतातच आहे. ही अशी भूमी आहे, जिच्या दर्शनासाठी सर्वजण उत्कंठित असतात आणि एकदा हिचे ओझरते दर्शन जरी झाले, तरी विश्वातील इतर सर्व दृश्यांच्या मोबदल्यातही ती सोडण्यास तयार होणार नाही.

अध्यात्माचा विचार केला तर भारतीय व्यक्ती कधी अध्यात्मापासून दूर होऊ शकत नाही. कारण आध्यात्मिक जीवनाचा आदर्श म्हणजे संत आहे. भारतात असंख्य संप्रदाय व त्या संप्रदायांत अनेक महान संत होऊन गेले. हे सर्व संत वेगवेगळ्या संप्रदायांतील असले, तरी शेवटी त्यांचा मार्ग एकच असतो आणि तो म्हणजे ईश्वरप्राप्तीचा आणि त्यानंतर समाज व व्यक्तिविचाराचा. भारतीय संतपरंपरेबद्दल आणखी सांगायचे झाल्यास पूर्वीपासून आजपर्यंत गुरु-शिष्य परंपरा चालत आलेली आहे.

महाराष्ट्रातील संतपरंपरा

महाराष्ट्रभूमी म्हणजे यज्ञीय कर्माला लागणारे दर्भ तोडून तयार केलेली भूमी. या भूमीला संतांचा फार मोठा वारसा लाभला आहे. ज्ञानदेवाच्या काळापासून आजपर्यंत यात कुठेही खंड पडला नाही, हे महाराष्ट्राचे भाग्य आहे. संतांनी

महाराष्ट्राला कर्तव्याची जाणीव पुन्हापुन्हा करून दिली. त्या वेळच्या पंडितांनी समर्थपणे शास्त्राचे अर्थ लावून खऱ्या ज्ञानापासून लोकांना वंचित केले. सर्व शास्त्रे ग्रंथ वेदभाषेत असल्याने सामान्यांना ते ज्ञान दुर्लभ झाले. या अज्ञानातून लोकांना बाहेर काढण्याची आणि त्यांना त्यांच्या कर्तव्याचे यथार्थ ज्ञान करून देण्याची कामगिरी या संतांनी आत्मीयतेने केली. त्यामुळे लोकांचा संतांवरील विश्वास दृढ होत गेला. त्यांच्याबद्दल श्रद्धा आणि प्रेम प्रगट झाले. याचे कारण संत केवळ बोलणारे नव्हते, तर स्वत: आचरण करणारे होते. त्यामुळे त्यांना समाजमान्यता मिळाली. हे चित्र ज्ञानदेवांपासून रामदासांपर्यंत दिसून येते.

महाराष्ट्रात वेळोवेळी जी धार्मिक, सामाजिक व राजकीय स्थित्यंतरे घडली, त्या त्या प्रसंगी समाजाला धैर्य, उदात्तता, कर्तव्यपरायणता इत्यादी गुणांची तसेच समतेची, विश्वबंधुत्वाची शिकवण देऊन समाजात स्थैर्य व बळकटी आणण्याचा प्रयत्न संतांनी केलेला आहे. ज्ञानेश्वरांनी ज्या भागवत धर्ममंदिराचा पाया घातला त्याचा प्रचार व प्रसार त्यांच्या हयातीत व त्यांच्या पश्चातही करून भागवत धर्माची ध्वजपताका थेट पंजाबपर्यंत संत नामदेव यांनी फडकविली. 'नाचू कीर्तनाचे रंगी । ज्ञानदीप लावू जगी ।' या भूमिकेतून नामदेवांनी वाङ्मयसेवेचे व समाजजागृतीचे कार्य केले. भागवत धर्ममंदिराचा कळस म्हणून अनुकरणीय व वंदनीय वाटते. संत ज्ञानेश्वर हे तर अध्यात्माच्या क्षेत्रातील एक चमत्कार आहेत. हे एकदम आभाळाएवढे महान व देदीप्यमान व्यक्तिमत्त्व आहे. परंतु संत तुकाराम हे सामान्यांतून सर्वश्रेष्ठ संतपदाला पोचत गेलेले असल्याचे त्यांच्या वाङ्मयातून दिसून येते. रामदास हे तुकारामांचेच समकालीन संतकवी. त्यांनी स्वत:चे असे जीवनविषयक तत्त्वज्ञान व चिंतन आपल्या वाङ्मयातून स्पष्ट करून नव्या आचारविचारांचे आदर्श समाजापुढे ठेवले. याखेरीज श्री विसोबा खेचर, परिसा भागवत, जनाबाई, श्री गोरोबाकाका, श्री सावतामाळी, श्री चोखोबा, श्री सेनामहाराज इ. संतांनीही आपल्या वाङ्मयाद्वारा व आदर्श जीवनाच्या वस्तुपाठाद्वारा सत्त्वशील जीवनाचा प्रसार व प्रचार केला. याप्रमाणे मराठी भाषेच्या भूमीत श्री ज्ञानेश्वरमहाराजांनी ज्ञानेश्वरी, चांगदेव पासष्टी सारखे साहित्य निर्माण करून आदर्श जीवनाचे पाठ घालून देण्याचा प्रसार व प्रचार केला.

'आनंदाचे आवारू मांडू जगा; अवघाचि संसार सुखाचा करीन । आनंदे भरीन तिन्ही लोक' अशी करुणरसभरित, एकाग्र निश्चयात्मक, महाबोध सुकाळामाजी विश्व बुडवून टाकणारी निश्चित 'प्रतिज्ञा' मनिमानसी घेऊन, उरी बाळगून, विश्वकल्याणासाठी, दीनांच्या उद्धारासाठी या अवनीतलावर अवतरलेल्या संतांनी

आपले संपूर्ण जीवन व्यतीत केले. त्यामुळे महाराष्ट्रात त्यांना ईश्वराचे दुसरे रूप मानले जाते व त्यांची आराधना केली जाते. परंतु आज या आधुनिक युगातील सुशिक्षित व्यक्तीला संतांचा विसर पडत चालला आहे. तो आपल्याला जागृत करावयाचा आहे.

विदर्भातील संतपरंपरा

विदर्भाच्या भूमीला संतांचा फार मोठा वारसा लाभला आहे. श्री गजानन महाराजांच्या काळापासून आजपर्यंत यात कुठेही खंड पडला नाही, हे विदर्भाचे भाग्य आहे. संतांनी विदर्भास कर्तव्याची जाणीव पुन्हा पुन्हा करून दिली. त्या वेळच्या पंडितांनी समर्थपणे शास्त्राचे अर्थ लावून खऱ्या ज्ञानापासून लोकांना वंचित केले. सर्व ग्रंथ, शास्त्रे वेदभाषेत असल्याने सामान्यांना ते ज्ञान दुर्लभ झाले. या अज्ञानातून लोकांना बाहेर काढण्याची आणि त्यांना त्यांच्या कर्तव्याचे यथार्थ ज्ञान करून देण्याची कामगिरी या संतांनी आत्मीयतेने केली. त्यामुळे लोकांचा संतांवरील विश्वास दृढ होत गेला. त्यांच्याबद्दल श्रद्धा आणि प्रेम प्रगट झाले. याचे कारण संत केवळ बोलणारे नव्हते, तर स्वत: आचरण करणारे होते. त्यामुळे त्यांना समाजमान्यता मिळाली. विदर्भात संतांना ईश्वराचे दुसरे रूप मानले जाते व त्यांची आराधना केली जाते.

■

विदर्भातील प्रमुख पाच संप्रदाय

१) वारकरी संप्रदाय :

वारकरी संप्रदाय हा महाराष्ट्राच्या सामाजिक जीवनाला क्रांतिकारक वळण लावणारा धर्ममार्ग होय. समाजाच्या धर्मकल्पना काळानुसार बदलतात. नवेनवे संप्रदाय उदयास येतात, विकास पावतात व कालांतराने निष्प्रभ होतात. वारकरी पंथाचा प्रवाह काही आटत नाही. वारकरी पंथ हा उदार असा सर्वसमावेशक भक्तिसंप्रदाय आहे. आषाढी, कार्तिकी, माही अथवा चैत्री यांपैकी एका शुद्ध एकादशीस गळ्यात तुळशीची माळ घालून नियमाने जो पंढरपुरास जातो, तो 'पंढरपूरचा वारकरी' म्हटला जातो व त्याच्या उपासनेचा जो मार्ग, तो 'वारकरी पंथ' होय. याचे आराध्यदैवत विष्णू-कृष्णाचे रूप मानला गेलेला लोकदेव विठ्ठल आहे. वर्णधर्म आणि जातिभेद यांस भक्तिक्षेत्रात स्थान नसून मानवी मूल्यांना प्रमाण मानणारी ही विचारधारा आहे. ब्राह्मणापासून शूद्रांपर्यंत सर्व वर्णांच्या आणि जातीच्या लोकांना विठ्ठलभक्तीचे महाद्वार खुले आहे. गृहस्थ राहूनही परमार्थ साधता येतो. शुद्ध आचार-विचारयुक्तभक्तीने मुक्ती मिळते, अशी या पंथाची श्रद्धा आहे. वेदाचे प्रामाण्य त्यांनी काही प्रमाणात झुगारले असले तरी त्याचे सार मानलेली गीता त्यांना पूज्य आहे. ज्ञानेश्वरांनी वारकरी संप्रदायाचा पाया घातला. त्यांनी गीतेवर प्रथम मराठी टीका लिहिली. त्यातून वेद हे कृपण असून ते त्रैवर्णिकांच्या तेवढे कानी लागतात; पण गीता मात्र समाजाच्या खालच्या थरालाही स्पर्श करणारी आहे; असे प्रतिपादिले. गीतेवरील भाष्यात ज्ञानेश्वरांनी

अन्य गोष्टींबरोबर सगुण भक्तीचा पुरस्कार केला. 'तेथ जाती अथवा वर्ण । हे अवघेचि गा अकारण ।' असे लिहून जनसामान्यांना आध्यात्मिक उन्नतीचा मार्ग मोकळा केला. परिणामत: निम्न स्तरातून अनेक संत त्या काळी उदयास आले व ज्ञानेश्वरांच्या शिकवणुकीमुळे त्यांना नैतिक बळ प्राप्त झाले.

'वारकरी संप्रदाय' हा तर सातत्याचा आणि सामूहिकतेच्या दृष्टीने अन्य कुठल्याही देशात किंवा प्रांतात न आढळणारा असा एक चमत्कार ठरतो. महाराष्ट्राच्या प्रत्येक कानाकोपऱ्यांत या संप्रदायाच्या अस्तित्वाच्या आणि चलनवलनाच्या खुणा आढळतात. 'वारकरी' नाही असा एकही गाव शोधूनही सापडणार नाही. संयुक्त महाराष्ट्र निर्मितीच्या कितीतरी आधी या संप्रदायाने महाराष्ट्रातील बहुजन समाजास आपल्या स्नेहरज्जूंनी बांधून ठेवलेले आहे. श्री ल. रा. पांगारकरांसारख्या संतसाहित्याच्या अभ्यासकाने महाराष्ट्राचे खरे विद्यापीठ पंढरपूर येथे असल्याचे आणि या विद्यापीठाचे कुलगुरुपद कायमचे श्री विठ्ठलाकडे असल्याचे याअगोदर नमूद केले आहे. वारकरी संप्रदाय ही अशी एक आनंदयात्रा की, रसभरीत चैतन्यमय जीवनाचा शोध घेणारी ती अखंड यात्रा आहे. जीवनाच्या दिशा उजळणारा तो ज्ञानसूर्य आहे. अमृताचा मंगल कुंभ आहे, अलौकिकतेचा प्रत्यय आहे. आनंदाचा महापूर आहे. सुखाचा शाश्वत झरा आहे. मानवाचे श्रीमंत माहेर आहे. मानवी जीवनाचे परममांगल्य आहे. भक्ताची समाधिभाषा आहे. तुकारामाची विठ्ठलमयता आहे. प्रकाशाची जाणीव आहे. आनंदाची दिवाळी आहे. ज्ञानमार्तंडाचे मंगलस्त्रोत्र आहे, सद्गुरूची पूजा आहे, पुंडलिकाची तपश्चर्या, भक्ती आहे. जनाईची सेवा आहे, तुकोबांचे अभंगसंकीर्तन आहे. विठ्ठलभक्ताचा नामघोष आहे, विठ्ठलाची संजीवनी मुद्रा आहे.

वारकरी संप्रदाय हा श्रीकृष्णवचनाचा प्रवाह आहे. हा संवादाचा महारस आहे. या महारसाने वारकऱ्यांना ईश्वरी चेतना निर्माण झाली. व ते मोठमोठ्याने गर्जना करू लागले.

निवृत्ती, ज्ञानदेव, सोपान, मुक्ताबाई ही आद्य मराठी चौपाई आहे तिच्या आधारावर महाराष्ट्राचे पंचप्राण म्हणून ज्या पाच कवींचा गौरव झाला, त्यांत ज्ञानदेव हे अग्रभागी होते. 'जगाच्या कल्याणा संतांच्या विभूती' या उक्तीप्रमाणे संतकवींनी नवीन समाजनिर्मितीचे स्वप्न बघितले. समाजजीवनात परिवर्तन घडवून आणण्याचा प्रयत्न केला. व्रतवैकल्ये, कर्मकांड यांपेक्षा भावभक्तीच्या साहाय्याने मोक्ष मिळविता येतो, अशी शिकवण संतकवींनी दिली. त्यात ज्ञानदेव आणि त्यांचे साहित्य मराठी अस्मितेच्या केंद्रस्थानी राहिले. संत बहिणाबाईंनी वारकरी

संप्रदायाच्या प्रभावी परंपरेवर एक सांग रूपक रचले आहे, ते पुढील अभंगावरून लक्षात येईल. संत बहिणाबाईंचा मूळ अभंग असा आहे.

संतकृपा झाली । इमारत फळा आली ।
ज्ञानदेवे रचिला पाया । उभारिले देवालया ।।
नाम तयाचा किंकर । तेणे केलासे विस्तार
जनार्दनी एकनाथ । खांब दिला भागवत
भजन करा सावकाश । तुका झाला से कळस ।।
बहिणी फडकती ध्वजा । निरूपण केले वोजा ।।

ज्ञानदेव, नामदेव, एकनाथ व तुकाराम हे वारकरी संप्रदायाचे चार प्रमुख आधारस्तंभ होते. त्यांच्या कामगिरीचे महत्त्व बहिणाबाईंनी वरील अभंगातून सूचित केले आहे. ज्ञानदेवांनी या पंथाला तत्त्वज्ञानाचे अधिष्ठान दिले. नामदेवांनी पंढरीपासून पंजाबपर्यंत या पंथाचा प्रसार केला. नाथ भागवताच्या आधाराने आणि तुकोबाच्या रससिद्ध अभंगवाणीच्या बळावर या पंथाने जनसामान्यांची मने जिंकली.

वारकरी पंथीयांनी आपल्या धर्मप्रचारासाठी एक नवे वाक्पीठ निर्माण केले. त्यांची निरूपणे व कीर्तने यांचा थाट वेगळा आहे. वारकरी पंथाने लोकांतून धर्मप्रवक्ते तयार केले. नामदेव हे त्यांच्या कीर्तन संप्रदायाचे आद्य प्रवर्तक होते, तर ज्ञानेश्वरप्रभृती अनेक संतांनी महाराष्ट्रात नवजीवनदर्शन घडविले आहे. विविध मानवी मूल्यांतील समतोल व समन्वय साधूसंतांनी मराठी माणसाच्या जीवनाचे संवर्धन केले. महाराष्ट्राच्या कानाकोपऱ्यांतून आणि घराघरातून संतांची कवने आजही दुमदुमत असतात. जेथे जेथे म्हणून मराठी भाषा बोलली जाते, तेथे तेथे संतांचे अभंग अद्यापही ऐकू येतात. दूरदूरच्या प्रदेशातून पंढरपूरला दिंड्यांची आणि वारकऱ्यांची गर्दी हल्लीही लोटत असते. ५-६ शतके लोटली, तरी संतांच्या संप्रदायाची बहुजन समाजावरील पकड ढिली झाली नाही. समाजाच्या सर्व थरांत 'माळकरी' आढळून येतात. शतकानुशतके टिकणारा हा वारकरी संप्रदायाचा ओघ पाहिला म्हणजे या संप्रदायाच्या स्थापनेच्या मागे जबरदस्त कारणे असली पाहिजेत असे वाटल्यावाचून राहत नाही. एकविसाव्या शतकात वारकऱ्यांमध्ये हीच श्रद्धा, भक्ती आणि विश्वास टिकवून ठेवून मराठी माणसाचा त्यातून विकास साधण्यासाठी तसेच या तंत्रविज्ञानाच्या काळात माणूसकी राखून प्रत्येकात सामाजिक बांधिलकी आणि परस्परात प्रेम वृद्धींगत करण्यासाठी संताच्या कार्याची माहिती आवश्यक आहे.

२) दत्त संप्रदाय :

'दत्तात्रय' ही भारतीय संस्कृतीच्या विकासातील एक अद्‌भुत अतिदिव्य निर्मिती आहे. शैव, वैष्णव आणि शाक्त या तीनही प्रमुख उपासनाप्रवाहांना व्यापून उरणारा दत्तात्रयाचा प्रभाव गेली शतकानुशतके भारतात, विशेषत: आपल्या महाराष्ट्रात गाजत आहे. महाराष्ट्रात दत्तभक्तीचा प्रसार जातिभेदातीत, संप्रदायातीत किंबहुना धर्मातीत आहे. महानुभाव संप्रदाय, नाथ संप्रदाय, वारकरी संप्रदाय आणि समर्थ संप्रदाय या चारही संप्रदायांत दत्तात्रयविषयी उत्कट श्रद्धाभाव आहे. तसेच खास दत्तभक्तीची परंपरा चालविणारा दत्त संप्रदायही महाराष्ट्रात नांदत आहे. या संप्रदायात दत्तात्रयाला श्रद्धेय मानणाऱ्या उपासकांत हिंदूंबरोबर मुसलमानांचाही समावेश आहे.

वेदांतील इंद्र ही वीरदेवता आहे; तर श्री दत्तात्रय परब्रह्म परमेश्वर अवतार असले तरी या संप्रदायात त्यांना सिद्धदेवता मानतात. दत्त ही तो महाविष्णूचा अंश असून अत्रि-अनसूयेचा पुत्र होय. ही गोष्ट प्राय: सर्वमान्य आहे. परंतु तो अयोनिसंभव आहे की अनसूयेच्या उदरी जन्मला, या बाबतीत मात्र भिन्न मते आढळतात.

दत्तात्रयाच्या जन्माविषयी विविध कथा प्रचलित आहेत. अर्थात त्या सर्व कथांतून तो अत्रि- अनसूयेचा पुत्र आणि महाविष्णूचा अंश होय, हे सर्वमान्य आहे.

भागवताच्या एकादश स्कंधात सांगितलेले अवधूताचे चोवीस गुरू पुढे दत्तात्रयाने केलेले चोवीस गुरू म्हणून समजले जाऊ लागले. पूर्णपणे खरे आहे असे नाही. उद्धवगीता ही पहिली मराठी एकादश टीका. उद्धवगीतेचा कर्ता भास्कर- भट बोरीकर हा एकप्रकारे दत्तात्रयाचाच उपासक. त्यांनी आपला दत्तात्रयाविषयीचा आत्यंतिक श्रद्धाभाव मराठीत विवरण लिहिताना अवधूत म्हणजे दत्तात्रयच असे मानले नाही. याचा अर्थ असा की, अवधूताने केलेल्या चोवीस गुरूंची कथा दत्तात्रयाच्या चरित्रात समाविष्ट होण्याचा प्रकार भास्करभटानंतर घडलेला आहे. वास्तविक भागवतात महाविष्णूचा अवतार म्हणून दत्तात्रयाचा निर्देश केलेला नाही. अवधूत म्हणजे दत्तात्रय असे भागवतकारांनीही सूचित केलेले नाही. अवधूतांचे व्यक्तिमत्त्व दत्तात्रयाशी साम्य दर्शविणारे असल्यामुळे अवधूतांना दत्तात्रय बनवून टाकले असावे असे वाटते.

दत्तात्रयाचा आश्रम बद्रिकाश्रम येथे होता. माहूर, पांचाळेश्वर, कोल्हापूर ही त्याची विहारस्थाने आहेत. यांतील माहूर हे पुरातन दत्तक्षेत्र दत्तात्रयाचे शयनस्थान

समजले जाते. ते पांचाळेश्वरी भोजन करतात आणि कोल्हापुरी भिक्षाटन करतात, अशी श्रद्धा रूढ आहे.

दत्तसंप्रदायाशिवाय वारकरी संप्रदाय, आनंद संप्रदाय, समर्थ संप्रदाय इत्यादी अन्य संप्रदायांतही दत्तात्रय हे एक परम श्रद्धास्थान मानले गेले आहे.

महानुभाव संप्रदाय हा दत्तसंप्रदाय आहे. या संप्रदायाचे प्रवर्तक श्री चक्रधरस्वामी यांची परंपरा दत्तात्रय, श्रीकृष्ण, श्री चक्रपाणी, गोविंद प्रभू आणि श्री चक्रधरस्वामी अशी आहे. स्वतः चक्रधरांनीच सांगितले आहे. हे श्री या मार्गासि श्री दत्तात्रय प्रभू आदिकारण महानुभावांच्या पंचकृष्णांत दत्तात्रयाचा समावेश आहे. परंतु महानुभावांचा दत्तात्रेय हा देवतात्रयीचा वा विष्णूचा अवतार नाही. महानुभावांच्या तत्त्वज्ञानात ब्रह्मा-विष्णू-महेश या देवता मानल्या आहेत. त्यांच्या कल्पनेनुसार दत्तात्रय, श्रीकृष्ण, चक्रपाणी, गोविंदप्रभू आणि चक्रधरस्वामी हे पाच ईश्वरावतार होत. महानुभावांनी दत्तात्रयाचे पौराणिक चरित्र मात्र स्वीकारले आहे. त्यांचा दत्तात्रय हा अत्रि-अनसूयेचाच पुत्र आहे.

३) समर्थ संप्रदाय :

बहुत जनास चाळवी । नाना मंडळे हालवी
ऐसी हे समर्थ पदवी । विवेके होते
विवेक एकांती करावा । जगदीश धारणेने धरावा
लोक आपला आणि परका । म्हणोचि नये (समर्थ दास)

या उक्तीत ज्यांच्या कार्याचे आणि व्यक्तिमत्त्वाचे खरे दर्शन घडू शकते, त्या समर्थ रामदासस्वामींनी, ज्ञानदेवादी संत ज्या भागवत परंपरेत नांदले आणि भागवतोत्तम ठरले, त्याच भागवतधर्माचा एक खळाळून वाहणारा स्वतंत्र प्रवाह 'स्वरूपसंप्रदाया'च्या रूपाने प्रवर्तित केला. लोकसंख्येच्या संरक्षणासाठी आणि संवर्धनासाठी आपला आणि दुसऱ्याचा अशी भेदबुद्धी न बाळगता विवेकाधिष्ठित बुद्धीने 'बहूत जनांस चालविणारी आणि नाना मंडळे हालविणारी' अशी रामदासांची परंपरा निर्माण करून समर्थांनी सकळ महाराष्ट्राच्या दऱ्याखोऱ्यांतून एक प्रकारचे नवचैतन्य निर्माण केले.

शके १५३० च्या चैत्र शुद्ध नवमीस (१६०८) मराठवाड्यातील जांब येथे माधवपंथी रामोपासक ऋग्वेदी घराण्यात सूर्याजीपंत आणि राणूबाई या दाम्पत्यांच्या पोटी समर्थांचा जन्म झाला. या घराण्यात सूर्योपासना ही पूर्वापार चालत आली होती. सूर्याजीपंताचा पहिला मुलगा गंगाधरपंत यांना समर्थ संप्रदायात 'श्रेष्ठ' म्हणून संबोधले जाऊ लागले. दुसरा मुलगा नारायण हाच 'रामदास'

किंवा 'समर्थ' या नावाने महाराष्ट्रातील जनमानसात अजरामर झाला. घरातील पारमार्थिक संस्कारांमुळे नारायण बालवयातच अंतर्मुख आणि चिंतनशील बनला. वडील दिवंगत झाल्यावर आपल्यावर अनुग्रह करून उपदेश द्यावा, अशी त्याने वडीलबंधूकडे मागणी केली. वय अजून लहान, म्हणून गंगाधरपंतांनी प्रतिसाद दिला नाही. म्हणून गावाबाहेरील मारुतीच्या देवळात जाऊन नारायणाने आपल्यातील सर्व अंत:प्रेरणांना रामरूपी एकाग्र केले. मध्यरात्री प्रत्यक्ष प्रभू रामचंद्रांनी त्याला उठविले आणि मंत्रोपदेश दिला व मारुतीच्या स्वाधीन केले. बालवयात आईला 'चिंता करतो विश्वाची' असे उत्तर देणाऱ्या या मुलास याच वयात अशा तऱ्हेने रामदास्य प्राप्त झाले. त्यांच्यातील वैराग्य पाहून मुलगा हातचा जाऊ नये म्हणून आईने आग्रह करून त्यास विवाहास भाग पाडले. तथापि अंतरीच्या वैराग्याने उसळी खाऊन 'सावधान' हा शब्द ऐकताच ही स्वारी लग्नमंडपातून जी पळाली, ती अकराव्या दिवशी नाशिकला पंचवटी येथे आली. पुढे टाकळीस गोदावरीनदीच्या संगमावर रोज सकाळपासून दुपारी सूर्य डोक्यावर येईपर्यंत उभे राहून त्याने शके १५४२ ते १५५४ अशी बारा वर्षे गायत्री पुरश्चरणा आणि त्रयोदशाक्षरी मंत्राचा जप करण्यात घालविली. याच काळात दुपारच्या वेळी कीर्तन, प्रवचन, पुराणश्रवण, वेद, वेदांत, रामायण, महाभारत, गीता, उपनिषदे, भागवत या ग्रंथांचा सखोल अभ्यास केला. भावविभोर अंत:करणाने परमेश्वराला आळविले. आर्त भक्तीच्या अनिवार आक्रंदनातून याच काळात 'करुणाष्टके' आकारास आली. नारायणाची ती साधना सफल होऊन त्याला प्रभू रामचंद्रांनी दर्शन दिले. अशा तऱ्हेने रामरूप झालेला नारायण आता 'समर्थ' झाला. शके १५५४ च्या फाल्गुन महिन्यात तीर्थयात्रेस निघाला.

'मुख्य हरिकथा निरूपण । दुसरे ते राजकारण'

असेच आपल्या जीवितकार्याचे सूत्र त्यांनी बनविले आणि १५६६ (सन १६४४)ला कृष्णतीरी असलेल्या शहाजीराजांच्या जहागिरीत ते आले. याच काळात त्यांनी 'देवबंध विमोचक' रघुनाथाकडून तो कोंदाराची प्रेरणा घेऊन आपल्या संप्रदायाची उभारणी केली.

समर्थांना विशिष्ट हेतूने रामभक्ती वाढवायची होती. अर्थात त्यांची ही रामभक्ती परमोच्च गुरूप्रेमावर आधारीत होती. स्वधर्मरक्षणास समाजाच्या निष्कलंक चारित्र्याची, संघटित जीवनाची आणि प्रयत्नवादाची नितांत आवश्यकता असते. म्हणून हे अंतिम साध्य डोळ्यांसमोर ठेवून समाजातील अज्ञान नष्ट करून टाकण्यासाठी व सर्व गुणांचा आदर्श अशा पुरुषार्थी प्रभुरामचंद्रासारख्या उपासनेभोवती

एकवटण्यासाठी त्यांनी आपल्या संप्रदायाचे प्रवर्तन केले.

प्रभुरामचंद्र, हनुमान आणि तुळजाभवानी ही समर्थ संप्रदायातील तीन प्रमुख दैवते होत. तथापि समर्थांची श्रीरामभक्ती उत्कट असली, तरी एकान्तिक नव्हती. घराण्यात परंपरेने रामोपासनेबरोबरच सूर्योपासनाही चालत आलेली होती. त्यांच्या सात्त्विक बुद्धीला आणि भावनेला उच्च कोटीतील देवतांचे अधिक आकर्षण होते. प्रभुरामचंद्र या दैवताभोवतीच समर्थ संप्रदायाची उभारणी झालेली असल्यामुळे या संप्रदायास 'रामदास संप्रदाय' असे म्हणतात.

रामचंद्राच्या वास्तव्यामुळे जी स्थाने पावन झाली, त्यांना समर्थ संप्रदाय-प्रवर्तनापूर्वीच तीर्थत्व प्राप्त झाले होते. ही सर्व स्थाने या संप्रदायास पूज्य वाटतात.

मठ-महंतपद्धती हे समर्थ संप्रदायाचे एक वैशिष्ट्य म्हणून सांगितले जाते समर्थांना महाराष्ट्रात आणि महाराष्ट्राबाहेरही अध्यात्मविद्येची व विचारजागृतीची केंद्रे निर्माण करावयाची होती. प्रपंच आणि परमार्थ यांचा समन्वय 'मुख्य ते हरिकथा निरूपण । दुसरे ते राजकारण' या सूत्रान्वये करावयाचा होता. त्यासाठी उपासनेची व प्रचाराची केंद्रे म्हणून त्यांनी ठिकठिकाणी मठस्थापना केली.

काखेत कुबडी, गळ्यात भिक्षेची झोळी, हातात चिपळ्या, अंगात भगव्या रंगाचे कोपिन, भाळी राममुद्रा आणि मुखात मनाचे श्लोक हा समर्थ सांप्रदायिकांचा सर्वसाधारण वेष होय. 'दासबोध' हा समर्थ सांप्रदायिकांचा प्रमाण ग्रंथ होय. या ग्रंथातील समर्थांची तत्त्वदृष्टी विचारात घेतली असता असे लक्षात येते, की रामदासांनी वैदिक परंपरेतीलच अध्यात्माचा पुरस्कार केलेला असून त्याची मांडणी मात्र नावीन्यपूर्ण आणि अधिक चिकित्सापूर्ण दृष्टीने केली आहे.

भगवंताचे अधिष्ठान ठेवून सांगितलेला कर्मयोग हे समर्थनिरूपित साधनमार्गाचे अनन्यसाधारण वैशिष्ट्य आहे.

भिक्षा हे समर्थ सांप्रदायिकाचे खास वैशिष्ट्य मानावे लागते. भारतीय साधनमार्गात भिक्षावृत्ती फार प्राचीन काळापासून चालत आली आहे. परंतु समर्थांनी त्यांच्या काळात भिक्षावृत्तीला विशिष्ट उद्देश प्राप्त करून दिला होता. भिक्षेने नि:स्पृहता प्राप्त होते. भिक्षा मागून जेवणारा निराहारी होतो. भिक्षेमुळे सर्व देश आपलाच आहे, अशी भावना होते, ओळखी होतात, निर्भय स्थिती प्राप्त होऊन महती वाढते.

संप्रदाय म्हटला म्हणजे साहित्य हे त्याच्या प्रसाराचे, प्रचाराचे एक प्रभावी साधन असल्यामुळे मध्ययुगात या संप्रदायांच्या आश्रयाने विपुल वाङ्मयनिर्मिती

होत राहिली. या पंथीय तथा सांप्रदायिक प्रेरणेने समर्थ संप्रदायातही विपुल वाङ्मयनिर्मिती होत राहिली. समर्थ संप्रदायाचे आतापर्यंत पाहिलेले स्वरूप ध्यानात घेता त्याचे इतर संप्रदायांपासून असलेले निराळेपण सहज ध्यानात येते. स्वकाल परिस्थितीच्या संदर्भात समर्थांना इह आणि पर अशा दोन्ही निष्ठांचा समन्वय करण्यात एका संप्रदायाची आवश्यकता वाटली म्हणून परमार्थी आणि पराक्रमी अशा प्रभुरामचंद्रांच्या उपासनेभोवती त्यांनी समर्थ संप्रदायाची स्थापना केली व त्याच्या माध्यमातून व्यक्तीस्वास्थ्य, व्यक्तिहित, समाजस्वास्थ्य, समाजहित साधण्याचा प्रयत्न समर्थांनी त्यावेळी केला. त्याच प्रकारे आजही त्या सांप्रदायिक विचाराची गरज तितकीच आहे.

४) नाथ संप्रदाय :

नाथ संप्रदाय हा केवळ मराठी संस्कृती व वाङ्मयाचे भरणपोषण करणारा नव्हे, तर भारतीय संस्कृती व वाङ्मयाचे भरण-पोषण करणारा प्रमुख संप्रदाय आहे.

नाथ संप्रदायाचा उदय केव्हा आणि कोठे झाला, याविषयी अभ्यासकामध्ये विविध मते आहेत. भारताच्या बहुतेक सर्व प्रांतांत आणि भारताबाहेर नेपाळसारख्या देशात नाथ संप्रदायाचा विस्तार झाला असल्यामुळे प्रदेशाभिमानपोटी व श्रद्धेपोटी नेपाळ, पंजाब, उत्तर प्रदेश, आसाम, महाराष्ट्र, इतर ठिकाणचे अभ्यासक व सांप्रदायिक आपापल्या प्रदेशात या संप्रदायाचा उगम झाला असल्याचे अभिनिवेशाने सांगतात.

या संप्रदायाचा जन्म आदिनाथापासून झाला, याविषयी कोणातच दुमत नाही तसेच या संप्रदायाच्या उगमाच्या अनादिसिद्ध घटनेविषयी कोणातच दुमत नाही. कोणताही संप्रदाय परंपरेत अनादीच असतो. परंतु संप्रदायप्रवर्तक महापुरुषाच्या संप्रदायप्रवर्तनकार्याचा आणि त्याच्या काळाचा जेव्हा विचार येतो, तेव्हासुद्धा ऐतिहासिक दृष्टीला आरंभ होतो.

आदिनाथ हे परमतत्त्व आहे आणि पार्वती ही आद्यशक्ती आहे. ही दोनही मुळात एकरूप असलेली मानली नाहीत. त्यांच्याकडून उपदेश प्राप्त झालेले मत्स्येंद्रनाथ हे मानवी सिद्धपुरुष. परंतु मत्स्येंद्रनाथ हे शाक्त तंत्राचीच एक शाखा असलेल्या कौलमताचे अनुयायी. तेव्हा नाथ संप्रदायप्रवर्तनाचा प्रश्न त्यांच्या बाबतीत उपस्थित होत नाही. त्यांचे शिष्य गोरक्षनाथ यांना मात्र मध्ययुगीन काळात सर्व साधनमार्गांत नाथ संप्रदायाचे प्रवर्तक म्हणून गौरविलेले आढळते. त्यांनी अखिल भारतीय पातळीवर सर्व सिद्धांना संघटित करून, दहाव्या शतकापर्यंत

विकृतावस्थेत गेलेल्या तांत्रिक वामचारी उपासनेला पायबंद घातला आणि शुद्ध योगमार्गाच्या पायावर एका नवीन परंपरेची प्रस्थापना केली. ती करीत असताना त्यांनी सर्वप्रथम श्रीशैल पर्वतावर प्रस्थापित परंपरेला योगमार्गात आणले. हाच या नाथ संप्रदायाचा उगम किंवा आरंभबिंदू होय.

उत्तर प्रदेश, महाराष्ट्र, पंजाब, आसाम, नेपाळ इ. ठिकाणी नाथ सांप्रदायिक विविध केंद्रे ही त्याच्या विस्ताराची प्रतीके आहेत.

नाथ संप्रदायात सिद्धांत आणि साधनापद्धतीवर चर्चा करणारे अनेक ग्रंथ असून ते संस्कृत आणि हिंदी भाषेत आहेत. लोकभाषेतून संप्रदायाचा प्रचार करण्याच्या धारणेतून नाथ-सिद्धांचे बरेचसे साहित्य अपभ्रंशोत्तर देशी हिंदी भाषेच्या विभिन्न स्वरूपांत लिहिलेले आढळून येते. सर्व ग्रंथांत विशेषत: साधना-योगसाधना-विवेचन करणारेच ग्रंथ अधिकांश आहेत. संस्कृत ग्रंथांतील अधिकांश ग्रंथांचे कर्तृत्व गोरक्षनाथाकडे दिले जाते. गोरक्षनाथलिखित 'गोरक्षपद्धती' आणि गोरक्षनाथाच्या काळात लिहिलेला 'हृदयोग प्रदीपिका' हे ग्रंथ योगसाधनेच्या दृष्टीने प्रमाण मानले जातात. नाथ संप्रदायातील लोक आपल्या संप्रदायास सिद्धमत किंवा सिद्धमार्ग असे म्हणतात. त्यांच्या मते नाथच केवळ सिद्ध म्हणवून घेण्यास पात्र असून 'सिद्ध सिद्धांत पद्धती' हा त्यांचा प्रमाणबद्ध ग्रंथ आहे.

नाथ संप्रदाय हा शैव संप्रदाय असल्याने शिवोपासनेला त्यात सर्वोच्च स्थान प्राप्त होण्यास त्यांच्या परंपरेतच 'आदिनाथ' म्हणून शिवाला स्थान दिले आहे. शिवाबरोबरच त्याची भैरव, कालभैरव, एकलिंग इत्यादी रूपे आलीच. शिवाची शक्ती म्हणजे पार्वती. ही त्याची इच्छाशक्ती दृष्टिनिर्मिती करते. म्हणून तिची अंबा, जगदंबा, दुर्गा, त्रिपुरा इ. रूपेही नाथांना पूज्य आहेत. या दत्तात्रयानेच 'अवधूतगीता' गोरक्षांना सांगितली म्हणून या संप्रदायात दत्तात्रयाला गुरुसंस्थेचा आद्य म्हणूनही पूज्यस्थान प्राप्त झाले आहे. त्याचबरोबर संप्रदायप्रवर्तक गोरक्षनाथ आणि त्याचे गुरू मत्स्येंद्रनाथ यांचीही ही मंदिरे उभारली पासून त्यांनाही उपासनामार्गात श्रेष्ठस्थान शिवावतार स्वरूपात प्राप्त होणे स्वाभाविक होते.

'नवनाथांना' तर या संप्रदायात अनन्यसाधारण स्थान आहे. गोरखपूर हे या संप्रदायाचे प्रमुख केंद्र. तथापि गोरक्षनाथाच्या भारतव्यापी कार्यामुळे सर्व भारतभर सांप्रदायिक मठांची उभारणी झाली.

बाह्य वेशावरून नाथ सांप्रदायिकांना ओळखता येते. कर्णकुंडल धंधारी, रुद्राक्षमाला, किंकरी, मेखला, जानवे, कंथा, दंडा आणि आधारी हा यांचा वेश

असतो. गोरक्षनाथ-अमरनाथांच्या नंतर हरीनाथ-रघुनाथ-मुकुंदराज यांनी विदर्भात नाथपरंपरा चालविली होती.

५) महानुभाव संप्रदाय :

महानुभाव संप्रदायाचे प्रवर्तक श्री चक्रधरस्वामी यांच्या कालावधीत महाराष्ट्रात देवगिरीच्या यादवांची कारकीर्द होती. यादवराजे वैदिक संस्कृतीचे अभिमानी आणि विद्या व कला यांचे उपासक होते. ज्योतिष, संगीत, वेदान्त, धर्मशास्त्र, व्याकरणशास्त्र इत्यादींवर संस्कृत भाषेमध्ये विविध ग्रंथरचना होत होती. भास्कराचार्य, लक्ष्मीधर, चांगदेव यांच्यासारखे विद्वान ज्योतिषी, संगीत रत्नाकरकार, शारंगधर, बोपदेव आणि हेमाद्री यांसारखे हे सर्व महापंडित याच कालखंडातील. पहिले विद्वता आणि संस्कृत ग्रंथनिर्मिती यामुळे राजदरबारी त्यांचा दबदबा होता. तथापि सांस्कृतिक दृष्ट्या समाजातील उच्च पातळीवर असलेली ही समृद्दी जन साधारणाच्या दृष्टीने नगण्य उपयोगाची होती. स्वाभाविकपणे यादव काळातील ह्या सांस्कृतिक घडामोडी तत्कालीन लोक जीवनाला वळण लावू शकल्या नाहीत. सांस्कृतिक जीवनात संस्कृत भाषेचाच प्रामुख्याने पुरस्कार होता. त्यामुळे लोकभाषेतून लोक जीवनाला सुसंस्कृत करणारी परंपरा अजून रुजलेली नव्हती.

तत्कालीन लोकजीवन धर्मसंबद्धत होते. राजाश्रय असलेल्या वैदिक धर्मात द्वैत, अद्वैत, ज्ञानयोग-कर्मयोग, स्मार्त-भागवत अशा विभिन्न मतप्रणाली गीता, उपनिषदे, ब्रह्मसूत्रे यावरील टीका आणि भाष्ये होत होती. निरनिराळे स्मृतिग्रंथ आणि पुराणके यांचे आधार घेतले जात होते. या धार्मिक विचारांचे वहन सामान्यापासून दूर असलेल्या संस्कृत भाषेतून होत होते.

या सर्व परिस्थितीचे बारकाईने निरीक्षण करून इ.स.च्या तेराव्या शतकाच्या उत्तरार्धात श्री चक्रधरस्वामींनी महानुभाव संप्रदायाला शास्त्रशुद्ध चालना देण्याचा प्रयत्न केला. भक्तीची मुहूर्तमेढ रोवली परा म्हणजे ईश्वरभक्ती, अपरा देव-देवता शक्ती म्हणजे वैदिक धर्मातील इ.स.च्या तेराव्या शतकाच्या उत्तरार्धात महानुभाव संप्रदायाचे शास्त्रशुद्ध पालन केलेले दिसे. वारकरी संप्रदायाचे प्रवर्तक संत ज्ञानेश्वरांचा जन्म इ.स. १२७५ ला झाला. तर महानुभाव संप्रदायाचे प्रवर्तक श्री चक्रधर स्वामी यांचा काळ ज्ञानदेवाचा उदय होण्यापूर्वीच होता व महानुभाव संप्रदाय महाराष्ट्रात बद्धमूळ झाला होता, असे मानावे लागते.

हा संप्रदाय महाराष्ट्रात प्रामुख्याने महानुभाव या नावाने तर उर्वरित भागात 'जयकृष्णी' या नावाने संबोधला जातो. महानुभाव या शब्दाचा अर्थ अत्यंत सूक्ष्म अशा शक्तीचे म्हणजे 'ईश्वराचे सूक्ष्म ज्ञान' असा होतो.

महानुभाव या नावाने हा संप्रदाय ओळखला जात असला तरी आरंभापासून त्याचे हेच नाव प्रचलित होते असे दिसत नाही. महानुभाव ग्रंथकारांनाही हा शब्द संप्रदायविशिष्ट अशा अर्थाने वापरलेला नसून अनुभव किंवा ज्ञान प्राप्त झालेला साधुपुरुष अशा अर्थाने तो शब्द कालांतराने वापरलेला आहे तसेच महाराष्ट्रीय संतकवींनीही याच सर्वसामान्य अर्थाने या शब्दाचा वापर अनेक वेळा केला आहे.

कृतयुगापासून तर आजपर्यंत श्री दत्तात्रय अवतार मानतात.

महानुभाव पंथात चार अवतार मानतात, कृतयुगात हंसावतार, त्रेतायुगात श्री दत्तात्रय प्रभू, द्वापार युगात श्री कृष्णावतार आणि कलियुगात श्री चक्रपाणी श्री गोविंदप्रभू व श्री चक्रधरस्वामी झाले. या महानुभाव संप्रदायात पंचकृष्णाला महत्त्व आहे. जिवांच्या मुक्तीसाठी परमेश्वराची होत असलेल्या सगुणावताराची कल्पना सांगून पुढे पाच परमेश्वराची नावें व गावे पुढीलप्रमाणे दिली आहेत.

जैसे द्वापरी श्रीकृष्ण चक्रवर्ती ॥१॥
जैसे सैहाद्री श्री दत्तात्रेय प्रभू ॥२॥
जैसे द्वारावती श्री चक्रपाणी ॥३॥
जैसे रिद्धपुरी गुंडम राऊळ ॥४॥
जैसे प्रतिष्ठांनी श्री चक्रधर राऊळ ॥५॥

जिवांच्या उद्धरणाचे म्हणजे मोक्ष प्राप्तीचे श्री चक्रधर मुखोक्त जी सुत्रे, वचने व दृष्टांत आहेत तो सूत्रपाठ हाच मूळ धर्मग्रंथ होय.

सूत्रानुसार श्रीकृष्ण, दत्तात्रय, श्री चक्रपाणी, गोविंद प्रभू राऊळ, श्री चक्रधर हे पाच कृष्णावतार होत. यातील श्री दत्तात्रय प्रभू या संप्रदायाचे आदि दैवत आदिकरण, आदिगुरू आहे. इतर अवतारांचे समूहवाचक असे 'पंचकृष्ण' हे नाव संप्रदायात रूढ झाले. या मार्गास आदिकारण झालेल्या दत्तात्रय प्रभूंनी द्वारकावतीकार चक्रपाणी दर्शन व ज्ञानशक्ती दिली होती. चक्रपाणीपासून गोविंदप्रभू तथा गुंडम राऊळांनी आणि गोविंदप्रभूपासून श्री चक्रधर राऊळांनी ज्ञानशक्ती प्राप्त करून घेतली होती.

पंचकृष्णापैकी दत्तात्रय, श्री चक्रपाणी, गोविंदप्रभू आणि चक्रधर हे चार अवतार दत्त परंपरेतील आहेत. म्हणून 'या मार्गासी दत्तात्रय प्रभू आदिकारण' असे चक्रधरांनी म्हटले आहे.

संप्रदाय प्रवर्तकाचा किंवा अवतारी पुरुषाचा ज्या ठिकाणी जन्म झाला त्याचे वास्तव ज्या ठिकाणी झाले किंवा त्याचे अवतारकार्य ज्या ठिकाणाहून

झाले त्या त्या स्थळांना तीर्थस्थानाचे महत्त्व प्राप्त झाले. फलटण, रिद्धपूर, पैठण ही सर्व स्थाने तीर्थक्षेत्र पावली आहेत. अशी १६५० डोमेग्राम रिद्धपूर तीर्थक्षेत्रे आहेत.

महानुभाव संप्रदायातही देवता भक्तीला महत्त्व नसून ईश्वरभक्तीला अनन्यसाधारण महत्त्व आहे. या संप्रदायात 'महंतज्ञानियांना प्रमुखांना आचार्य असे संबोधले जाते.

परमेश्वराच्या प्राप्तीसाठी एकेश्वरी भक्तीमार्ग त्यांना श्रेष्ठ वाटतो म्हणून हा संप्रदाय एक 'भक्तीसंप्रदाय' ठरतो.

सर्वसाधारण जनतेला दुःखातून सोडविणे हे या संप्रदायाचे प्रमुख कार्य आहे. पंथनिष्ठेच्या प्रेरणेतून निर्माण झालेले महानुभाव वाङ्मय विपुल आहेच परंतु रचनेच्या दृष्टीनेही ते विविध आहे. खरे सांगायचे तर बलवत्तर आणि अत्यंत काटेकोर सांप्रदायिक प्रेरणेतून वाङ्मय निर्मिती झाली ती महानुभाव संप्रदायातच. पारमार्थिक अनुभवाचा साठा आणि तो प्राप्त करून उपभोगण्याचे साधन म्हणून वाङ्मय निर्मिती या संप्रदायात होत राहिलीच. परंतु त्याचबरोबर साधनमार्गाचे संवर्धन आणि एका पिढीकडून दुसऱ्या पिढीत श्रद्धा, विश्वास, आचार, तत्त्वज्ञान, उपासना, स्थाने, विभूती यासह अविकृतपणे संक्रमण व्हावे आणि एक विशिष्ट परंपरा निर्माण व्हावी म्हणून या संप्रदायात प्रदीर्घ काळ वाङ्मयनिर्मिती होत राहिली यासाठी संप्रदाय प्रवर्तक, आचार्य आणि विद्वान यांची सतत प्रेरणा होती. या उद्देशाने आणि प्रेरणेने महानुभावांनी वैदिक परंपरेतील श्रुती, स्मृती, प्रमेय, वेदान्त, सूत्रे, भाष्यमंच, टीकाग्रंथ, अन्वय इत्यादींचे अनुकरण दर्शन होते.

मराठीतील पहिले गद्य चरित्र म्हणून महानुभावियांनी 'लीळाचरित्राच्या' रूपाने प्रथम मान मिळविला आहे. या संप्रदायात बाजारात मिळालेल्या सामान्य वस्तुला देवत्वरूपाने मानले जात नाही तर ज्या वस्तूची परमेश्वर अवताराचा समवाय, संबंध आला आहे अशा स्पर्शालाच देवत्वाचे महत्त्व प्राप्त होते म्हणूनच ते वंदनीय मानले जातात.

राष्ट्रसंत तुकडोजी महाराजांना हे प्रमाण मान्य असल्याने त्यांनी देव काष्ठाचा नव्हे, पाषाणाचा नव्हे, मातीचा नव्हे असे म्हणून समन्वय संबंधाला देवत्वाचे महत्त्व दिलेले आहे. या संप्रदायात आचार व विचाराला अतिशय महत्त्व असून त्यानुसार जो वागतो तो महानुभाव. जिवाकडून ज्ञान सांगताना ईश्वरीय प्रवृत्तीचेच ज्ञान सांगितले जाते. अज्ञान पदरी पडू नये म्हणून हा संप्रदाय

परमेश्वराच्या अवताराच्या श्रीमुखीचेच शब्द म्हणजे सूत्र, वचने, दृष्टांत हेच प्रमाणभूत मानतात. जगामध्ये आज असलेली अस्थिरता व अशांतता यामागे प्रमुख कारण म्हणजे एकमेकाविषयी असलेली अप्रिती. महानुभाव संप्रदाय सांगतो परस्परे प्रीती परम प्रीती व्हावी. 'जीवाने मनुष्य मात्र होवोनी असावे', भूताच्या धर्मी जीतेनी वर्तावे, अहंमतेचे मूळ सकंदी उपडावे' एवढाच सूक्ष्म विचार या संप्रदायात रुजला आहे. विचारातून जो रुजतो तोच श्रेष्ठ आचार.

या संप्रदायाला विचारापेक्षाही आचाराला अतिशय श्रेष्ठ असे महत्त्व आहे. हा संप्रदाय जन्म-मरणाच्या चक्रातून जीवाने सुटका कशी करून घ्यावी हे शिकवितो. मायेला जिंकून परमेश्वराची प्राप्ती कशी व्हावी हे शिकवितो. मायेला कसे जिंकावे व ईश्वराला कसे प्रसन्न करावे हे या संप्रदायात शिकविले जात असल्याने हा संलक्षी श्रेष्ठ धर्म ठरतो.

■

संत नामदेव

(इ.स. १२७० - इ.स. १३५०)

साधाभोळा सत्पुरुष :

एक साधाभोळा सत्पुरुष ज्याच्या हातून कुत्र्याने झडप घालून हातातील भाकरीचा तुकडा पळविला होता परंतु त्या कुत्र्याने केवळ भाकर न खाता त्याच्यासोबत लोणी खावे म्हणून त्या कुत्र्याच्या पाठीमागे तुपाची वाटी घेऊन धावणारा सत्पुरुष दुसरा कोणी नसून संत नामदेव होते.

लोकांनी त्यांना मूर्खात काढले, कित्येकजण त्यांना हसले तर काहींनी त्यांच्या चांगुलपणाची स्तुतीसुद्धा केली. सर्वभूती म्हणजे सर्वांच्या ठायी परमेश्वर असतो, असे मानणारा तो सत्पुरुष होता संत नामदेव.

संत नामदेवाचा जन्म व बालपण :

गोणाई आणि दामाशेटी हे दोघेही विठोबाचे परमभक्त होते. ते दोघेही विठोबाचे सेवक मानत. त्यांनी केलेल्या नवसामुळे ते पांडुरंग नवसाला पावले अन् १२ ऑक्टोबर १२७० रोजी सूर्योदयाचे वेळी नामदेवांचा जन्म झाला. पांडुरंगाने दामा शेटींना स्वप्नात सांगितले की, तू कार्तिक शुद्ध एकादशीला भीमा नदीच्या तीरावर थांब, तुला एक मोठा शिंपला भीमेच्या प्रवाहामधून वाहताना दिसेल, तो शिंपला घेऊन घरी जा. त्यातून पुत्ररत्न निपजेल. दामाशेटी भीमेच्या काठी उभे राहिले. अन् काय आश्चर्य! एक मोठा शिंपला वाहत येताना त्यांना दिसला. त्यांनी तो उघडला. पाहतात तो त्यातून नवजात बालक प्रकट झाले. हेच पुढे 'नामदेव' नावाने प्रसिद्धीस पावले. लहानपणापासून

नामा सदाचरणी आणि पांडुरंगाचा भक्त होता. लहान असतानाच पांडुरंगाला अगदी नैवेद्य पूर्ण खाण्यास नामदेवाने भाग पाडले. कालपरत्वे नामदेव मोठा होत होता, तेवढीच पांडुरंगाची भक्तीही वाढीस लागत होती. तो सतत देवळात असायचा म्हणून नामदेवाने उद्योगधंदा करावा, संसाराकडे लक्ष द्यावे अशी आईवडिलांची स्वाभाविक इच्छा होती. म्हणून त्यांनी वयाच्या अकराव्या वर्षी नामदेवाचे राजाईशी लग्न लावून दिले. संसार वाढू लागला. नारायण, महादेव, गोविंद आणि विठ्ठल ही चार मुले व लिंगाई ही मुलगी अशी पाच अपत्ये नामदेवांना झाली. नामदेवांनी कधीच कुटुंबाची जबाबदारी निभविण्याचा प्रयत्न केला नाही. त्यामुळे आई-वडील म्हातारे अन् पत्नी राजाई सतत चिडचिड करायची. तिची तारांबळ उडायची परंतु नामदेवाला काहीच वाटायचे नाही अन् अशातच पत्नीच्या आदळ आपटीने त्याचे मन उद्विग्न झाले आणि त्याने पांडुरंगाचे चरण गाठले.

पांडुरंगाच्या निस्सीम भक्तीचा साक्षात्कार :

पांडुरंगाच्या निस्सीम भक्तीची लाज राखण्यासाठी चक्क पांडुरंगाला केशवशेट म्हणून बनून येऊन घरी धान्याचा दाणा नव्हता म्हणून धान्य, पैसे यांची सर्व निकड भागवावी लागली. हे नामदेवाला माहीत झाल्यानंतर केशवशेट माझा कुणीही मित्र नव्हता ते खुद्द पांडुरंगच होते आणि म्हणून त्यांनी दिलेल्या धनधान्यावर माझा काहीच अधिकार नाही असे मानून ते धन-धान्य गोरगरिबांना वाटून टाकले.

यानंतर ज्ञानदेवांशी भेट झाली. ज्ञान आणि भक्तीचे मीलन झाले. हस्तिनापुरातील बादशहाने मरून पडलेली गाय जर नामदेवाने जिवंत केली तर ते सत्पुरुष अन्यथा त्यांचा शिरच्छेद केला जाईल असे सांगितले. नामदेवांनी पांडुरंगाचा धावा केला अन् काय आश्चर्य! गाय आपल्या जागी उठून उभी राहिली. तेव्हा बादशहाने नामदेवांच्या चरणी आपले मस्तक ठेवले.

ज्ञानदेव आणि नामदेव यांना यात्रेच्या प्रवासात तृष्णा लागलेली असताना कुठेच पाणी मिळत नव्हते. रस्त्यामध्ये दिसलेल्या एका विहिरीत थोडेसे पाणी होते. तिथे विहिरीच्या तळावर ज्ञानेश्वरांनी योग सामर्थ्याने सूक्ष्म रूप धारण करून विहिरीत उतरून पाणी प्यायले तर नामदेवांसाठी पांडुरंगांनी ते पाणी वर आणले, तर ज्ञानेश्वर महाराजही चकित झाले.

कैलासपतीसुद्धा नामदेवावर प्रसन्न झाले अन् पूर्वाभिमुख असलेले शंकराचे देऊळ पश्चिमाभिमुख झाले. अनेक संकटांमध्ये नामदेवांना पांडुरंगांनी तारले होते.

'नाचू कीर्तनाचे रंगी । ज्ञानदीप लावू जगी' या काव्यपंक्तीत म्हटल्याप्रमाणे

ईश्वरभक्तीच्या ज्ञानरूपी ज्योतीवर असंख्य दीप उजळून मानवी जीवन उज्ज्वल करण्याचे नामदेवाचे जीवन ध्येय होते. केशो नावाच्या महारोग्याचा महारोग बरा केला. एका आंधळ्याला दृष्टी आली. दिल्लीचा बादशहा अल्म ऊर्फ अलाउद्दीन हा नामदेवाच्या दर्शनासाठी आला होता. शके १२७२ मध्ये म्हणजेच इ.स. १३५० मध्ये आषाढ कृष्ण त्रयोदशीला नामदेवांनी आपल्या सर्व कुटुंबियासह पंढरपूरच्या महाद्वारात समाधी घेतली.

वाङ्मयीन कार्य :

हृदयाच्या तळापासून परमेश्वराला साद घालण्यासाठी मराठी संतांनी अभंगांची रचना केली.

नामदेवांनी रचलेल्या अशा अभंगांची एकूण संख्या २३७५ होती. आयुष्य कसे जगावे त्याचे चिंतन नामदेवांनी अभंगांतून केले आहे. ईश्वराची भक्ती करताना आपल्याला झालेले दिव्य सौंदर्याचे भासही नामदेवांनी आपल्या रचनांमधून नमूद केले आहेत. ते म्हणतात-

बीजाचिये पोटी वटाचा विस्तार ।
सर्वत्र आकार तुझा असे ॥

विस्तारलेल्या वृक्षाचा आकार आपण बीजाचे ठायी पाहू शकतो तसेच पांडुरंगाचेही आहे. प्रत्येक वस्तुभावात पांडुरंगाचा वास आहेच.

ज्ञानेश्वरादी भावंडे व नामदेव हे समकालीन असले तरी ज्ञानेश्वर हे नामदेवांच्यापेक्षा वयाने फारच लहान होते. ज्ञानेश्वरादी भावंडांनी ऐन तारुण्यातच समाधी घेतल्या. ज्ञानेश्वर वयाने धाकटे असूनही नामदेव त्यांना देवाइतकाच मान देत असत. ज्ञानदेवांचे पहिले चरित्रकारही नामदेवच आहेत. त्यांनी 'आदि' हे शीर्षक देऊन ज्ञानेश्वरांचे चरित्र लिहिले व 'समाधी' या शीर्षकाखाली त्यांच्या समाधी सोहळ्याचे वर्णन केले. म्हणूनच ज्ञानेश्वर महाराज जगाला माहीत झाले. नामदेवांनी ज्ञानेश्वरांची थोरवी गायिली व त्यांच्या शिकवणीचा प्रचार महाराष्ट्रात केला. हा प्रचार कीर्तनाच्या माध्यमातून अभंगांच्याद्वारे केला. त्यांनी ज्ञानेश्वरांचे अथवा वारकरी पंथाचे तत्त्वज्ञान आपल्या अभंग वाङ्मयातून प्रतिपादन केले.

संत नामदेवांचा आदर्श राष्ट्रसंत तुकडोजी महाराजांनी आपल्या ग्रामगीतेमध्ये सांगितला आहे.

संत नामदेवांचे कार्य :

संत नामदेवांच्या बाबतीत त्यांच्या कर्तृत्वाच्या मुळाशी संघर्ष नसून संघातच अधिक आहे. त्यांच्या थोर कामगिरीचा विचार केला तर त्यांच्याकडून जे घडले

अथवा केले त्यात त्यांचा व्यक्तीविशेष व तत्कालीन परिस्थिती ह्या दोन गोष्टी कारणीभूत आहेत. संत नामदेवांच्या विचारांचा, वाणीचा प्रभाव आजही टिकून आहे. ह्याचे एक कारण म्हणजे त्यांचे विशिष्ट संस्कारांनी घडलेले व विशिष्ट प्रकारच्या तत्त्वज्ञानानी पूर्ण, उत्स्फूर्त व कार्यप्रवण झालेले व्यक्तित्व होय.

१) संत नामदेवांची अमृतवाणी :

संत नामदेव अंत:करणानं हळुवार होते, संवेदनशील होते. आयुष्यभर ते अंतर्मुखवृत्तीनंच वावरले. त्यामुळे त्यांच्या अंतरीचे सारे आर्त त्यांच्या अभंगवाणीत स्वाभाविकपणे व्यक्त झालेले आहेत. त्यांचा एकेक अभंग म्हणजे त्यांच्या पारमार्थिक जीवनाचं दर्शन घडविणारं एकेक भावगीत आहे. त्या भावगीतातून सुगंध दरवळतो तो त्यांच्या अंत:करणातील असीम आणि उत्कट भक्तीचा, त्यांचं सारं भावविश्व विठ्ठलमय होऊन गेलं होतं आणि म्हणून त्यांना सर्वत्र विठ्ठलाचाच अनुभव येत होता.

जीव विठ्ठल आत्मा विठ्ठल । परमात्मा विठ्ठल विठ्ठल
जनक विठ्ठल जननी विठ्ठल । सोयरा विठ्ठल सांगाती
अहिक्य विठ्ठल परत्र विठ्ठल । निरंतर विठ्ठल तारीता
नामं विठ्ठल रूप विठ्ठल । पतित पावन विठ्ठल विठ्ठल नाम
तीर्थ विठ्ठल क्षेत्र विठ्ठल । देव विठ्ठल देवपूजा विठ्ठल
माता विठ्ठल पिता विठ्ठल । बंधू विठ्ठल गोत्र विठ्ठल
गुरू विठ्ठल गुरूदेवता विठ्ठल । निघान निरंतर विठ्ठल
नामा म्हणे मज विठ्ठल सापडला । म्हणोनि कळिकळा पाड नाही

नामदेवाची समस्त अभंगवाणी आत्मनिष्ठ भूमिकेतून आकारास आलेली असल्यामुळे त्यांच्या पारमार्थिक जीवनाचा संपूर्ण पट त्याद्वारे उलगडून दाखविता येतो. संत नामदेवांची ती आत्मनिष्ठ भावगीतच आहेत. नामदेवांच्या नावावर असलेली एकूण अभंगगाथा पाहिली तर ती विपुल आहे. त्यात नामा म्हणे, म्हणे नामा, विष्णुदास नामा, नामदेव अशा विविध नाममुद्रा आहेत. शिवाय मराठीत अभंग रचना करणारे आपल्याला अभिप्रेत असलेले ज्ञानदेवकालीन नामदेव नामापाठक, नामा यशवंत, विष्णुदास नामा, महानुभावीय नामदेव, नामाशिंपी असे अनेक नामदेव होऊन गेले. या सर्व नामदेवाच्या अभंगांचा सरमिसळ नामदेव अभंगगाथेत झालेला असल्यामुळे नेमके नामदेवाचे अभंग कोणते हे निश्चित सांगणे अजूनतरी कठीण झाले आहे तथापि 'नामा म्हणे' आणि 'म्हणे नामा' अशा नाममुद्रा असलेले आणि सर्वसाधारणपणे भाषेचे प्राचीनत्व दाखविणारे

अभंग ध्यानात घेतले तर ज्ञानदेवकालीन नामदेवाचे मोजकेच अभंग निघतात परंतु त्या मोजक्या अभंगांतूनही एका थोर भक्ताचे समत्वबुद्धी पावलेल्या थोर पारमार्थिकाचे, देवरूप पावलेल्या संताचे त्यात हळुवार आणि संवेदनशील अंत:करणाच्या भावकीचे आणि उत्तरेपर्यंत भागवताची पताका फडकविणाऱ्या पंथप्रचारकाचे विभूती महत्त्व अनुभवास आल्याशिवाय राहत नाही. एका उत्कट भक्तीतून वैश्विक कारुण्याचा अनुभव घेणाऱ्या नामदेवांच्या अंतरंगाचं मनोज्ञ दर्शन या अभंग वाङ्मयातून घडते.

स्वत: जे आचरिले ते इतरेजनास सांगावे या उदात्त हेतूने प्रेरित होऊन आणि आत्मनिवेदनाच्या अनिवार प्रेरणेने प्रेरित होऊन त्यांनी इतरांना जे नीतिशास्त्र उपदेशिले तो त्यांचा उपदेश महत्त्वाचा ठरतो. कारण हे स्वानुभवाचे कवच असल्यामुळे त्याचे तेज आणि त्याचा प्रभाव लोक मानसावर पडून तेही सन्मार्गाला लागतील अशी शाश्वती वाटते.

२) सत्त्वसंपन्न वारसा :

नामदेवांनी तुमच्या-आमच्या हाती एक सत्त्वसंपन्न वारसा दिला आहे. परब्रह्माचं प्रतीक म्हणून विठ्ठलाची उपासना समत्व बुद्धीनं करायला सांगणारा एक मार्ग त्यांनी आपल्याला उपलब्ध करून दिला. या मार्गात योगयोगादी आडवाटा नाहीत. या मार्गात कोणतेही कर्मकांड सांगितलेले नाही, प्रपंचाचा त्याग करा असेही सांगितले नाही, उलट प्रपंच परमार्थमय करून टाका असेच सांगितले. कर्मत्यागापेक्षा परमेश्वरार्पण बुद्धीनं कर्माचे आचरण करून कर्मातून मुक्त व्हा. हा मुक्तीचा मार्ग सांगितला. भक्ती हे जीव अतूट नातं जोडणारा सर्वस्पर्शी, सर्वगामी साध-सोपं साधन आपल्या हाती देऊन प्रीतीनं परमेश्वर जोडा असे सांगितले. माणसावर प्रेम करा, त्यानं त्याचा आत्मा संतुष्ट होऊन एका परीनं परमात्मा जवळ येतो. असा साधा-सरळ उपदेश केला. सर्वसामान्यांचे जीवन सहजपणे उजळून टाकणारा हा भक्तीमार्ग आचरावयास सांगून त्यांनी एक सत्त्वसंपन्न वारसा आपल्या हाती दिला आहे. सत्त्वसंपन्न जीवन आपण त्यांचा आदर्श पुढे ठेवून जगू लागलो तर आपल्यालाही जीवनात खरं सौख्य, खरी शांती लाभेल. नामदेवांनी दिलेला हा वारसा आपल्याला सांभाळावयचा आहे. आपल्यालाही आपलं जीवन उजळून टाकायचं आहे. याची उत्कट जाणीव झाली तरच नामदेवाच्या ऋणातून मुक्तही होऊ व आपल्या समस्याही सुटतील.

३) परिस्थितीने बनलेल्या धर्मप्रचारकाचे कार्य मूल्यश्रद्धेचे :

संत ज्ञानेश्वरांच्या प्रेरणेने संत नामदेवांनी धर्मप्रचारकाचे कार्य पत्करले. परंतू संत ज्ञानेश्वरांनी तरी त्यांना ही प्रेरणा कां द्यावी? ह्याचे कारण, एकच! तत्कालीन

परिस्थिती, तत्कालीन लोकांची हजारो वर्षे जतन केलेल्या शाश्वत मूल्यावरील श्रद्धा ढासळू लागली होती. लोक स्वार्थी व दंभाचारी बनले होते. त्यांच्या जीवनाला कोणताही हेतू नव्हता, उदात्तता नव्हती, यादव कालीन सुबत्ता व शांतता त्यामुळे जनता सुखासीन, ध्येयशून्य व स्वार्थी बनली होती. महाराष्ट्राचीच नव्हे तर भारताची अस्मिता ज्यात आहे असा धर्म, असे तत्त्वज्ञान ह्यावरील निष्ठा लोप पावली होती. थोडक्यात नामदेवकालीन समाज सत्त्व व स्वत्वाला या दोन्हीला आचवून आपल्या अस्मितेला पारखा झाला होता. ही अधोगती थांबविण्यासाठी व जनतेची धार्मिक मूल्यावरील श्रद्धा जागृत करण्यासाठी, त्यांना तेजस्वी बनविण्यासाठी नामदेवांना हे प्रचार कार्य करावे लागले. अर्थातच त्यांचे हे कार्य मुख्यत्वे रक्षणाचे (Preservation) कार्य होते. म्हणजे परधर्माच्या आक्रमणापासून धर्म जिवंत ठेवण्याचा भाग होता. धर्माच्या रूपाने धर्मातच भारताची अस्मिता किंवा राष्ट्रीयत्व असल्यामुळे राष्ट्राच्या अस्थिरतेचे रक्षण हेच त्यांचे मुख्य कार्य होते. एवढ्यानेच त्यांचे कार्य संपत नाही तर त्यांनी महाराष्ट्राचा धर्म व सांस्कृतिक मूल्ये टिकवून ठेवली हे विशेष. त्यांनी सांगितले,

आम्हा सापडले वर्म । करूं भागवत धर्म ॥ (ना. अ.-वाणी ५८)
नाचू कीर्तनाचे रंगी । ज्ञानदीप लावू जगी ॥ (नाम. अ. वाणी ३८)

ही प्रतिज्ञा करून धर्मप्रचाराचे कार्य केले. आजच्याही समाजात मूल्यसंवर्धनाची तितकीच गरज आहे.

४) मौलिक व चिरंतन स्वरूपाचे राष्ट्रीय कार्य :

भारतात धर्म म्हटला की, त्याचा संबंध समाज जीवनाच्या अनेक अंगोपांगाशी येतो उदा - तत्त्वज्ञान, कोश-कल्पना, संस्कृती, नीती, आचारमूल्ये, लोकजीवन इ. ह्या सर्वांचे प्रतिबिंब सर्वच संतांच्या वाङ्मयात आढळते. भारतीयांच्या दृष्टीने धर्म हा सर्वव्यापी बहुमोल, शाश्वत व राष्ट्रोपकारक आहे. म्हणूनच नामदेवादी संतांचे कार्य हे राष्ट्रीय कार्य आहे. त्यांच्या कार्याची प्रभा महाराष्ट्रातच नव्हे तर महाराष्ट्राबाहेर आणि लोकजीवनाच्या सर्वच क्षेत्रांत पसरलेली दिसते. नामदेवाच्या वाङ्मयात काय नाही? धर्म आहे, नीती आहे, तत्त्वज्ञान आहे, लोकोपदेश आहे, आणि साहित्य सौंदर्यही आहे. समाज जीवनाच्या सर्व दालनात ह्या अभंगवाणीने आपला प्रभाव गाजविला आहे व तो आजपर्यंत टिकून आहे आणि जेव्हा राष्ट्रीय कार्य म्हणतो तेव्हा ते राष्ट्र जोपर्यंत अस्तित्वात आहे तोपर्यंत ते कार्य लागू राहणारच या न्यायाने आजही भारतासाठी आवश्यक आहे असे म्हणावे लागते.

५) धार्मिक व सांस्कृतिक कार्य :

संत नामदेवाचे सर्वात महत्त्वाचे कार्य म्हणजे धर्मरक्षणाचे कार्य होय. हा धर्मसुद्धा नवीन नव्हता. हजारो वर्षांपासून चालत आलेला पारंपरिक धर्मच होता. नामदेवांनी पुरस्कारलेला व वारकरी पंथ असे नामाभिधान प्राप्त झालेला भक्तीमार्ग हा जुनाच आहे. मग त्याचे तत्कालीन नाव कोणतेही असो उपनिषदे व पुराणे, गीता-भागवत ह्यातही भक्तीचा महिमा आहेच. म्हणजेच तो जुना व पुरातन मार्ग आहे. नामदेवांनी त्यात काही नवीन सुधारणा केली असेही नाही. नामदेवांनी हिरिरीने पुरस्कारलेला नामयोगही जुनाच आहे. नामदेवानी इतर साधनांवर भर न देता केवळ नामभक्तीवरच भर दिला ह्याचे कारण स्पष्ट आहे व ते तत्कालीन परिस्थितीत व तत्कालीन समाजाच्या अध: पतीत स्थितीत आहे. भविष्यातील इस्लामी आक्रमणाचे संकटही त्यांनी हेरले होते व त्यांच्या कार्यात कोणत्या ना कोणत्या रीतीने इस्लामच्या धार्मिक संकटातून महाराष्ट्राचे रक्षण करण्याचा भाग होता. ते म्हणतात,

राजे भ्रष्ट यवन झाले
ठायी ठायी दोष जडले
मग इही अवतार घेतले
कलिदोष हरावया

त्यावेळच्या ह्या वर्तमान वर्णनात भविष्य काळाचेही काही धोरण होतेच.

नामा म्हणे पुढे हे जन ।
यवन संसर्गे कठीण ।।
होता गाती हरीचे गुण ।
उद्धरती सर्वथा ।।

अशा प्रकारे नामदेवांच्या कार्यात परधर्माच्या आक्रमणापासून धर्म जिवंत ठेवण्याचा भाग महत्त्वाचा वाटतो.

आज आपल्याला हाच महत्त्वाचा विचार आहे. भारतामध्ये येथीलच पक्षांतर्गत आणि राजकीय स्वरूपाचे हल्ले होत आहेत. राष्ट्रात अंतर्गत दुही माजत आहे. तेव्हा 'भारतीय धर्म' 'श्रेष्ठ धर्म' अशी भावना प्रत्येक समाजातील लोकांच्या मनात, प्रत्येक राज्यातील, पंथातील लोकांच्या मनात निर्माण होणे गरजेचे आहे हे नामदेवाच्या अभंगांवरून आपण शिकले पाहिजे.

मजहब नही सिखाता आपस मे बैर रखना
हिंदी है हम, वतन है हम हिंदोस्ता हमारा ।।

याप्रमाणे कार्य करण्याची गरज आहे.

६) नामभक्तीवर जाणीवपूर्वक भर :

संत नामदेवांनी मंत्र, तंत्र, यज्ञ, योग, याला फारसे स्थान दिले नाही तर त्यांनी म्हटले आहे.

होता गात हरीचे गुण । उध्दरती सर्वथा

असा सुलभ भक्तीचा मार्ग सांगितला आहे. संत तुकारामांनी ते अधिक स्पष्टपणे सांगितले आहे. नामदेवांनी नाम स्मरणातही गुरू कृपेची आवश्यकता असते असे सांगितले.

सहस्त्र दल समान । अनुहात ध्वनी उठी

नामाचेनि बळे । पातके रिघाली शेवटी (अ. १९१८)

या सर्व चर्चेचा उद्देश हा की, संत नामदेवांनी जुना पारंपरिक धर्म टाकून देऊन नवीन पंथ सुरू केला किंवा जुन्या पारंपरिक धर्मात काही सुधारणा केली हा उगीचच प्रस्तुत झालेला भ्रम दूर करावा. वारकरी पंथ हा नवीन पंथ नव्हे किंवा जुन्या प्रचलित असलेल्या धर्मात केलेली सुधारणाही नव्हे. त्यांची सारी शिकवण, त्यांचे तत्त्वज्ञान हे पारंपरिक म्हणजे जुनेच आहे. मात्र नामदेवांनी प्राप्त परिस्थिती व भविष्यकालीन इस्लामी संकट लक्षात घेऊन सर्वसुलभ व सर्वत्र आचरणीय अशा तृतीय भक्तीवर, नामभक्तीवर वा नामस्मरणावर जाणीवपूर्वक भर दिलेला आहे.

२१ व्या शतकाच्या सुरुवातीपासून आपण पाहतो आहोत की ध्यान-धारणा याला किती महत्त्वाचे स्थान प्राप्त झाले आहे. ध्यान-धारणेचे वर्ग चालविले जातात. महाविद्यालयातून त्याचे अभ्यासक्रम चालविले जातात. या बाबी म्हणजे काय नामस्मरणच नव्हे काय? आपल्याला नेहमी अनुभव येतो की भांबावलेल्या चित्तास, मनाला जर अर्धातास शांततेत, एकाग्र अवस्थेत, आराध्य देवतेचे चिंतन करीत ठेवले तर मनाला शांती, समाधान लाभते. असाच प्रयत्न प्रत्येक जण करीत गेला तर आपल्या मनावर नियंत्रण ठेवणारी परिस्थिती निर्माण होऊ शकते आणि कोणतेही अनाचारी, अविवेकी कृत्य करण्यापासून आपण परावृत्त होऊ शकतो ही बाब येथे महत्त्वाची आहे.

७) दांभिक व गर्विष्ठ ब्राह्मण आणि त्यांचे सोवळे ओवळे :

हा मुद्दा नामदेव कालीन तत्कालीन परिस्थितीवर आधारित आहे. संत नामदेवांच्या उपदेशपर अभंगात ब्राह्मणावर काहीशी कडक टीका केलेली आहे, अर्थात त्यावेळी ब्राह्मणाचा बराच अध:पात झाला असावा. त्यामुळे त्यांना जागृत करावे हा त्यांचा उद्देश असावा. कोणत्याही राष्ट्राची जेव्हा अवनती होऊ लागते तेव्हा

तिचा प्रारंभ मुख्यत्वे वरिष्ठ वर्गापासून होतो. समाजातील कनिष्ठ स्तर हे नेहमीच वरिष्ठांचे अनुकरण करणारे असतात. ब्राह्मण व क्षत्रिय या दोन्ही वर्गात सुखलालसेची व भोगपरायणतेची वाढ झाली. हे वर्ग आपली मूल्ये विसरलीत, त्याचा परिणाम संपूर्ण समाजावर झाला.

ब्राह्मण व क्षत्रिय या दोन वर्गांपैकी राष्ट्रदृष्ट्या सर्वात मोठी जबाबदारी ब्राह्मणावर असते राष्ट्राचे स्वत्व व सत्व (धर्म व संस्कृती यांची जाणीव) जागृत ठेवणे व त्या विषयक अभिमान निर्माण करणे हे अत्यंत महत्त्वाचे कार्य ब्राह्मण वर्गाने करावयाचे असते एका दृष्टीने ब्राह्मणवर्ग हा संस्कृतीचे अंतरंग अथवा हृदय सुसंस्कृत करणारा असतो. त्यागी व ध्येयनिष्ठ वृत्तीवरच राष्ट्राची तेजस्विता व अस्मिता कायम राहणे अवलंबून असते. पण दुर्दैवाची गोष्ट ही की, नामदेवाच्या काळात या ब्राह्मण वर्गाचे अध:पतन वेगाने होऊ लागले होते व त्यामुळेच नामदेवांना त्यांच्यावर टीकास्त्र सोडावे लागले अर्थात त्यांच्या टीकास्त्रात ब्राह्मण जातीविषयी मत्सर व द्वेष नव्हता उलट आदर व पूज्यबुद्धी होती. उदा. बाल क्रीडेच्या मंगलचरणात 'आता वंदू देव ब्राह्मणा' म्हणून ब्राह्मणांना देवाइतकेच श्रेष्ठ मानून वंदन केले. तसेच खरा परमेश्वराचा दास कोण असतो हे सांगताना-

देखिलिया ब्राह्मण । वेदासमान देत मान
यथाशक्ती करू निदान । अतिथीपूजन जो करी (आ. २०२०)

किंवा

कुलोक्षयो व्हावे ऐसे वाटे जीवा । ब्राह्मणासी दावा नको बापा ।
नामा म्हणे ऐसे धन्य ते ब्राह्मण । धरिले चरण माथा त्यांचे
(आ - २०२१)

असे बजावून सांगितले आहे. वेदपरायण व समाधानी ब्राह्मण उत्तम होय. इतर ब्राह्मणांना सर्वसाधारण म्हणून किंवा ग्रंथाचे राखणदार म्हणून त्यांनी नमन केले आहे.

सांडुनि ब्राह्मणपण । शुद्ररीती आचरण

अशी त्यांची ब्राह्मणावर टीका आहे. त्यांनी ब्राह्मणांना त्यांचे ब्राह्मणत्व, त्यांचा कर्मठपणा, त्यांची स्नानसंध्या, त्यांची षटकर्मे आचरावी असेच त्यांनी सांगितलेले आहे. मात्र ब्राह्मणाच्या दंभाचारावर, स्वार्थीपणावर कडक कोरडे ओढले आहेत. ब्राह्मणाच्या सोवळ्या ओवळ्यावरही टीका आहेच पण तीही टीका आपले ब्राह्मणत्व न पाळता केवळ कोरड्या सोवळ्या ओवळ्यावर भर दिल्यामुळे करण्यात आली आहे.

यज्ञादि कर्म करुनि ब्राह्मण । दंभ आचरण दावी लोका
लोकांसी दाविती मीच कर्मनिष्ठ । अभिमान खोटा वागविती

या त्यांच्या उदगारावरून असे दिसते की, तत्कालीन ब्राह्मण वर्ग हा पोटार्थी शब्दपंडित होता. त्यांच्या ठिकाणी मुळीच विरक्ती नव्हती.

संत नामदेवाच्या या अभंगावरून हे शिकण्यासारखे आहे की, कोणतीही गोष्ट पटत नसेल तर ती पूर्णपणे न अव्हेरता त्यात काही चांगुलपणा असतो तो ध्यानात घेतला पाहिजे. कुणाचाही, कसाही काटा काढू नये. आज आपल्याला समाजात हेच चित्र दिसते की, कुणाचाही काटा काढायचा म्हटलं की तो हरप्रकारे काढला जातो त्यासाठी काहीही करावे लागले तरी चालेल तसेच एकाने कोणतीही अनिष्ट कृती केली तर लगेच दहा जण तीच कृती करून समाज विघातक कृत्य करावयास धजतात. तेव्हा आपण ही बाब आजच्या परिस्थितीतही ध्यानात घेण्यासारखी आहे.

८) सामान्य संसारी लोक व त्यांचे तीन वर्ग :

स्थूलमानाने सामान्य संसारी लोकांत तीन वर्ग दिसून येतात ते असे.

१. पहिला वर्ग असा की, ज्याला प्रपंच हाच सर्वस्व वाटून आपली सर्व शक्ती प्रापंचिक स्वार्थात खर्च व्हावी असे वाटत असते. प्रपंच हा मिथ्या मायाजाळ आहे, जोपर्यंत स्वार्थ साधतो व इंद्रिये साथ देतात, तोपर्यंतच माय-बाप-बंधू व सोयरेही साथ देतात. म्हणून स्वहित साधावयाचे असल्यास-

तुम्हात हित करणे आहे । सेवा राघोबाचे पाय
दुष्टबुद्धी दूरी करा । तोडा अविद्येचा थारा

असा त्यांनी उपदेश केला आहे.

म्हणजे संत नामदेवांनी स्वार्थ साधू नका असे म्हटले नाही तर दुष्टबुद्धी नाहिसी करा असे म्हटले आहे. कारण लोकांची रीत आहे की जोपर्यंत व्यक्तीजवळ सत्ता असते, प्रतिष्ठा असते तोपर्यंत सर्व लोक विचारतात आणि ती गेली की कुणीही विचारीत नाही तेव्हा संत नामदेवांची ही बाब लक्षात ठेवावयास पाहिजे तसे समाजात आपल्याला नेहमीच असे अनुभव येतात.

प्रापंचिक लोकांचा दुसरा वर्ग असा की, हे लोक प्रपंचाच्या भोवऱ्यात सापडल्यामुळे त्यातून निसटण्याचा मार्ग त्यांना दिसत नाही. परंतु प्रपंचात राहूनच परमार्थही करावा अशी त्यांची इच्छा असते या वर्गाला उद्देशून संत नामदेव म्हणतात-

व्रत, तप न लगे करणे सर्वथा

नलगे तुम्हा तीर्था जाणे
आपुलेची ठायी असा सावधान
करा हरिकीर्तन सर्वकाळ
अशा लोकांना त्यांनी
नामा म्हणे नाम दृढ धरा कंठी
तेणे देईल भेटी पांडुरंग

असा सोपा नामयोगाचा उपदेश केला आहे आणि अशा बऱ्याच व्यक्ती समाजात दिसतात.

हा तिसरा वर्ग म्हणजे धर्माच्या भांडवलावर स्वत:ची तुंबडी भरणारे दांभिक लोक होते. या लोकांच्या बाबतीत नामदेवांनी तीव्र व कठोर भूमिका घेतलेली आहे.

'कांचनिक भक्ती करणारा' व लोकांपुढे आम्ही हरिभक्त असा टेंभा मिरविणारा (अ. १८३९) 'वेदमार्ग सांडून' वागणारा 'वरपांगी भक्ती' दाखविणारा पण अंत:करणातून 'विषयाधीन असलेला' (अ. १८४४) 'सोंगाचे वैराग्य' दाखविणारा पण 'परस्त्रीची स्तुती' करणारा (अ. १८३१) 'पोटात परमार्थ नसताना धनाची आशा बाळगणारा' (१८५६) 'भक्ती नसताना केवळ मुद्रा व तुळसीमाळा गळ्यात घालणारा' 'कीर्तनात बसून परनारीकडे वैषयिक दृष्टीने पाहणारा' अशा भिन्न भिन्न प्रकारच्या पोटार्थी, दांभिक इ. लोकांचा उल्लेख नामदेवांनी केला असून त्यांच्यावर कठोर कोरडे ओढले आहेत. ह्यावरून असा दांभिक वर्ग त्याकाळी बऱ्याच मोठ्या प्रमाणावर असावा हे स्पष्ट होते.

परंतु आता मात्र असा दांभिक वर्ग, पोटभरू बाबा नेहमीच आपण टि.व्हीवर पाहतो. एकीकडे बाबा म्हणतात आणि दुसरीकडे अश्लील प्रकरणे, पैशाचे घोटाळे इ. बाबी करताना दिसतात त्यांना मात्र निश्चितच प्रतिबंध बसला पाहिजे. या बाबीकडे लक्ष देणे गरजेचे आहे.

९) खल, दुर्जन आणि क्षुद्र दैवतांचे उपासक :

प्रत्येक काळात व प्रत्येक समाजात काही लोक दुष्ट व दुर्जन असतात. हे लोक आपल्या संगतीने इतरांनाही बिघडवितात. अशा लोकांपासून सावध राहण्याचा उपदेश व इशारा नामदेवांनी दिला आहे. दुष्टांचा स्वभाव हा नैसर्गिक असून त्याचे फळ त्याला मिळतेच. अशा माणसाला परमार्थ बोध करणे व्यर्थ आहे. असेही त्यांनी बजावले आहे. अशा लोकांना उपदेश करणे म्हणजे -

बेडिया उपचार गाढवा गुऱ्हाळ

म्हैशीया बिऱ्हाड पुष्पवनी

यासारखाच प्रकार आहे.

समाज म्हटला की त्यात अनेक प्रकारचे स्तर असतात. उच्च दर्जाच्या तत्त्वज्ञानी पंडितापासून तो दगड-धोंड्याची पूजा करणारे, नाना प्रकारच्या क्षुद्र देवतांवर विश्वास ठेवणारे, मंत्र-तंत्र व जादूटोणा करणारे, असे सर्व प्रकारचे लोक सर्वच समाजात असतात. त्याकाळी हा वर्ग होताच. नामदेवांनी ह्या क्षुद्र देवता पूजनाचा निषेधच केला आहे. शेंदूर-शेरणी यांची इच्छा करणारी ही क्षुद्र दैवते कोणाची आर्त पुरविणार आहेत? असा सवाल करणारे नामदेव शेवटी त्यांना 'भज भज पंढरीराया' असा उपदेश करतात. अर्थात ही क्षुद्र देवतोपासना कामनिक हेतूने केली जाते. म्हणून त्यांनी असे म्हटले आहे.

'फुलासंगे मातीस वास लागे' या उक्तीप्रमाणे त्या दुष्ट, दुर्जन भक्तीचा परिणाम आपल्यावर होऊ नये म्हणून त्यांच्या संगतीपासून दूर राहणेच योग्य आहे अशी शिकवण आजच्या, भविष्याच्या काळात गरजेची राहणार आहे.

युग प्रवर्तक संत नामदेवांचे युग प्रवर्तक अभंग वाङ्मय :

प्राचीन मराठी साहित्यात पहिला चरित्रकार म्हणजे संत नामदेव होय. संत नामदेवांनीही आपल्या अभंगात अद्वैतमत, चिद्विलासंवाद व उदात्त जीवनमूल्य याचं विवरण केलं आहे. परमेश्वर हा निर्गुण निराकार असून त्यानंच हे विश्व निर्माण केलं. सर्व प्राणिमात्रांत व चराचरांत परमात्माच आहे, याचं विवरण त्यांनी असं केल आहे.

न कळे याची गती । न कळे याची लीला
आपेंआप सोहळा । भोगतसे ।।

नामदेवांच्या विपुल अभंगरचनेत भक्तीची आर्तता प्रकट झाली आहे. त्यांनी अभंगाच्या माध्यमातून ज्ञानदेवाचं त्रिखंडात्मक चरित्र लिहिलं आहे. हा वारकरी सांप्रदायिक चरित्रलेखनाचा पायाच म्हणायला हवा. 'आदी', 'तीर्थावळी' व 'समाधी' या ज्ञानदेवांच्या जीवनातील 'तीन खंडांचं' चित्रण नामदेवांनी अत्यंत समरसून रसाळ वाणीत केलं आहे. त्यातील तीर्थावळीचे अभंग विशेष लक्षात घेण्याजोगे आहेत. या 'सहप्रवासात नामदेव ज्ञानदेवाच्या सहवासात कसे रमून गेले होते याचंही वर्णन या अभंगामध्ये आढळते.

प्रपंचाची परमार्थाशी सांगड घालून उदात्त जीवनमूल्यांच्या आधारे ऐहिक व पारलौकिक कल्याण कसं साधावं, याविषयी आपल्या अभंगांतून मार्गदर्शन करण्याची, प्रबोधन करण्याची तीव्रता नामदेवांना या काळात जाणवल्यानं त्यांनी आपल्या

अभंगांतून व कीर्तनातून समाजाला मार्गदर्शन केलं. ज्ञानदेवांच्या व नामदेवांच्या अभंगांतून मराठी भारूडांची पहिली वहिली पावलं उमटली आहेत.

नामदेवांची कविता जन सामान्यांना आपलेसे करणारी, चटका लावणारी आहे. काव्याला रसाळपणाची साथ मिळाल्यामुळे त्यांच्या कविता अधिक रसाळ बनत गेल्या आहेत. शिवाय इतरांना प्रेरणा देणाऱ्या आहेत कवितांच्या प्रेरणा घेऊनच त्यांच्या कुटुंबियांनीही रचना केल्या आहेत. गोणाई, राजाई, लडाई, लिंबाई, नारा, विठ्ठा, दामाशेटी, गोरा, महादा, जनाबाई, इत्यादीसाठी नामदेवांचे अभंग, त्यांचे कवित्व प्रेरक ठरले आहे.

नामदेवांनी अभंगरचना विपुल केल्या होत्या. पण कालप्रवाहाबरोबर त्या नष्ट झाल्या असाव्यात असा अंदाज आहे. आज सकळ संत गाथेत त्यांची अभंगसंहिता एकूण २३७३ उपलब्ध आहेत. त्यांनी विविध विषयांवर रचना केल्या आहेत. मंगलाचरण, बाळक्रीडा, विठ्ठल माहात्म्य, पंढरी माहात्म्य, ज्ञानदेव चरित्र, नाम महिमा, संत महिमा, इत्यादी विषयांवर रचना उपलब्ध आहेत. कूटरचना, आख्यान काव्य, व्यक्तीचित्रे, प्रवास वर्णन अशा वाङ्मय प्रकारांवर रचना असून मराठी, हिंदी, पंजाबी या भावातून रचना आहेत.

हिंदी, पंजाबी, पदरचना हे नामदेवांच्या साहित्यांचं आणखी एक लक्षणीय अंग आहे. त्यांच्या या रचनेनं हिंदी साहित्याच्या आदिकाळाचा एक पाया रचला असंही काही अभ्यासकांचं मत आहे. यातील काही पदं शीखधर्मीयांच्या 'गुरुग्रंथसाहेब' या पूज्यग्रंथात 'नामदेवजी की मुखवाणी' या विभागात प्रारंभीच समाविष्ट केली आहेत. संत नामदेव पंजाबात गेले होते. तिथंही त्यांनी आपल्या आध्यात्मिक विचारांचा व विठ्ठलभक्तीचा पुरस्कार केला आहे. त्यांच्या हिंदी भाषेतील पदावरही मराठीची मुद्रा उमटली आहे.

आजच्या व भविष्याच्या युगाच्या संदर्भात संत नामदेवांचे युगप्रवर्तक विचार :

उत्कट भावभक्ती आणि उदात्त मंगल विचार यांनी ओथंबलेली अभंगसंपदा त्यांनी मराठीबरोबरच उत्तरेतील सर्व संतमंडळीला प्रेरक ठरेल अशा हिंदीतही तयार केली. गुरू नानकदेवांच्या आधी होऊन गेलेले एक तत्त्वज्ञ जनकवी म्हणून त्यांना शीख गुरुपरंपरेने सन्मानपूर्वक स्वीकारले.

'ज्या ज्या देशा जाती तीर्था । तैसीच तेथें करिती कविता' अशी महीपतिबुवा ताहराबादकरांची नामदेव - प्रशस्ती आहे, तीदेखील नामदेवरायांचा व्यापक लोकभाषेवरील अधिकार सांगते.

'मुखबानी' म्हणजे मौखिक परंपरेने आलेली रचना असा एक अर्थ घेता येईल. बहुअंशी: तो असाच घेतला गेला आहे. गुरुग्रंथात इतरही संतसत्पुरुषांची रचना असून तीदेखील मौखिक परंपरेतूनच मिळालेली दिसते, पण इतर कोणच्याही कवितेस 'मुखबानी' म्हटले जात नाही. मुखबानीचा दुसरा अर्थ मुख्यवाणी अथवा महत्त्वपूर्ण वाणी, असा घेता येण्यासारखा आहे. 'मुखबाणी' हेच एकूण संत नामदेव पदावलीच सारसर्वस्व आहे. त्यांच्या आज उपलब्ध सुमारे पाचशे हिंदी पदांपैकी एकसष्ट अत्यंत निवडक पदे मुखबाणीत आहेत. त्यांतून भागवतधर्माचे समन्वयाचे तत्त्वज्ञान, जाति-निरपेक्ष दृष्टी, गुरूकृपा, नामजपाचे महत्त्व, सहज समाधीचा संतोष आणि आत्मानंद वा अद्वैतानुभूतीचे मर्म त्यांनी स्पष्ट केले आहे.

काडू, धन, धऊलै, कुटुंबपराइण, बिखू, होड, आळसीक्षा, नैवेदु, सगले, कुंभार, धरुले, कांबळी, बापुडा, सविनी, जनु, काती, सखै, मवि, कापरू अशी अनेक मराठी शब्दरूपे मुखबानीत ओळीगणिक आहेत. व्याकरणदृष्ट्याही मराठी प्रभाव इथे दिसून येतो.

आपल्या प्रिय आराध्याला उद्देशून ते सहज असे पद गाऊन जातात.

मोकअु तारिले रामा तारि ले!
मै अजानु जनु तरिबे न जानअु
बाप बीहुला बाह दे!!

हे परमेश्वरा, श्रीरामा, मला या संसारसागरातून तू सहीसलामत पार कर. हे विठुराया, तू मला तुझ्या हातांचा आधार दे. मी तुझा एक अडाणी सेवक-भक्त आहे. मला या संसार रूपी समुद्रात पोहता येत नाही. इथल्या व्यवहारात मी फार कमी पडतो. तू जर मला मदत केलीस तर मला तरणोपाय आहे. तुझ्याशिवाय मी तरणारच नाही.

छीपकै रि जनमु दैला, गुरू उपदेसु भैला ।
संतन के परिसादि, नामा हरि भेटुला ।।
(श्री गुरुग्रंथसाहिब पृ. ३७५)

ही रचना उघडउघड मराठी वळणाची तर आहेच. पण आपल्याला संतसंगतीमुळेच ईश्वराची प्राप्ती झाली असे म्हणणारे नामदेवराय इथे वारकऱ्यांचा एक आवडीचा सिद्धांतच स्पष्ट करताना दिसतात. मला शिंपी कुळात जन्म मिळाला. नव्हे, ईश्वराने दिला. पण गुरुपदेश झाला आणि मी पावन झालो. जातजमात-पंथ-प्रदेश यांच्या पलीकडे पोचलो. हे सारे संत सहवासांतून घडले.

■

संत ज्ञानदेव

(इ.स. १२७५ ते इ.स. १२९६)

ॐ नमो आद्या । वेदप्रतिपाद्या ।
जय स्वसंवेद्या । आत्मरूपा ॥

ही दिव्य वाणी मोहिनीराजाच्या मंदिरात प्रकट झाली. हे मंदिर नेवासे येथे प्रवरा नदीच्या काठी, नगर जिल्ह्यात आहे. मंदिरात एक १५ वर्षांचा मुलगा बसला होता. तो गीतेवर प्रवचन करीत होता.

"हे ओंकारस्वरूप परमेश्वरा, सर्वांचा प्रारंभ तू आहेस, तुला नमस्कार असो. वेदांनी तुझेच वर्णन करण्याचा प्रयत्न केला आहे. तुला नमस्कार असो. हे आत्मस्वरूप परमेश्वरा, तू ठायी-ठायी प्रकट होऊन स्वत:चे ज्ञान आम्हाला करून देतोस, तुझा जयजयकार असो."

असे प्रवचन करणारे होते संत ज्ञानेश्वर महाराज.

संत ज्ञानेश्वर महाराज भावार्थदीपिकेचे जनक. मराठी समाजात विश्वप्रेमी व सेवाकर्मी अशा वैष्णव धर्माचा पाया घालणारे, ज्ञानियाचे राजे.

संत ज्ञानेश्वर महाराजांचा जन्म व बालपण :

ज्ञानेश्वरांचा जन्म आपेगाव या ठिकाणी विठ्ठलपंत कुलकर्णी व रुक्मिणी या दाम्पत्याच्या पोटी इ.स. १२७५ मध्ये झाला. संन्याशाचे मूल म्हणून बालपणापासून लोकनिंदा व बहिष्कार यांना तोंड द्यावे लागले आणि अतिशय हाल सहन करावे लागले. ज्ञानेश्वरांचे वडीलभाऊ निवृत्तीनाथ, धाकटाभाऊ सोपानदेव आणि धाकटी बहीण मुक्ताबाई या चौघांनाही संन्याशाची मुले म्हणून

तत्कालीन ब्राह्मणवर्गानी मुलांची मुंज करण्यास नकार दिला. दारिद्र्य, दुःख व बहिष्कार ह्यांनी होरपळलेले विठ्ठलपंत ब्राह्मणास शरण गेले. क्षमा मागितली. प्रायश्चित्ताची तयारी दाखविली व प्रयागच्या त्रिवेणी संगमात विठ्ठलपंत व रुक्मिणीने आपले देह विसर्जन केले.

पैठणच्या ब्रह्मवृंदांनी निर्णय दिला की कुलभ्रष्टतेमुळे व्रतबंध होणार नाही, तर त्यांनी फक्त अनन्यभक्ती व उपासना यातच आपले जीवन व्यतीत करावे हा निर्णय या चारही भावंडांनी शिरोधार्य मानला व तो उपकारही वाटला. यानंतर ज्ञानेश्वरांनी पैठणास आपल्या योग सामर्थ्याचे चमत्कार दाखवून पैठणकरांचे हृदय जिंकले. (याची काही माहिती पुढे येईलच.) त्यामुळे त्यांना नंतर शुद्धिपत्र मिळाले असे म्हणतात. त्याविषयी काही मतभेदही दिसून येतात.

ज्ञानेश्वरांना ब्रह्मसाक्षात्कार :

ज्ञानेश्वर महाराज या प्रसंगानंतर काही काळ पैठणामध्ये राहिले व आळंदीला परतले. गीता-भागवतादी ग्रंथांचे अध्ययन केले व आपला सर्व काळ हरिचिंतन तसेच हरिकीर्तन ह्यात घालवू लागले. धर्मसाधनेच्या बळावर ब्रह्मसाक्षात्कार प्राप्त करून घेतला. नंतर ही भावंडे फिरत-फिरत प्रवरा तीरावरील नेवासे अथवा म्हाळसे येथे आली. तेथे ज्ञानेश्वरांनी निवृत्तीनाथांच्या आज्ञेवरून शके १२१२ मध्ये 'ज्ञानेश्वरी'ची रचना केली व त्यानंतर 'अमृतानुभव' हा ग्रंथ लिहिला.

ज्ञानदेवांचे अलौकिक योग सामर्थ्य व ग्रंथरचना ह्यामुळे त्यांची कीर्ती अखिल महाराष्ट्रात दुमदुमली. संत मंडळात त्यांना अग्रस्थान प्राप्त झाले. सामान्य जनता त्यांना अवतार पांडुरंग मानू लागली. ज्ञानेश्वर हे वारकऱ्यांची वेदमाउली बनले. त्यांच्या अध्यात्म सामर्थ्याने सर्व संत दिपून गेले. पांडुरंगाप्रमाणेच ज्ञानेश्वर हेही संतांचे उपास्य बनले. चौदाशे वर्षे जगणारे चांगदेव शरण आले व त्यांनी मुक्ताईकडून उपदेश घेतला. नंतर विसोबा खेचर, संत नामदेव त्यांचे कुटुंबीय, गोरा कुंभार, बंका, राका अशा सर्व थरातील संत त्यांच्या पायी लीन झाले. संतांचे मेळावे भरू लागले. महाराष्ट्र नामभक्तीत रंगू लागला. सर्व भावंडांनी संतांसोबत भारतातील तीर्थांना भेटी दिल्या. या काळात त्यांनी अभंगरचना केली. तीर्थयात्रेनंतर आपल्या आध्यात्मिक कार्याचा वारसा इतर संतांच्या स्वाधीन करून त्यांनी आपल्या गुरूच्या अनुमतीमध्ये इ.स. १२९६ मध्ये आळंदी येथे संजीवन समाधी घेतली.

ज्ञानदेवांची युगप्रवर्तक वाङ्मयरचना :

ज्ञानेश्वरांनी आपल्या २१ व्या वर्षी समाधी घेतली म्हणजे त्यांचा जीवनकाळ

हा अत्यल्प आहे. या अल्प कालावधीत त्यांनी निर्माण केलेली ग्रंथसंपदा अत्यल्प असली तरी ती अत्यंत श्रेष्ठ व अलौकिक आहे. म्हणून बरीच वर्षे होऊनही ती महाराष्ट्राच्या हृदयावर आपल्या भक्तीचा अंमल गाजवत आहे. या बऱ्याच वर्षांत महाराष्ट्रात अनेक साम्राज्ये व राजवटी नांदल्या व नष्टही झाल्या; पण ज्ञानेश्वरीची प्रेमळ राजवट आज या एकविसाव्या शतकातही आपली आध्यात्मिक सत्ता टिकवून आहे आणि भविष्यातही राहणार आहे.

वाङ्मय :

१) ज्ञानेश्वरी : या ग्रंथाची रचना शके १२१२ मध्ये केली. या ग्रंथाचे खरे नाव 'भावार्थदीपिका' असे आहे. पण महाराष्ट्रात हा ग्रंथ 'ज्ञानेश्वरी' म्हणून प्रख्यात आहे. ज्ञानेश्वरी म्हणजे गीतेवरील मराठी भाष्य! पण हे भाष्य त्यातील तत्त्वज्ञानाइतकेच वाङ्मय दृष्टीनेही अत्यंत सरस, ललित व मोहक आहे. पांडित्यापेक्षा भावार्थावर अधिक भर आहे. मूळ गीतेत नसलेले अनेक विषय या ग्रंथांत आले आहेत. उदा. श्रीकृष्ण स्तुती, व्यास स्तुती, गीतागौरव, महाभारत प्रशंसा, मराठीचा गौरव, गुरूमहिमा, कुंडलिनी योग, श्रोत्यांचा गौरव तसेच कृष्ण-अर्जुनाची सख्यभक्ती इ. या ग्रंथामध्ये आहे. गीतेवर भाष्य करताना 'माझा मराठी बोल कौतुके। परि अमृतातेहि पैजा जिंके।। ही प्रतिज्ञा अगदी लीलेने पार पाडली.

२) अमृतानुभव : ज्ञानेश्वरीनंतर वेदांतावर स्वतंत्र ग्रंथ लिहावा या उद्देशाने 'अमृतानुभव' हा ग्रंथ शके १२१४ मध्ये लिहिला. त्यात एकूण १० प्रकरणे असून ८०४ ओव्या आहेत. ग्रंथात प्रतिपादन केलेला मुख्य सिद्धांत म्हणजे 'चिद्विलासंवाद' या ग्रंथातही ज्ञानेश्वरांनी आपली प्रत्यक्ष अनुभूती प्रकट केली आहे, असे दिसून येते. म्हणून या ग्रंथाला 'अमृतानुभव' असे नाव देण्यात आले आहे. हे विश्व म्हणजे शिवशक्तीचा विलास होय, असे ज्ञानेश्वरांनी या ग्रंथात प्रतिपादन केले आहे.

३) चांगदेव पासष्टी : अमृतानुभवातील तात्त्विक विचार केवळ ६५ ओव्यांत हा ग्रंथ प्रतिपादन केला आहे. यात जीव, जगत व जगदीश ही एकच वस्तू असून ब्रह्म हेच या नामरूप जगताचे अधिष्ठान आहे. हा ग्रंथाचा मुख्य सिद्धांत आहे.

४) हरिपाठ : वारकऱ्यांच्या नित्यपाठासाठी ह्या लघुग्रंथाचा जन्म झाला. अभंगसंख्या २८, पण वारकरी पंथात हा ग्रंथ गायत्री इतकाच पूज्य मानला जातो. हरिपाठाचे सार लक्षात घेता असे दिसून येते की ज्यांना योग, याग, मंत्र इत्यादी कर्मविधी करणे शक्य नाही, अशा लोकांसाठी या ग्रंथाची निर्मिती झाली आहे.

५) अभंग व स्फुट पदे : ज्ञानेश्वरांनी काही अभंग व स्फुट पदे लिहिली.

ते स्वानुभव प्रकट करण्यासाठी निर्माण झाले आहेत. अगदी जन्मभर अभ्यासूनही ज्यांचा अभ्यास पुरा होत नाही व जे प्रत्येक वाचनाच्या वेळी विचारवंतांनी नवा आनंद देऊ शकतात असे हे निर्माण केलेले दोन ग्रंथ व तेही अगदी अल्पवयाचे असताना, हे लक्षात येताच ज्ञानदेवांनी केलेला हा सर्वात मोठा चमत्कार आहे, असेच म्हणावे लागेल.

याशिवाय योगवशिष्ठ, उत्तरगीता, पंचीकरण इ. ग्रंथ त्यांचे नसावेत असे अनेकांचे मत असल्यामुळे त्या ग्रंथांचा उल्लेख टाळण्यात आला आहे.

ज्ञानेश्वर हे वारकरी पंथाचे मुख्य आचार्य अथवा अध्वर्यू मानले जातात. 'ज्ञानदेवे रचिला पाया । तुका झालासे कळस' ही संत बहिणाबाईंची अभंगोक्ती प्रसिद्ध आहे.

ज्ञानेश्वरांनी वारकरी पंथाला नव्याने उजाळा दिला. तेज दिले. त्यात चैतन्य ओतले. त्यांनी २१ व्या वर्षी संजीवन समाधी घेतली. पण या अल्प आयुष्यातही ही कामगिरी केली ती अनमोल आहे. 'ज्ञानराज', 'योगीस्वर' म्हणून सर्व संतांनी त्यांचा गौरव केला आहे.

संत ज्ञानेश्वरांचे कार्य :

१) संत ज्ञानेश्वरांच्या ग्रंथाचा जनतेवर परिणाम :

अवघ्या एकविसाव्या वर्षी संजीवन समाधी घेणारे 'ज्ञानेश्वर' महाराष्ट्राच्या इतिहासातील अपूर्व चमत्कार आहेत. ज्ञानेश्वरानंतर गेल्या सातशे वर्षांत देशात अनेक राजवटी आल्या. राष्ट्रीय घडामोडी घडून गेल्या. अनेक संतही निर्माण झाले. त्याचप्रमाणे त्या संतांचे वाङ्मयही विपुल आहे तरीही ज्ञानेश्वरांचा व त्यांच्या ग्रंथांचा पगडा आजही मराठी जनतेवर आहे. दररोज महाराष्ट्रीयन लोक हरिपाठ म्हणत असतात. ते खऱ्या अर्थाने मराठी जनतेची 'माउली' आहे. 'ज्ञानराज', 'योगेश्वर' म्हणून संतांनी जो त्यांचा गौरव केला आहे, तो यथार्थच आहे.

ज्या लोकांना ज्ञानेश्वरी, हरिपाठ माहीत नाही त्यांनीही या ग्रंथाचे वाचन करणे आवश्यक आहे व त्याप्रमाणे आचरणही आवश्यक आहे.

२) महाराष्ट्राच्या धर्मसंस्कृतीचे रक्षण :

ज्ञानेश्वरांचे खरे कार्य म्हणजे महाराष्ट्रावर मुसलमान बादशहांचा क्रूर अंमल येणार आणि हिंदू लोकांना धर्मभ्रष्ट करण्याचा प्रयत्न होणार हे हेरूनच त्यांनी महाराष्ट्राची धार्मिक व सांस्कृतिक अस्मिता टिकवून ठेवण्याचे कार्य केले त्यासाठी त्यांनी वारकरी पंथाचा माध्यम म्हणून उपयोग केला. इस्लामच्या राजवटीत वैदिक

धर्माचे सारे आचारविधी पाळणे शक्य नाही याची ज्ञानेश्वरादि संतांना कल्पना होती. म्हणूनच त्यांनी वारकरी पंथाद्वारे सुलभ भक्तीयोगावर जोर दिला. महाराष्ट्रातील धर्मनिष्ठा जागृत ठेवली आणि हिंदूचे इस्लामीकरण होऊ दिले नाही. आपल्या अल्पजीवनात त्यांनी नामदेव, विसोबा, चोखा, बंका, राका, गोरा इत्यादी विविध जातीतील विविध स्तरांतील संतमालिका गोळा केली. सर्वांनी ज्ञानेश्वरांचे नेतृत्व मान्य केले. या सर्व संताना ज्ञानेश्वरांनी धर्मशिक्षण, धर्मप्रसार करावयास लावले त्यामुळे महाराष्ट्राच्या धर्मसंस्कृतीचे रक्षण झाले. महाराष्ट्र जिवंत ठेवला त्याचे इस्लामीकरण होऊ दिले नाही. हेच त्यांचे महान कार्य होय. हे कार्य जसे सांस्कृतिक आहे तसेच ते राष्ट्रीय आहे.

आज आपल्याला असे दिसून येते की, हिंदू, शीख, ईसाई । हम है भाई - भाई असे म्हणत जरी असू तरी धर्माच्या, पंथाच्या, भाषेच्या, वंशाच्या राजकारणाच्या नावावर मात्र सतत संघर्ष, भांडणे, दंगेदोपे चालू असताना दिसतात. सामंजस्याचा आणि शांततेचा मार्ग अनुसरला जात नाही. आजही व्यक्तीहितासमोर राष्ट्रहित आणि समाजहित दुर्लक्षले जाते तेव्हा या बाबीची दखल घेणे गरजेचे आहे. धर्माचे राजकारण करण्यापेक्षा ज्ञानेश्वरांनी सांगितल्याप्रमाणे देशाच्या ऐक्यासाठी राजकारण केले पाहिजे.

मजहब नही सिखाता आपसमे बैर रखना
हिंदी है हम, वतन है हम, हिंदोस्ता हमारा

हेच ध्यानात ठेवले तर देशातील परिस्थिती आणि व्यक्तीसापेक्ष स्वार्थाला आळा निश्चितच बसू शकतो.

३) मूल्यहीनता व मानसिक अध:पतन सावरणे :

संत ज्ञानेश्वर हे यादवांच्या राजवटीत जन्मास आले या राजवटीत आर्थिक समृद्धी असली तरी बहुतांशी जनता नैतिक दृष्टीने किंवा मानसिक दृष्टीने अध:पतितच होती. आर्थिक सुबत्तेमुळे लोक चैनी व विलासी बनले होते. राष्ट्राच्या संरक्षणाकडे त्यांचे दुर्लक्ष होते म्हणूनच अल्लाउद्दीन खिलजीने यादवांचा चुटकीसरशी पराभव केला. धार्मिक दृष्ट्याही यादवकालीन जनता दांभिक व मूल्यहीन बनली होती. ज्ञानेश्वरांनी व त्यावेळच्या संतमंडळींनीही ही मूल्यहीनता व मानसिक अध:पतन सावरण्याचा प्रयत्न केला.

आताच्या स्थितीचा विचार केला असे दिसते की, कितीतरी प्रकारची अध:पतनाची स्थिती देशात आहे. धार्मिक अध:पतन आहे, मानसिक अध:पतन आहे, मजुरांचे शारीरिक अध:पतन आहे, राजकीय परिस्थितीमध्ये ही अध:पतन

दिसून येते. कुणाचाही पायपोस कुणाच्या पायात दिसत नाही आणि ज्ञानेश्वर महाराज किंवा इतर कोणतेही संत, उद्गातेही दिसत नाही अशावेळी तर जनतेलाच ही परिस्थिती सुधारावी लागेल. तेव्हा याबाबीचा जनतेने विचार करणे, तशी कृती करणे गरजेचे आहे.

४) राष्ट्रीय अस्मिता जागृत करणे :

भारताची सारी अस्मिता त्यांच्या धर्मात आहे. म्हणून संत ज्ञानेश्वर व त्यांच्या संतमंडळीने ही धर्मनिष्ठा जागृत करण्याचा प्रयत्न केला. म्हणजेच महाराष्ट्रात अस्मितेची ज्योत पुन्हा प्रज्वलित केली. हेच वारकरी पंथाचे व ज्ञानेश्वरांचे कार्य होय. ह्या संतांनी वारकरी पंथाच्या माध्यमाने महाराष्ट्रापुरते राष्ट्रीय ऐक्य निर्माण केले. जातीपातीकडे दुर्लक्ष करायला शिकविले. सर्व जातींना भागवत धर्माच्या सूत्रात ओवून एकत्र आणले. समाज ऐक्य निर्माण केले. वारकरी पंथाने किंवा ज्ञानेश्वरादिकांनी हे ऐक्य जपण्याचा प्रयत्न केला. मुसलमानी राजवटीत वैदिक धर्माचे सार, आचार-विधी पाळणे शक्य नसले तरी त्यांनी एकट्या भक्तीमार्गाची कास जनतेला धरावयास लावली व हिंदूचे इस्लामीकरण होऊ दिले नाही. ज्ञानेश्वरांच्या काळात नामदेव, विसोबा, चोखोबा, गोरा कुंभार इत्यादी विविध जातीतील, स्तरांतील संत मालिका निर्माण झाली होती. ज्ञानेश्वर महाराज हे त्यांचे अग्रणी. त्यांनी या सर्व संतांना एकत्र आणून त्यांना वारकरी पंथाचा प्रचार-प्रसार करावयास लावले व धर्म, संस्कृतीचे रक्षण केले व महाराष्ट्र जिवंत ठेवण्याचे कार्य केले. त्याचे इस्लामीकरण होऊ दिले नाही. हेच त्यांचे महान कार्य आहे. तेही राष्ट्रीय कार्य होते.

आज आपण बघितले तरी जाती-जातीमध्ये, धर्मा-धर्मामध्ये संघर्ष, मतभेद दिसून येतात तोही संपुष्टात येणे गरजेचे आहे तेव्हा ज्ञानेश्वर महाराजांच्या शिकवणुकीची गरज आहे हे लक्षात येते.

५) सर्व संग्राहक व समन्वयवादी कार्य :

संत ज्ञानेश्वर हे स्वतः नाथपंथीय होते; परंतु त्यांनी वारकरी पंथाचा पुरस्कार केला आणि ज्ञानेश्वरीतही ज्ञान, कर्म, भक्ती, योग ह्यांचा समन्वयच पुरस्कारलेला आहे. ब्राह्मणाने आपले ब्राह्मणत्व न सोडता, अब्राह्मणाने आपले अब्राह्मणत्व कायम ठेवून कुळधर्म व कुलाचार यातील भिन्नत्व कायम ठेवून जातीभेद नष्ट न करता 'अविभक्त विभक्तेनु' ह्या तत्त्वावर हे समाज ऐक्य घडवून आणले हे त्यांचे अनमोल कार्य आहे आणि म्हणून आपआपले कुळाचार, कुळधर्म, उपास्य दैवते न सोडताही वारकरी पंथात सर्वांना प्रवेश आहे. हे इथे

महत्त्वाचे. आजसुद्धा आपल्याला या तत्त्वाची गरज आहे.

६) योग आणि अद्वैत या दोन्हींची सांगड :

ज्ञानेश्वरीच्या बाराव्या अध्यायात संत ज्ञानेश्वरांनी गुरुदृष्टीवर मातेचे जे रूपक केले आहे, त्यात गुरुमाउली आपल्या शिष्यांना लेकराप्रमाणे खेळवते आणि कधी तर ब्रह्मात्म सिद्धीचे लाड पुरविते तर कधी अष्टांग योगांतर्गत आनंद मिळवून देते. तर हे कसे? त्याचे उत्तर पुढीलप्रमाणे-

१) त्या बालकाला (शिष्याला) कुंडलिनी शक्तीच्या मांडीवर वाढविते. म्हणजे त्याची कुंडलिनी जागृत करते.

२) हृदयकांशाच्या पाळण्यात टाकून झोके देते.

३) आत्मभावाचा त्याग करायला लावते.

४) मन व प्राण यांची खेळणी खेळायला देते.

५) ऐश्वर्याची अष्टमहासिद्धीरूप बाळलेणी त्याच्या अंगावर चढविते.

६) अमृतकलेचं स्तनपान देते.

७) अनाहितध्वनीचे अंगाई गीत गाते.

८) समाधी स्थितीला उपदेश करून विजानंदानं झोपवते.

येथे गुरुमाउली आपल्या योगी शिष्याला अहंब्रह्मास्मिचे स्फुरण देऊन त्याची एकप्रकारे समजूत घालते आणि त्यातून त्याला समाधीचा आनंद अनुभवायला मिळतो असे यावरील माहितीत दिसून येते. अशाप्रकारे याठिकाणी योग आणि अद्वैत या दोन्हींचा संयोग घालण्याचा प्रयत्न ज्ञानेश्वरांनी केला. तरीही त्यांनी हेही सांगितले की, योग हा कष्टदायक आहे तो सर्वच लोकांना साध्य होण्यासारखा सोपा नाही. यातूनच त्यांची लोक कल्याणाची बुद्धी दिसून येते की ज्यावेळी जो मार्ग सामान्य जनतेला अनुसरण्यासारखा आहे तोच त्यांना सांगितला पाहिजे, उगीचच त्यांच्या आशाअपेक्षा वाढविण्याचे कारण नाही. उदाहरण ब्रह्मसिद्धीचे असले तरी जनतेला दिला जाणारा संदेश महत्त्वाचा आहे.

७) गीतेतील भक्तीचे महत्त्व ज्ञानेश्वरीमध्ये व त्याची आचरणसिद्धी :

मूळ भगवदगीतेत कर्म, ज्ञान आणि योग यांचे विवरण असले तरी ते स्वतंत्रपणे केलेले नाही तर भक्तीच्या कथा म्हणूनच त्याचा विचार केला. भक्ती म्हणजे ईश्वर निष्ठा. या ईश्वर निष्ठेची छाया गीतेवर संपूर्णपणे आहे आणि म्हणूनच 'मन्मना भव'- माझे ठिकाणी चित्त ठेव किंवा 'मामू एकं शरणं व्रज' म्हणजे मलाच शरण ये ही वचने गीतेत प्राधान्याने मिरवितात.

असे असले तरी हा ज्ञानेश्वरी ग्रंथ भक्तीची चर्चा करणारा आहे असे

म्हणता येणार नाही. हा ग्रंथ कर्म, ज्ञान इत्यादींचे विवेचन करताना त्या त्या गोष्टीचा शेवट भक्तीत झाला पाहिजे असे मात्र जरूर सांगतो. उदा.- 'कर्म कर' असे सांगणाऱ्या गीतेच्या तिसऱ्या अध्यायातच 'मयि सर्वाणि कर्माणि संन्यस्याध्यात्मचेतसा। असा श्लोक आला आहे व त्याचा अर्थ 'कर्माचा शेवट भक्तीतच केला पाहिजे' असा आहे सहाव्या अध्यायात अष्टांग योग आहे पण त्या अध्यायाचा उपसंहार करताना 'योगिना मपि सर्वेषां मद्‌गतेनान्तरात्मना। श्रद्धावान भजते यो मां स मे युक्ततमो मतः' या श्लोकात 'जो मला भजतो तोच खरा योगी' असा सिद्धांत सांगितला आहे. तसेच ज्ञानाचाही परिपाक भक्तीतच होतो, असे १५ व्या अध्यायातील ज्ञानकांडाच्या शेवटी सांगितले आहे.

एकंदरीत कर्म, ज्ञान व योग हे विषय जरी गीतेत आले असले तरी ज्याप्रमाणे कपड्याला आतून अस्तर लावलेले असते तसे या सर्व योगांच्या मागे भक्तीचे अस्तर लावून भक्तीच्या मार्गातून मोक्षापर्यंत कसे पोहचायचे, भक्ती ही किती श्रेष्ठ आहे ती आपण करावयास पाहिजे हा संदेश मिळतो व ही अपेक्षाही व्यक्त केली.

८) दीन दुबळ्यांचा उद्धार :

या भक्तीचे एक वैशिष्ट्य म्हणजे तिचे उदारत्व जे कोणी भक्ति करतील ते द्विपादच नव्हेत तर चतुष्पाद पशू असले तरी त्यांचाही परमेश्वर या नामस्मरणाच्या योगाने उद्धार करून त्याग वैकुंठधामास पात्र करतो. हे वैशिष्ट्य गीतेतल्या पेक्षा ज्ञानदेवाचे आहे हे येथे लक्षात घेणे आवश्यक आहे. या दृष्टीने पुढील ओवी महत्त्वाची आहे.

परि भक्ताचेनि नावे। चतुष्पदादीक आधवे
वैकुंठाचिये राजि वे। योग्य केले॥

अगदी हाच विचार ज्ञानेश्वरीच्या नवव्या अध्यायात आहे. 'पाहे पां सालजे हातिसू धरिले' या ओवीत गजेंद्राच्या कथेच्या रूपात मांडला आहे. 'वरि देहाचेनि नावे पशूचेहि लाहो' हाही विचार त्यातलाच आहे.

९) निष्काम कर्मयोगाचा पुरस्कार :

ज्ञानदेवांनी ज्या भक्तीचा विशेषत्वाने पुरस्कार केला आहे, ती म्हणजे परमेश्वराची कर्मप्रधान भक्ती होय आणि आजच्या युगातही त्याचीच गरज आहे असे जाणवते भगवदगीतेतही ठिकठिकाणी याचाच पुनरुच्चार केलेला आहे. ही भक्ती आचरण्यास जशी सुलभ तशीच त्यात समाज कल्याणाचा भाग येतो व तो व्यापक आणि उदार आहे. 'कर्मे कधीच सुटत नाहीत व कर्मे न करण्यापेक्षा कर्मे

करणे चांगले' या कर्मयोगातील सिद्धांताचा आधार घेऊन ज्ञानदेवांनी सुद्धा याच कर्मयोगप्रधान भक्तीला प्राधान्य दिले आहे. कर्मयोगात कर्माचा संन्यास अभिप्रेत नाही तर कर्मफलाचा त्याग आवश्यक आहे. कर्मयोगी व्यक्तीला ज्ञानप्राप्ती पूर्वी कर्मे करावी लागत तशीच ती ज्ञानप्राप्तीनंतर लोकसंग्रहासाठी करीत राहणे इष्ट असते. ह्या कर्मफलाशेचा त्याग करण्याऐवजी ती कर्मे व त्याची फळे दोन्ही ईश्वरार्पण बुद्धीने करणे यात कर्मयोगी भक्तीच्या क्षेत्रात प्रवेश करतो.

परमेश्वराला सर्व कर्मे अर्पण करण्याच्या बुद्धीने जे निष्काम कर्माचरण केले जाते त्यातच कर्मप्रधान भक्तियोगाचे स्वरूप स्पष्ट होते. यालाच ज्ञानदेवांनी एकेठिकाणी 'धुरेचा योग' म्हटले आहे. 'धुरेचा योग म्हणजे श्रेष्ठ योग' व हाच योग म्हणजे निष्काम कर्मयोग होय.

'कर्मण्येवाधिकारस्ते मा फलेषु कदाचन' हाच त्याचा गीतेतील श्लोक.

संत ज्ञानेश्वरांच्या कार्याचे महत्त्व :

ज्ञानेश्वरी सर्वोत्तम ठरली याचे कारण ज्ञानेश्वरांचे जीवन सर्वोत्तम होते. हा वाग्यज्ञ सिद्ध झाला, कारण ज्ञानेश्वरांचे जीवन यज्ञरूप होते. या ग्रंथाचा सुगंध सर्वत्र दरवळला. कारण संत ज्ञानेश्वरांचे जीवन पूर्ण विकसित कमळासारखे होते. हा ग्रंथ सर्वांना परमशांती देऊ लागला, कारण ज्ञानेश्वरांचे जीवन अपार शांतीने भरलेले होते.

ज्ञान, भक्ती, कर्म, योग इत्यादी सर्व मार्गांचा सुंदर समन्वय या ग्रंथात झाला आहे. सगळ्या दुःखांना स्वरूप देण्याचे सामर्थ्य या ग्रंथात आहे. सर्व प्रकारच्या लोकांना उद्धाराचे नवे मार्ग दाखवण्याची शक्ती या ग्रंथात आहे. इतके श्रेष्ठ विचार इतक्या आकर्षक पद्धतीने आणि इतक्या मधुर भाषेत जगात कुठेही सांगितले गेले नाहीत. कोणालाही न साधण्यासारखे प्रचंड कार्य केवळ २१ वर्षांच्या आयुष्यात त्यांनी पूर्ण केले. २१ व्या वर्षी त्यांनी संजीवन समाधी घेतली. 'ज्या कामासाठी देवाने मला पाठविले होते, ते मी पूर्ण केले. आता मी चाललो.' असे म्हणून त्यांनी जगाचा निरोप घेतला. ते रेंगाळले नाहीत, की घोटाळले नाहीत. यश, कीर्ती, ऐश्वर्य, देह, देहाची सुखे यांचा थोडाही मोह त्यांना वाटला नाही. जसे त्यांनी लिहिले तसेच ते जगले. त्यांचे जीवन त्यांच्या लेखनापेक्षाही श्रेष्ठ आहे.

योगसामर्थ्याचा साक्षात्कार :

संत ज्ञानेश्वरांमध्ये ईश्वरी अंश होते. परंतु त्यावेळी त्या चारभावंडांचा समाज करीत असलेला तिरस्कार त्यामुळे त्या गुणाची सिद्धता समाजासमोर श्री संत ज्ञानेश्वरांना करावी लागली. कारण ते म्हणायचे, "आपल्यात जर अंगभूत गुण

असतील, ते समाजपोषक असतील तर ते निश्चितच दाखवून देऊन समाज कार्य करण्याचा प्रयत्न करावा. आपल्या अंगचं विभूतितत्त्व सिद्ध करून दाखविल्याशिवाय अनुकूल होत नसते आणि त्या लोकमानसात आपलं स्वीकृत कार्यही रूजू होत नसते. म्हणून ज्ञानदेवांना हा चमत्कारांचा आश्रय घ्यावा लागला होता. नेवाशाच्या मुक्कामात अगदी सुरुवातीलाच त्यांनी लोकांना आपल्याकडे आकर्षून घेतलं होतं

याचं एक उदाहरण म्हणजे विसोबा चाट्याने कुंभाराला मुक्ताईला मांडे भाजण्याचे खापर देऊ दिले नाही. मुक्ता हिरमुसली झाली आणि म्हणाली, ''निवृत्तीदादा किंवा ज्ञानदेवदादा बरोबर असता तर या विसोबालाच निखाऱ्यावर चांगला भाजून काढला असता. एकटी पडली म्हणून गप्प बसावं लागलं.'' झालेली हकिकत निवृत्तीनाथ-ज्ञानदेवांना सांगितली. ज्ञानदेव मानापमान, दुःख, वैषम्य या भावनापलीकडं गेलेले होते. ते म्हणाले, ''विसोबा चाट्यानं कुंभाराला खापर देऊ दिलं नाही, एवढेच ना? तर निराश होऊ नको. माझ्या पाठीवर मांडे भाज आणि संत ज्ञानेश्वरांच्या पाठीवर मांडे भाजले. विसोबा चाटी हे सर्व पाहत होता. शेवटी तो ज्ञानदेवांना शरण गेला आणि म्हणाला, ''आपण ईश्वरी अंश आहात, मी मूढमती तुम्हांला ओळखू शकलो नाही म्हणून या दृष्कृत्याला प्रवृत्त झालो, आपण मला क्षमा करून सन्मार्ग दाखवा, की जेणे करून माझ्या पहिल्या वृत्ती मावळतील आणि मी उद्धारून जाईन.'' त्यावर ज्ञानदेवांनी उत्तर दिले ते इथे महत्त्वाचे आणि सार्थपूर्ण आहे.

''विसोबा काका, तुम्ही मुळीच चुकला नाहीत. खऱ्या ज्ञानाचाच लोप सर्व समाजातून झालेला आहे आणि त्यामुळे तुम्ही सर्वजण अज्ञानानं वर्तन करीत आहात. आता तुम्हाला बरं काय आणि वाईट काय हे समजलं आहे ना? वाईट आचरणानं आपलं मन पश्चात्तापदग्ध झालं आहे ना? एवढं बस आहे इथून तुमच्या पारमार्थिक जीवनाला सुरुवात झाली आहे, असं समजा आणि सदैव प्रेमानं, निर्वैर बुद्धीनं जगाकडं पाहायला लागा. तुमचा उद्धार होईल, तो करणं तुमच्याच हातात आहे.''

हाच विसोबा चाटी पुढं परमेश्वराचा अनन्य भक्त बनला. त्यानं अध्यात्मविद्येचा, योगशास्त्राचा अभ्यास केला. ज्ञान आणि भक्ती या दोन साधनमार्गांचा अवलंब करून तो पुढे गुरुत्व पावला. 'विसोबा खेचर' या नावानं सर्वांच्या आदरास, भक्तीस पावन झाला. या विसोबानं हयातभर ज्ञानदेवांचे हे ऋण मानले. हे इथे महत्त्वाचे; व्यक्तीचे मनपरिवर्तन, कायापालट करण्याचे सामर्थ्य ज्ञानदेवात होते. आजही आणि भविष्यातही या घटना, या बाबी महत्त्वाच्या आहेत.

अशा अनेक उदाहरणातून, दृष्टांतातून, कार्यातून ज्ञानदेवांची महती पटली. एक साक्षात्कारी, ज्ञानी आणि योगी थोर पुरुष म्हणून त्यांना सर्व ठिकाणचे लोक वंदन करू लागले. विरोध मावळला आणि सर्वत्र लोभ वृद्धिंगत झाला. आता आपल्या सद्‌गुरुंनी निवृत्तीनाथांनी - आदेश दिल्याप्रमाणे घोर अज्ञानात बुडून जाणाऱ्या समाजाला गीताप्रणीत कर्मयोगाचे, भक्ती योगाचे तत्त्वज्ञान शिकविण्यास अनुकूल संधी प्राप्त झाली आहे, असे त्यांना वाटू लागले. ज्ञानदेवांना नेवाशाच्या 'मोहिनी राजा'चं विलक्षण आकर्षण होतं. त्यांनी ठरवलं होत की, नेवाशाला जाऊन तेथील मोहिनी राजाच्या महालाच्या परिसरात गीताधर्म निरूपण करायचं. मिळालेल्या संधीचं सोन करायचं, यासाठी संधीची अनुकूलता आपल्याला मिळवून घ्यावी लागते.

संत निर्माण करण्याचे कार्य :

ज्ञानदेव हे एक योगीपुरुष होतेच, परंतु थोर आत्मानुभवी संतही होते. त्यांच्या कवित्वाला आणि कर्तृत्वाला, परतत्वाची प्रेरणा होती. आपल्या असामान्य कर्तृत्वानं त्यांनी आपल्या भोवती समाजातील सर्व स्तरांतील भक्तांची मांदियाळी मिळविली होती. या भक्ताचं दैवतं होतं पंढरीचा पांडुरंग. पांडुरंगाच्या या भक्तीपरंपरेला त्यांना गीतेच्या आधारे अद्वैत तत्त्वज्ञानाचे अधिष्ठान प्राप्त करून दयावयाचे होते. म्हणून त्यांनी गीता प्रवचनाचा हा व्याप मांडलेला होता. या ग्रंथाच्या पारायणातून आजपर्यंतही लोकांमध्ये संजीवनी प्राप्त होत आहे. नीतीचे, सदाचाराचे, आत्मिक अनुभवाचे आदर्श या ग्रंथाच्या रूपाने महाराष्ट्रात निर्माण झाले. ज्ञानदेवांना बहुजन समाजात 'ब्रह्मविद्येचा सुकाळ' करायचा होताच परंतु समाजापुढे एक चैतन्यशील असे नीतिशास्त्र उभे करायचे होते. देशी भाषेत विवेक वल्लीचे रोप लावायचे होते. या रोपाचा वेलू गगनावर नेऊन सोडायचा होता आणि त्यांच्या शांत-प्रशांत छायेखाली सर्व जाती जमातीतील लोक विश्रांती सुख घेत असताना पाहायचे होते. ज्ञानदेवांनी आपल्या जीवनातच हे कार्य प्रत्यक्षात आणले. महाराष्ट्रातील अठरा पगड जातीजमाती ब्रह्मविद्यात लुटून त्यांच्यात एकेक संत निर्माण करण्याचे महत्त्वाचे कार्य ज्ञानदेवांनी केले.

बहुजन सामान्य जनतेच्या कळवळ्यातून क्रांतीकार्य :

वेद, उपनिषदे, गीता आणि पुराणे हे सारेचं धार्मिक ग्रंथ संस्कृत भाषेत असल्यामुळे त्यांतील अध्यात्मविद्येला, आत्मिक ज्ञानाला, आत्मानात्म विचाराला सर्वसामान्य समाज मुकला होता. हे पारमार्थिक धन सर्वांच्या वाट्याला यावं, लोकांना खऱ्या धर्माचं स्वरूप कळावं म्हणून आजवर 'जे गुह्य होते ते त्यांनी प्रकट

केले', 'तेणे अबालसुबोधे । वोवियेचेनि प्रबंधे । ब्रह्मरस सुस्वादे । अक्षरे गुंथिली ।।' त्यांना गुरुकृपेचा एवढा पाठिंबा होता की, 'या माझ्या प्रबंधातील अक्षरे कानांवर येताच श्रोत्यांना समाधिसुख अनुभवाला येईल, त्यांच्या गोडीपुढे अमृताचीही चव फिकी पडेल,' असा आत्मविश्वास ज्ञानदेवांनी प्रकट केला आणि तो प्रत्यक्षात अनुभवास आणला. ज्ञानेश्वरी वाचत असताना शांत रसाचा जो अनुभव येतो तो वाचकांच्या आत्मदृष्टीला जाग आणतो आणि आत्मसुखाचा आनंद प्राप्त करून देतो. आपल्या प्रमाणेच दुसऱ्याचाही विचार करण्याची वेळ आली आहे. शाळेमध्येसुद्धा विद्यार्थ्यांना सांगण्याची गरज आहे. समाजातील प्रत्येक घटक त्यादृष्टीने सजग होण्याची गरज आहे. अन्यथा कालांतराने समाज रसातळाला जाण्याची शक्यता असते; आणि आहे सुद्धा आणि म्हणून त्यासाठी त्यांनी आजच्या अर्थाने जातीभेद मोडून काढण्यासाठी बंड उभे केले नसले तरी, परमार्थाच्या क्षेत्रात समता प्रस्थापित करून कुठेतरी ही सर्व माणसे भेदभाव विसरून एकत्र येतात, कुठेतरी हा दुभंगलेला समाज एकत्र येऊ शकतो, अशी परिस्थिती मात्र ज्ञानदेवांनी निर्माण केली. हे त्यांच्या काळातले एक महत्त्वाचे क्रांतीकार्य होते. पारमार्थिक क्षेत्रातील त्यांची ही समत्वदृष्टी पुढील ओव्यांतून स्पष्टपणे व्यक्त होते.

अगा नांवे घेतां वोखटी । जे आघवेया अधर्मांचिये शेवटी
तिये पापयोनीही किरीटी । जन्मले जे
ते पापयोनीही मूढ । मूर्ख ऐसे जे दगड
परि माझ्या ठायी दृढ । सर्व भावे ।।

विश्वात्मकता आणण्याचा प्रयत्न :

ज्ञानदेवांनी ज्ञान, भक्ती आणि कर्म यांचा समन्वयही योग्यपणे विश्वात्मकता साकारण्यासाठी केला. या तीनही जीवननिष्ठा समन्वित करणारी जीवनदृष्टी त्यांनी आणण्याचा प्रयत्न केला. त्यासाठी सांगितलेली भक्ती ही भक्तीच हवी, मोक्ष नको अशी सांगितली. भक्ती ही एक पंचम पुरुषार्थ म्हणून गौरविली आणि त्यामुळे 'चहू पुरुषार्था शिरी पाय' देऊन उभी राहिलेली भक्ती हीच वारकऱ्यांची जीवन निष्ठा बनली. परंतु ती ज्ञानपूर्वक भक्ती होती हे विशेष. केवळ आंधळी, भाबडी भक्ती ज्ञानदेवांनी कधीच सांगितली नाही. शिवाय सर्व कर्तव्यकर्मे सोडून केलेली भक्तीही त्यांना मान्य नव्हती. 'सकल लोकसंख्या रक्षणीय असल्यामुळे कर्माचरण हवेच' असेच ते म्हणायचे.

एका शुद्ध प्रेममार्गावर समाजास उभे करून कर्तव्यतत्पर बनविण्यासाठी ज्ञानदेवांनी भक्ती मार्गाचा जोरदार पुरस्कार केला. विश्वाला व्यापून राहणारा परमेश्वर

आणि त्याचा विस्तार म्हणजेच विश्व यांच्याशी अतूट नाते जोडणारी ज्ञानदेवनिरूपित विश्वात्मक भक्ती ही एका अर्थाने स्वधर्माची प्रतिष्ठा प्राप्त झालेला एक साधनमार्ग होय.

विश्वात्मक भक्तीमार्ग हा सर्वांना मोकळा असून दुराचारी सुद्धा साधू होऊ शकतो. अनुतापाने तप्त झालेला पापी अनन्य भावानं परमेश्वराला भजू लागला तर त्याची पापवासना नाहीशी होऊन तो पावन बनतो. अमृताने मरण नाहीसे होऊन तो पावन बनतो. त्याप्रमाणे जो ईश्वराला सर्वस्व समर्पित करून भजतो, तो ईश्वररूप होऊन जातो. मन आणि अंत:करण ईश्वरप्रेमानं परिपूर्ण असेल तर सर्व चराचरात त्याला ईश्वरच दिसू लागतो, त्याचे द्वैत टळते, सर्वत्र समताभाव प्रस्थापित होतो, निर्वैरस्थिती प्राप्त होते. देव हा भावाचा भुकेला आहे, तो फक्त भक्ती पाहतो. जात, कुळ, गोत्र, वय इत्यादी भेद ईश्वराच्या ठायी नाहीत. त्याला हवी असते फक्त भक्ती, ईश्वरप्रेम हाच ज्याचा जीवन-हेतू, त्याला इतर सर्व गोष्टी गौण वाटतात आणि या कर्मप्रधान भक्तीलाच ज्ञानोत्तर फळ येते. जे जे भेटे भूत । ते ते मानी भगवंत' अशी विश्वात्मकता ही एक महान गोष्ट आहे. अशा सर्वात्मक परमात्म्याचे ज्ञान झाल्यावर भक्तीला एक आगळेच अधिष्ठान मिळते.

शारीरिक क्लेश सोसून व कर्माचा संन्यास करून अव्यक्त निराकार परमेश्वराची भक्ती करण्यापेक्षा सर्व विश्वाला व्यापून सोडणाऱ्या सगुण, साकार परमेश्वराची कर्मयोगाच्या आधाराने केलेली भक्ती हीच श्रेष्ठ भक्ती होय असे श्रीकृष्णाने अर्जुनास सांगितले आहे आणि अशीच भक्ती संत ज्ञानेश्वरांनी सांगून त्यात विश्वात्मकतेचा भावही सांगितला आहे. ते पुढे असे सांगतात,

हे विश्वची माझे घर । ऐसी मती जेयाची स्थिर ।
किंबहूना चराचर । आपण जाला ।।
एयावरी पार्था । माझां भजनी आस्था ।
तरी तेयातें मी माथां । मुगुटू करी ।।
जो पुरुषार्थ सिद्धी चौथी । घेऊनि आपुला हार्ति ।
रिगाला भक्तिपंथी । जगा देत ।।
कैवल्याचा अधिकारी । सोडी-बांधि मोक्षाची करी....

मोक्षाचा स्वत: अधिकारी असूनही जो ती जगाला वाटण्यासाठी भक्तिपंथात शिरतो असा भक्त परमेश्वराला आवडतो.

संत ज्ञानेश्वरांचा केलेला गौरव :

जुन्या व नव्या कवींनी आणि विद्वानांनी नाना प्रकारे ज्ञानदेवांचा मोठेपणा

वर्णन केला आहे. कोणी त्यांना 'ज्ञानियांचा राजा' म्हटले आहे. कोणी त्यांना 'कवीचाही कवी' म्हणून गौरविले आहे. विद्यासागर, योगेश्वर, श्रीविष्णूचा अवतार अशा शब्दांनीही अनेकांनी त्यांची स्तुती केली आहे.

या संदर्भात चोखामेळा म्हणतात.

उघडोनी वेदार्थाचा ठेवा
केला तरणोपाय जीवा ।।
ऐसे समर्थ ज्ञानदेव
तया चरणी ठेवा भाव ।।

रामाजनार्दन म्हणतात,

आरती ज्ञानराजा । महाकैवल्य तेजा ।
सेविती साधुसंत । मनु वेधला माझा ।
लोपले ज्ञान जगी । हित नेणती कोणी ।
अवतार पांडुरंग । नाम ठेवियेले ज्ञानी
प्रगट गुह्य बोले । विश्व ब्रह्मचि केले
रामा जनार्दनी । पायी टकचि ठेले ।।

आजच्या व भविष्याच्या युगाच्या संदर्भात संत ज्ञानेश्वरांचे विचार :

या तत्त्वज्ञानाचा, या भक्तीचा किंवा या नीतीशास्त्राचा आजच्या विज्ञान युगात काय उपयोग? असा प्रश्न स्वाभाविकपणे विचारला जातो. परंतु विज्ञानाला अजूनपर्यंत चैतन्याचा, आत्मतत्त्वाचा शोध लागलेला नाही. तो ज्या दिवशी लागेल त्या दिवशी तत्त्वज्ञानातील, अध्यात्मशास्त्रातील आत्मचर्चा, आत्मानात्मविवेक जुना झाला किंवा आता टाकाऊ ठरला असे होईल. परंतु आतापर्यंत तो दिवस उगवलेला नाही. तोवर मानवाला शाश्वत सुखाचा, आत्मशांतीचा हाच एक मार्ग आहे, असे मानायला हरकत नाही.

आजचे मानवी जीवन जर अंतर्मुख होऊन पाहिले तर आत्मसुख, शांती, भौतिक संपन्नता येऊनही गमावल्यासारखे वाटू लागले आहे. मानवी जीवनात आज अनेक ज्वलंत समस्या निर्माण झालेल्या आहेत. सर्वत्र कलह आहे, कटकटी आहेत, मारामाऱ्या आहेत, अविश्वास आहे, आज कोणी कोणाशी भावानुबंधाने जखडलेला दिसत नाही, मातापित्यांचीही ओळख फारशी राहिलेली दिसत नाही. गुरुशिष्य संबंध राहिले नाहीत, जीवनातील सारीच नाती दुरावल्यासारखी झाली आहेत, सीमेवरून, पाण्यावरून, जमिनीवरून, सत्तेवरून, पैशावरून माणसे कलह करू लागली आहेत. जातीय तणाव लोपले जात नाहीत, उलट वाढत जात आहेत, सर्वत्र दांभिकता,

स्वार्थ परायणता, अहंकार, फसवेपणा एका टोकाला जाऊ पाहत आहे. विज्ञानाच्या विकासाने भौतिक सृष्टी जरी संपन्न झाली, तरी आंतरिक सृष्टी ढासळू लागली आहे. सत्ता, सामर्थ्य यांची रस्सीखेच चालली आहे. अणुशास्त्राच्या दाट सावलीत आज आपण उभे आहोत. अशा या भयग्रस्त माणसाला माणुसकीचा, प्रेमाचा, ऐक्याचा, आत्मिक भावाचा धर्म कोणीतरी शिकवायला हवा. हे सारे प्राणिजात एकाच चैतन्य तत्त्वाने भारलेले आहेत. हे सांगायला हवे. या चैतन्य तत्त्वावरची श्रद्धा वृद्धिंगत करणारा उपदेश कोणीतरी करायला हवा. तरच आजच्या भौतिक घोडदौड करणाऱ्या माणसाच्या जीवनात आत्मसुखाची आत्मानंदाची शाश्वत सुखाची, शांतीची पहाट उजाडेल. नाहीतर तो अंधारातच अणूचा शोध घेत राहील आणि आत्मघात व परघात करून बसेल. यासाठीच अद्वैताचा, अत्यानंद वैभवाचा, ब्रह्मानुभावाचा, परामात्म तत्त्वाचा विश्वव्यापित्वाचा, आत्मशांतीचा संदेश देणाऱ्या ज्ञानदेवाच्या या तत्त्वज्ञानाची आजच्या विज्ञानयुगात नितांत आवश्यकता आहे.

जे जे काम आपण करतो, ते ईश्वराचे कार्य आहे अशी धारणा असली पाहिजे. हे समजून सांगताना ज्ञानेश्वर महाराज म्हणतात की,

तया सर्वात्मका ईश्वरा । सकर्म कुसुमांची वीरा
पूजा केली होय अपारा । तोषालागी

प्रत्येक काम म्हणजे ईश्वराची सेवाच होय. प्रत्येक कामात पांडुरंग आहे. म्हणूनच गोरा कुंभाराला, प्रत्येक भांड तयार करताना असे वाटायचे की, या भांड्याने पांडुरंग पाणी पिणार आहे. त्यामुळे ते निर्दोष असले पाहिजे. हा विचार पक्का असल्याने त्याचे प्रत्येक मडके उत्तमच होत होते. अशाच तऱ्हेचा भाव जनाबाईच्या मनात होता. म्हणूनच तिला भाजीपाल्यामध्येही पांडुरंग दिसत होता.

'कांदा मुळा भाजी । अवघी विठाई माझी' हे उद्‌गार त्या नादालयातून येतात.

तेराव्या शतकात महाराष्ट्रात भागवतधर्माच्या पायाभरणीनंतर आध्यात्मिक लोकशाही सुरू झाली असे म्हणतात. लौकिक भेदाभेदांच्या पलीकडे पाहणारी ज्ञानदेवांची सिद्ध तत्त्वदृष्टी तेव्हा सक्रीय झाली होती. त्यामुळे 'येथ कुळजातिवर्ण । हे आवघेचि गा अकारण ।' ही केवळ त्यांचीच नव्हे तर साऱ्या समाजमनाचीच ती स्थिर धारणा बनली होती आणि गीतेवर भाष्य करताना सहज स्फूर्त रूपात ज्ञानदेवांकडून ती प्रकटली आणि पाहता-पाहता जनमानसात ती भिनली आणि समाजाच्या सर्व स्तरांतून संत पुढे आले. एक अभूतपूर्व अशी लोकजागृती ज्ञानदेवांकडून सहज झाली. प्रत्येक प्राणीमात्रांच्या ठायी असलेला ईश्वरी अंश पाहण्याची दृष्टी

भगवंत (१०-१०६) हा भाव सर्वत्र स्थिरावला. परिणामतः सर्व समाज सर्वव्यापी परमेश्वराची आराधना विठ्ठलाच्या सगुण-साकार रूपातून करू लागला. पंढरीच्या विठ्ठलाभोवती समाजातील तळागाळातले संत गोळा झाले, इंद्रायणीच्या वाळवंटात सारे एक झाले. गोरा कुंभार, सावता माळी, नरहरी सोनार, नामा शिंपी, यासारख्या पुरुष संतांबरोबरच संत जनाबाई आणि संत कान्होपात्रा या स्त्री-संतांचाही समावेश तत्कालीन आध्यात्मिक लोकशाहीत झाला होता.

■

सर्वज्ञ श्रीचक्रधरस्वामी

(इ.स. ११९४ ते इ.स. १२७३)

वऱ्हाडात महानुभाव धर्म स्थापणारे व कटाक्षाने या बोलीभाषेतून धर्मोपदेश करणारे देवता निरासक, समताप्रेमी, अहिंसा धर्मी महापुरुष श्री चक्रधर स्वामी होय.

गत आठशे वर्षांपूर्वी या भारत भूमीवर एक महान सूर्य उदयास आला आणि तो म्हणजे युगप्रवर्तक महामानव श्री चक्रधर स्वामी. विषमतेने अंधारलेल्या वाटा तेजाळल्यात. समतेच्या आचार तेजाने दशदिशा उजळून निघाल्यात. स्पृश्य-अस्पृश्यतेच्या चिखलात गळ्यापर्यंत रुतलेल्यांना या महामानवाने बाहेर काढले नि हृदयाशी धरले. असा समतेचा प्रेमळ स्पर्श आधी झालेलाच नव्हता.

श्री चक्रधर स्वामींचा जन्म व बालपण :

महानुभाव संप्रदायाचे प्रवर्धक आणि पंचकृष्णात समाविष्ट असलेले श्रीकृष्णासारखे अवतारी पुरुष श्री चक्रधरस्वामी यांचे शक्तीरणीवरा पूर्वीचे मूळ नाव 'हरपाळदेव'. गुजरातमधील भरवस (भडोच) राज्यांचा राजा मजन्देव याच्या विशालदेव नावाच्या प्रधानाचे हे पुत्र. शके १११६ (सन ११९४) हा त्यांचा जन्मकाळ. सिंघण राजाने गुजरातवर स्वारी केली असता २२ वर्षांच्या या हरपाळदेवाने चांगलेच शौर्य दाखविले होते. त्याच्या पत्नीचे नाव कमळाइसा. वयाच्या २६ व्या वर्षी हरपाळ देवाचे एकाएक मरण झाले. त्यावेळी फलटणचे पुरुष द्वारावतीकार श्री चक्रपाणी राऊळ यांनी देहत्याग करून हरपाळ देवाच्या मृत शरीरात प्रवेश केला. श्री. चक्रपाणी राऊळांच्या देहत्यागाचे निमित्त कामाख्या नामक हटयोगिनी त्यांच्या ब्रह्मचर्याची परीक्षा पाहण्याच्या उद्देशाने 'रतीचिया

चाडा' येऊन दुराग्रह करू लागली हे होय. अशा रीतीने नवचैतन्य प्राप्त झालेल्या हरपाळ देवाने पत्नीसमवेत पुन्हा कालक्रमणा करावयास सुरुवात केली. पुढे द्यूतात द्रव्यनाश होऊन त्यांनी पत्नीस दागिन्यांची मागणी केली असता, तिने दिलेले उत्तर ऐकून त्यांच्या मनाला उपरती झाली आणि घरादाराचा त्याग करून त्यांनी रामटेकची वाट धरली. पुढे ऋद्धिपूरचे परमेश्वर अवतार गोविंदप्रभू (गुंडम राऊळ) यांची भेट झाली आणि 'तेव्हळि येणे परापरशक्ती (पर+अपर) स्वीकारली अन् श्री चक्रधर हे नाम स्वीकारले. त्यानंतर त्यांनी 'सालबर्डी'च्या डोंगरावर एकांतात बारा वर्षे घालवली. या काळातच तेथे तपस्विनी मुक्ताबाई व त्यांची भेट झाली.

विवाह :

बारा वर्षांच्या या तपश्चर्येनंतर त्यांनी देशाटनास सुरुवात केली. या संचारात पाणिपात्र करण्यासाठी (भिक्षावृत्ती स्वीकारण्यासाठी) ते काटोल नगरीत गेले असता द्वारावतीकार श्री चक्रपाणीचे शिष्य 'उधळीनाथ' तुटसांद झालेले 'यस्तंभिनी' विद्या त्यांनी परिपूर्ण करून कार्यान्वित केली. पुढे विरक्तवृत्तीने संचार करीत ते आंध्रप्रांतीय वरंगळ भागात आले आणि तेथील एका घोड्याच्या व्यापाऱ्याच्या आग्रहास्तव 'हंसाबा' नामक कन्येशी विवाहबद्ध झाले. तिच्या समवेत काही काळ सुखात घालवित असताना उचल खाल्ली. त्यामुळे हंसावेला स्वरूपविद्येमार्फत स्थित्यानंदात ठेवून त्यांनी पुनच्छभ्रमण करावयास सुरुवात केली. या भ्रमणकाळातच अचलपूरला तेथील राजाराम दरण्याने राजमहालात नेले. एकदा ते चंद्रभागेत स्नान करीत असता, खोल पाण्यात शिरून वाहत गेले. 'राऊळ बुडाले : राऊळ बुडाले' अशी वार्ता पसरली. श्री चक्रधर नदीकिनारी आले असता पुन्हा विरक्तीचे सावट येऊन ते एकाकी भ्रमण करू लागले.

अनुयायी संग्रह :

यानंतर चक्रधरांना भंडाऱ्यास भांडारेकर नावाचे एक गृहस्थ अनुयायी म्हणून भेटले. पुढे रामदेव तथा दादोस, नागूबाई आणि वेणोबाई इत्यादी शिष्य-शिष्या येऊन मिळाल्या. यानंतर भोगावतीच्या तीरावर त्यांना श्री दत्तात्रयाचे श्री कृष्णाचे दर्शन झाले आणि या ठिकाणी लीळाचरित्रानुसार त्यांचा 'एकांक' कालखंड संपतो. चक्रधरांनी घाटीक्षौर करून यतिमुनीचा वेष धारण केला (इ.स. १२६८) आणि धर्मप्रचारार्थ आपले उर्वरित आयुष्य वेचले. अशा तऱ्हेने लीळाचरित्रानुसार 'पूर्वार्ध'ला सुरुवात झाली. 'उत्तरार्ध' नागदेवाच्या अनुसरनापासून चक्रधरांच्या उद्धरणापंथे गमनापर्यंत मानला जातो. पूर्वाध आणि उत्तरार्ध मिळून या काळातच चक्रधरांनी आपल्या विचारांचा आणि तदानुषंगिक आचारधर्माचा

उपदेश केला. श्रद्धायुक्त अंत:करणातून निर्माण झालेल्या परंतु वास्तवाच्या कसोटीवर पारखून घेतलेल्या लीळाचरित्रातील 'लीळा'तून त्यांच्या व्यक्तित्वाचे सर्वांगीण दर्शन घडते.

सामान्यांपासून असामान्यांपर्यंत लोकांनी भारावून जावे असे त्यांचे वेधक बत्तीस लक्षणी सौंदर्य 'अया: कैसे सुंदर पुरुष: साक्षात गोरक्षनाथु, कैसे गोसावी बरवे: बहूत राजकुमार देखिले : परि ऐसे सुंदर्ये कव्हणी ठायी नाही'. स्त्रियांनाही त्यांच्या रूपसौंदर्याचा अभिलाष वाटत असे. ज्ञानी पुरुषावर सौंदर्यापेक्षा त्यांच्या अंगभूत अलौकिक गुणांचाच प्रभाव अधिक पडत असे. प्रथमदर्शनीच ज्ञानसंपन्न लोकांनीही भारावून जाऊन त्यांच्या भजनी लागावे. प्रगाढ ज्ञान-विज्ञान-शक्तीयुक्त अशी ब्रह्मविद्या त्यांच्याजवळ स्वयंभू होती. मराठी, गुजराती आणि संस्कृत या भाषांवर त्यांचे प्रभुत्व होते. पंथप्रवर्धनापूर्वी वैयक्तिक जीवनात ते निर्भय वृत्तीने राहिले असले तरी 'अंतरी वैराग्यामुळे' निर्लेप होते. जनसाधारणात विषयाच्या जाणिवेतून सर्व सुखांचा त्याग करण्याइतकी निर्मळवृत्तीही त्यांच्यापाशी होती. उदारमनस्कता हा त्यांचा स्वायीभाव. स्वपंथीयांनी इतर पंथीयांविषयी केलेले अनुदार वर्तन त्यांना खपत नसे. 'वैरियाचा देवो जाला तरी काई दगडे हाणावा' असा त्यांचा विवेक होता. समत्वदृष्टीने पाहणाऱ्या त्यांच्या दृष्टीत स्पृश्यास्पृश्य, स्त्री-पुरुष असा भेदभाव नव्हता. हे ईश्वरावतार आहेत अशा श्रद्धावान जिवाची योग्यता व पात्रता वाढावी म्हणून सेनादास्य करून घेत. अंतरीची निर्लेपता निरहंकारीत्व, सहिष्णुता, उदारमनस्कता लोककल्याणाची तळमळ, लोकमानसात शिरून मार्मिकपणे उपदेश करण्याची कला, चमत्कारातून व्यक्त होणारे विभूत्व इत्यादी असाधारण गुणसंपदेतून त्यांचे सर्वज्ञत्व सिद्ध होते. सर्वज्ञत्व म्हणजे स्वयंभू असलेले. त्यांची नेमस्त दैनंदिनी पाहिल्यानंतर त्यांच्या अंगची विशाल शिस्तप्रियता दिसून येते. महंताच्या आचरणातील शिस्तीवरही त्यांचा कटाक्ष असे. संप्रदाय-प्रवर्तकाच्या थोर अधिकारवाणीने एऱ्हवी वागणारे चक्रधर गुरूंच्या समवेत मात्र विनम्र भावाने वागत. गुरुविषयीच्या अंतरीच्या परम श्रद्धाभावामुळेच त्यांच्या ऋद्धिपूरला 'परमेश्वरपूर' म्हणत. अनासक्ती, अहिंसा आणि अपार करुणा या अलौकिक गुणांमुळे ईश्वर आणि देव या शब्दांत त्याचा गौरव होऊ लागला.

श्री चक्रधर स्वामींनी आपल्या पश्चात आपल्या 'मार्गाचे संवर्धन करण्याची क्षमता असलेल्या नागदेवासारख्या कुशाग्र बुद्धीच्या संघटनकुशल शिष्यावर आपले पूर्ण लक्ष केंद्रित केले. त्याच्यावर जिवापलीकडे प्रेम केले आणि आपल्या संप्रदायाच्या आचार व तत्त्वज्ञानाचे सारे रहस्य सांगितले. याप्रमाणे नागदेवास घडवून मढवून संप्रदायाचे पहिले आचार्यपद त्याच्यावर सोपविले व चक्रधरांनी 'उत्तरापंथे

बीजे केले'.

मध्यंतरी चक्रधरांचे निर्वाण हा वादग्रस्त प्रश्न होऊन बसला होता. आजपर्यंत 'उत्तरापंथे बीजे केले' म्हणजे ते बदरिकाश्रमी गेले व तेथून पुढची त्यांची हकिगत उपलब्ध नाही, असा प्रत्यक्ष इतिहास आहे.

संप्रदायाचे मूळ नाव :

'महानुभाव' या नावाने हा संप्रदाय ओळखला जात असला तरी, आरंभापासून त्याचे हेच नाव प्रचलित होते, असे दिसत नाही. महानुभाव ग्रंथकारांनीही हा शब्द संप्रदाय विशिष्ट अशा अर्थाने वापरलेला नसून 'श्रेष्ठ असा अनुभव ऐसा ज्ञान प्रासु' झालेला साधुपुरुष अति सूक्ष्मातीसूक्ष्म अशा अद्वितीय दैवी शक्तीवर म्हणजे ईश्वरावर भान ठेवणारा पंथ. अशा अर्थाने या शब्दाचा वापर अनेक वेळा केलेला आहे. या संप्रदायास 'महानुभाव' हे नाव प्राप्त झाले असावे आता 'महात्मा पंथ' परमार्थ भटमार्ग या नावाने या संप्रदायाचे उल्लेख आलेले आहेत. यामागे सर्वज्ञ श्री चक्रधर आपल्या शिष्यांना, प्राण्यांना म्हणजे कोणत्याही जिवाला महात्मा या आदरार्थी उपाधीने तसेच त्यांचे शिष्य एकमेकांना 'महात्मा' असे परम अर्थाने म्हणत असत. उदा. 'महात्मेनि प्रियेवक्ते या होआवे' 'तुम्ही महात्मे की गा' वगैरे- यावरून संप्रदायात अधिकार प्राप्त झालेल्या शिष्यांना, महंतांना 'महात्म' हे विशेषण लावण्याच्या प्रवृत्तीतून सर्वसाधारण सोळाव्या शतकात 'महात्मापंथू' या नावाने या संप्रदायाचा उल्लेख होऊ लागला असे दिसते. 'अच्युतपंथ' असाही याचा उल्लेख आला आहे. तथापि, संप्रदायाची ही मूळ नावे होऊ शकत नाहीत. 'जयकृष्णीपंथ' हे नाव या संप्रदायास पंजाबात मिळाले आहे.

नागदेवचार्यांना 'भटोबास' असे म्हणत. चक्रधरोत्तर काळातील त्यांचा संप्रदायावरील प्रभाव लक्षात घेता या संप्रदायास 'भटमार्ग' का म्हटले गेले याची कल्पना येते. ही सर्व नावे खरे म्हणजे तत्कालीन स्वरूपाची होती. मग संप्रदायाचे मूळ नाव कोणते असावे ही शंका उरतेच. त्यासाठी या मार्गासि श्री दत्तात्रेय प्रभु आदिकारण', 'परमार्ग प्रकटित तो जीवन्मुक्त होआवे 'तुवा प्रकटिला परपंथु जीव उद्धारावेया हेतु' यासारख्या महानुभाव ग्रंथातील अनेक उल्लेखांचा आधार घेऊन परमार्ग किंवा परधर्म हेच या संप्रदायाचे मूळ नाव होते.

श्री चक्रधरस्वामींची युगप्रवर्तक सुत्र, वचनमालिका :

सर्वज्ञ श्री चक्रधरस्वामींची मोठी ग्रंथरचना नाही किंवा या धर्माचे नाव कालांतराने काय असावे याविषयी प्रतिपादन नाही. त्यांनी फक्त परधर्म तुमचे जीवन

की गा : असे संबोधिले त्यावरून परधर्म हेच नाव या संप्रदायास अनुबद्ध होते. धर्म व पंथ यामध्ये भेद आहे. धर्मामध्ये अनेक मार्ग किंवा पंथ असू शकतात. हा सन्यास प्रधान धर्म आहे. संन्यासी पंथस्थ म्हणजे सारखे फिरणारे म्हणून पंथ किंवा मार्ग. 'यत् धारयेते तनधर्म' हे सूत्र लक्षात घेतले पाहिजे.

श्री चक्रधरस्वामींची मोठी ग्रंथरचना नसली तरी भरपूर प्रमाणात वेगवेगळ्या प्रकारात सूत्र व वचनमालिकारचना केलेली आहे-

१) पूर्वी, २) पंचकृष्ण, ३) पंचनामे, ४) अन्यव्यावृत्ती, ५) युगधर्म, ६) विद्यामार्ग, ७) संहार, ८) संसरण, ९) उद्धरण, १०) असतीपरी, ११) महावाक्य, १२) निर्वचन, १३) विचार, १४) विचार मालिका, १५) आचार, १६) आचार मालिका, १७) विचारमालिका - शोधणी पाठ, २०) आचार मालिका शोधणी पाठ.

वरील सर्व विषयांतर्गत व्यक्तीला आचारधर्म, विचारधर्म अस्तिपरी सांगण्यासाठी ओवीबद्ध उपयुक्त रचना केलेली आढळते.

महानुभावांचे पंचकृष्ण :

महानुभाव प्रामुख्याने पाच परमेश्वर अवतार मानतात.

जैसे द्वापरी श्रीकृष्ण चक्रवर्ती ॥१॥
जैसे सैह्याद्री श्री दत्तात्रेयप्रभु ॥२॥
जैसे द्वारावती श्री चांगदेव राउळ ॥३॥
जैसे ऋद्धिपुरी श्री गुंडम राऊळ ॥४॥
जैसे प्रतिष्ठांनी श्री चक्रधर राऊळ ॥५॥

वरील सूत्रांनुसार श्रीकृष्ण, दत्तात्रेय प्रभू श्री चक्रपाणी राऊळ, गोविंदप्रभू आणि श्री चक्रधर राऊळ हे महानुभावांचे मुख्य पाच कृष्णावतार होत. यातील श्री दत्तात्रेय हे या संप्रदायाचे आदिदैवत आहे. इतर अवतारांचे समूहवाचक असे 'पंचकृष्ण' हे नाव संप्रदायात रूढ झाले. श्रीकृष्णाविषयी सर्वात्मक भाव निर्माण झाला. हे विशेष या मार्गास आदिकारण असलेल्या दत्तात्रेय प्रभूंनी द्वारातीकार श्री चक्रपाणी राऊळांना दर्शन देऊन ज्ञानशक्ती दिली होती. श्री चक्रपाणी ने गोविंदप्रभूला तथा गुंडम राऊळांनी म्हणजे गोविंदप्रभूपासून श्री चक्रधर स्वामींनी वरदहस्ते ज्ञानशक्ती प्राप्त करून घेतली होती. या पंचकृष्णांची थोडक्यात माहिती पुढीलप्रमाणे-

१) श्रीकृष्ण अवतार गर्भीचा :

श्रीकृष्ण हा द्वापार युगातील अवतार असून महानुभाव त्याला श्रीविष्णूचा

मर्यादित अवतार न मानता परब्रह्माचा साक्षात अवतार मानतात. त्यांच्या मते विष्णू ही नित्यबद्ध देवतांतील एक देवता आणि श्रीकृष्ण हा नित्यमुक्त परमेश्वराचा एक अवतार असल्यामुळे त्याला विष्णूचा अवतार मानणे इष्ट नाही. श्रीकृष्णाला या संप्रदायात इतके अनन्यसाधारण महत्त्व प्राप्त झाल्यामुळे स्वाभाविकपणे भगवद्गीतेलाही पूज्य स्थान प्राप्त झाले आहे. श्रीकृष्णाच्या लीळा वर्णन करणारा भागवत ग्रंथही त्यांना पूज्य वाटतो. श्रीचक्रधर स्वत:स श्रीकृष्णाचा अवतार मानीत. 'श्रीकृष्ण अवतार तो गर्भींचा द्वापरी श्रीकृष्ण चक्रवर्ती' अशी यांची श्रीकृष्णाविषयीची परमश्रद्धा. श्रीकृष्णाच्या चरित्रावर आणि गीतांतर्गत तत्त्वज्ञानावर आधारलेले 'श्रीचक्रधर निरूपित श्रीकृष्णचरित्र', नरेन्द्रकृत 'रुक्मिणीस्वयंवर', भास्कर भट बोरीकरकृत 'शिशुपालवध' आणि 'उद्धवगीता' इत्यादी महानुभाव वाङ्मय श्रीकृष्णाविषयी परमभक्ती आणि परमनिष्ठा व्यक्त करणारे आहे.

या सर्व वाङ्मयातून श्रीकृष्ण हा पूर्णावतार मानला आहे. तसेच तो 'गर्भींचा' व 'उभयदर्शी' अवतार म्हणून वर्णन केला आहे. साधुजनांच्या रक्षणासाठी तो देवकीच्या पोटी जन्मला म्हणून त्याला गर्भाचा अवतार म्हणतात. त्याच्या ठिकाणी ज्ञानशक्ती आणि विज्ञानशक्ती अशा दोन्ही शक्ती होत्या. ज्ञानशक्ती म्हणजे परमेश्वर जिवांना आपले जे ब्रह्मविद्या ज्ञान देतो ते ज्ञान आणि विज्ञानशक्ती म्हणजे भावी अभाव किंवा अभावी भाव असे जे चमत्कार करून दाखवितो ती दिव्य शक्ती. 'महाभारतांतर्गत गीता श्रीकृष्णोक्ती एर अवधी व्यासोक्ती' (सूत्रविचार मालिका १०९) अशी महानुभावांची शिकवण आहे. महानुभावांचे श्रीकृष्ण-चरित्र स्वतंत्र आहे. भागवतांतर्गत त्याच्या शृंगारलीला महानुभाव कृष्णचरित्रात अभावानेच आलेल्या आहेत.

या मार्गासी श्री दत्तात्रेय प्रभू आदिकारण :

दत्तात्रेय हा पंचकृष्णातील दुसरा अवतार वास्तविक कालानुरूप पहिलाच. पंचकृष्णांपैकी दत्तात्रेय श्रीचक्रपाणी तथा चांगदेव राऊळ, गोविंदप्रभू आणि श्रीचक्रधर हे चार अवतार दत्तपरंपरेतील आहेत म्हणून 'या मार्गासी दत्तात्रेय प्रभू आदिकारण' (सूवि २८५) असे चक्रधरांनी म्हटले आहे हा त्रेतायुगातील अवतार असला तरी तो 'श्री दत्तात्रेय प्रभूचा चतुर्युगी अवतारू' (सूवि २८२) असल्याची महानुभावांची श्रद्धा आहे. दत्तात्रेय हा त्रिमुखी नसून एकमुखी दत्तात्रेयाचे आहे. या परब्रम्हअवताराचे वर्णन केले आहे. साती ग्रंथातील 'सैह्याद्रिवर्णन' या खळोव्यासाने दत्तमहिमा गाणाऱ्या ग्रंथात त्यांचा दत्तात्रेय हा साक्षात परमेश्वराचा अवतार असल्याचे सांगितले आहे.

श्री चक्रपाणी :

हा महानुभाव संप्रदायातील तिसरा अवतार मूळचे फलटण येथील राहणारे म्हाईंभटानेच त्यांच्या लीळा ग्रंथित केल्या असे सांगतात. त्यातील काही लीळा आज उपलब्ध आहेत. संसार करीत असता वैराग्य उत्पन्न होऊन ते माहूरला आले. त्या ठिकाणी दत्तात्रेयांनी त्यांना व्याघ्रवेषात दर्शन दिले आणि अशा रीतीने चक्रपाणी तथा द्वारावतीकार चांगदेव राऊळांनी ज्ञान व शक्तीस्वीकार केला. पुढे ते द्वारावतीस गेले आणि आपल्या वृत्तीस साजेशा अवधूत वेषाने राहू लागले. पुढे कामाख्या नावाची हटयोगिनी त्यांच्या वैराग्याची परीक्षा पाहण्यासाठी 'रतीचिया चाडा' आली असता तिच्या कामासक्तीतून सुटका करून घेण्यासाठी त्यांनी आपल्या शरीराचा त्याग केला आणि मृत हरपाळदेवाच्या शरीरात प्रवेश केला. शूद्राचा घरी आरोगण करिती : तैसेचि अंत्यजाचा घरीक्रिडा करिति : हे त्यांचे वर्णन अवधूत योग्यास अनुसरून आहे. ऋद्धि पूरहून आलेल्या गोविंदप्रभूस त्यांनी अनुग्रह केला. त्यांच्या डोक्यावर सूप ठेवून पाठीवर खराटा मारला आणि त्यांना उच्च पारमार्थिक अनुभवाचे वाटेकरी केले. अनुग्रह देण्याची त्यांची ही रीतच होती. उघळी नाथ हा नाथपंथीयाचा सिद्ध त्यांचा शिष्य होता.

श्री गोविंद प्रभू :

महानुभावांच्या पंचकृष्णा पैकी हा चौथा अवतार गोविंद प्रभूचा. शके ११०९ ते शके १२०९ असा त्यांचा कालखंड सांगितला जातो. त्यांनी वऱ्हाडात रिद्धपूर प्रांती काटसूर या गावी एका काण्व ब्राह्मणांच्या घरी अवतार स्वीकारला. आईचे नाव देमाइसे व वडलांचे नाव अनंतनायक हे गोविंदप्रभूच्या लहानपणीच वारले. पुढे त्यांचे पालनपोषण त्यांच्या मामाने व मावशीने केले. वयाच्या सातव्या वर्षी मौजीबंधन झाल्यावर गोविंद प्रभू शिक्षणासाठी रिद्धपुरास आले ते तेथेच कायमचे १२५ वर्षे राहिले. त्यांना गुंडो किंवा 'गुंडम राऊळ' असेही म्हणतात.

गोविंद प्रभूना 'आच्छादनीच्या परदृश्यावतार' मानतात तसेच 'दवडण्या'चा अवतार होता. त्यांनी जन्म घेताना आपल्या मातेच्या गर्भातून दुसऱ्या एका जिवाला दवडून त्यांच्या जागी अवतार घेतला होता. म्हणून त्यांना दवडण्याचा अवतार म्हणतात. त्यांनी दवडलेला दुसरा जीव वेडापिसा होता त्याचे देहधर्म त्यांना स्वीकारावे लागल्यामुळे त्यांचा अवतार वेडापिसा झालेला होता. तरी ही त्याची तीव्र बुद्धिमत्ता पाहून त्यांच्याकडून वेदाध्ययन करवून घेणारे गुरुजी 'गुंडो सामान्य नव्हे हा ईश्वर अवतार होईल' असे म्हणाले होते. गुरुजींचे हे भाकीत खरे ठरले.

काही वर्षे अशा तऱ्हेने वेदाध्ययनादी कार्यात गेली असता, गोविंदप्रभू

यात्रेकरूंच्या मेळाव्यात सामील होऊन द्वारावतीस गेले. तेथे गोमती तीरावर पुढे दंड ठेवून जप करीत असता, तेथे आलेल्या श्री चक्रपाणी राऊळांनी त्यांच्यापुढील दंड उचलून तो गोमतीत टाकला आणि आपल्या नेहमीच्या पद्धतीने त्यांना अनुग्रह दिला. अशा तऱ्हेने गोविंद प्रभू तथा 'गुंडम राऊळ' गुरु परंपरेने महानुभाव सांप्रदायिकच ठरतात. पुढे ते आयुष्यभर जीवोद्धाराचे कार्य करीत राहिले.

'गोविंद प्रभूचरित्र' या नावाने त्यांचा लीळासंग्रह आज उपलब्ध आहे. चक्रधरांच्या प्रभावाने म्हाईंभट या संप्रदायात प्रविष्ट झाले असले तरी त्यांचे ही साक्षात गुरू गोविंद प्रभूच होते.

महानुभाव संप्रदायातील पाचवे कृष्ण श्रीचक्रधरस्वामी यांचा संप्रदायप्रवर्धक म्हणून सुरुवातीस आपण माहिती पाहिली आहे.

सर्वज्ञ श्री चक्रधरस्वामींचे कार्य

१) आत्मविकासाचा मार्ग मोकळा करणे :

बदलत्या परिस्थितीचे सूक्ष्म अवलोकन करून तिला वळण देण्याची प्रागतिकता सोडून कर्मकांड कमी करण्यात त्यांच्या शक्तीचा आणि बुद्धीचा व्यय होत होता. उपनिषदातील थोर आध्यात्मिक विचार बाजूला पडू लागले. बहुजन समाज तर पारमार्थिक जीवनाला वंचित झाला होता. व हीन, तामसी दैवतांच्या उपासनेतच गुरफटून गेला होता. अशा परिस्थितीत वैदिक धर्मातील कर्मठपणा, बर्हिमुखता आणि पारमार्थिक क्षेत्रातील उच्चवर्णीयांची मिरासदारी हे दोष अचूकपणे ओळखून ज्ञान आणि भक्ती या दोन तत्त्वांच्या पायांवर चक्रधरांनी आपल्या संप्रदायाची स्थापना केली. त्यातील समत्वबुद्धीमुळे जनसाधारणाचा आधार खुंटला व आत्मविकासाचा मार्ग मोकळा झाला.

स्वाभाविकपणे या साधन मार्गात रंजले-गांजलेले जीव समाविष्ट होऊ लागले. कर्मकांडाचा वीट आलेले वैदिक परंपरेतील पंडित आणि प्रतिभावंतही या मार्गाला अनुसरू लागले. समत्वदृष्टीने सर्वांना सारखा होईल, असा आत्मविकासाचा साधनमार्ग उपलब्ध करून देण्याचे हे कार्य महत्त्वाचे आहे.

२) उद्रेकाला पायबंद घालणे :

मध्ययुगीन सिद्धांताच्या साधनेला प्राप्त झालेले विकृत स्वरूप चक्रधरांच्या अवलोकनात होतेच, परंतु ज्या नाथ संप्रदायातील उदात्त तत्त्वाविषयी त्यांच्या मनात आदर होता, त्या नाथ संप्रदायासही गोरक्षोत्तर काळात प्राप्त झालेले विकृत वळण आणि नाथयोग्यांच्या आचरणातील घृणास्पद गोष्टी पाहून चक्रधर स्वामी या साधनमार्गापासून दूर राहिले. आपल्या साधन मार्गात हे विकृत वळण प्राप्त होऊ

नये, यासाठी मार्गप्रवर्धक श्री चक्रधरस्वामी आणि नागदेवाचार्य सतत दक्ष राहिले. त्या काळात महाराष्ट्रात अशा अनिष्ट प्रवृत्ती मोठ्या प्रमाणात होत्या. थोड्या फार प्रमाणात होण्याऱ्या उद्रेकालाही पायबंद घालण्याचा प्रयत्न श्रीचक्रधरांनी व त्यांनी प्रबोधित केलेल्या या महानुभाव संप्रदायाने केला.

३) तामसी उपासनेला प्रतिबंध घालणे :

ज्ञानी आणि बुद्धिमान अनुयायी आणि समाजातील सुसंस्कृत वर्ग नाथ संप्रदायातील योग मार्गाचा अवलंब विशुद्ध अशा भूमिकेतून करण्यास समर्थ होता, परंतु सामान्य माणसांचे कर्तृत्व, बुद्धीची कुवत, हेतु शुद्धता आणि आचारावरील निष्ठा बेताचीच असल्यामुळे या योगमार्गाचा अवलंब करताना, हे साधक वाट चुकत गेले, दिशाहीन झाले. स्वाभाविकपणे समाजावर त्यांच्या विकृत आचरणांचा परिणाम होत राहिला. महानुभावाला संप्रदाय प्रवर्धकाने ही बिकट वाट ध्यानात घेऊन हठयोगाच्या वाटेस न जाता आपल्या तत्त्वज्ञानात भक्तिभावनेला प्रेरक, पोषक ठरणारी परमेश्वर अवताराची कल्पना मांडली.

'प्रतिसृष्टी परमेश्वर अवतरेती' या तत्त्वानुसार पंचकृष्णांच्या कल्पनेची योजना करून ज्ञान आणि भक्ती हे त्यांच्या प्राप्तीचे दोन श्रेष्ठ मार्ग चक्रधरांनी सांगितले. देवता 'नित्यबद्ध' असल्याने 'परमेश्वर न होती' म्हणून त्यांची उपासना गौण मानली. महानुभावांच्या या तात्त्विक भूमिकेमुळे सामान्य, अज्ञानी जनतेत होणाऱ्या दैवतांच्या तामसी उपासनेला प्रतिबंध घातला.

४) संप्रदायाची उभारणी उदात्त भूमिकेतून केली :

श्री चक्रधरस्वामींनी आपल्या संप्रदायाची उभारणी समन्वयाच्या उदात्त भूमिकेतून केलेली दिसून येते. विषयांची निवृत्ती, देहाची अनास्था, निराशा व निराश्रय राहणे, 'जितेचेनी मृताचा धर्मी' वर्तणे, 'चित्रीचीही स्त्री न पाहणे' इत्यादी त्यांचे विचार जैन श्रमणधर्माशी जुळणारे आहेत. अहिंसापालन, कर्मसंन्यासपर निवृत्तीधर्माचे आचरण, स्त्रियांनाही संन्यास घेण्याची कल्पना इत्यादी गोष्टी महानुभावांनी अभावितपणे प्रतिपादन केल्या. अशाप्रकारे श्री चक्रधर स्वामींनी आवश्यक त्या गोष्टींचा स्वीकार, अनावश्यक गोष्टीला फाटा देणारी समन्वयात्मक दृष्टी आणि स्वीकृत गोष्टींवर आपल्याला इष्ट वाटते, ते संस्कार करण्याची स्वतंत्र बुद्धीही प्रत्येक वेळी दाखवली आहे. हा त्यांचा समन्वयात्मक दृष्टिकोन आजच्या युगातही आवश्यक ठरतो.

५) श्रेष्ठ वाङ्मय निर्माण करणे :

संप्रदायाच्या प्रचारासाठी लोक भाषेचा स्वीकार करून श्रेष्ठ असे वाङ्मय

निर्माण करण्याचे महत्त्वपूर्ण कार्य या संप्रदायाने यादव काळापासून ते चौदाव्या-पंधराव्या शतकाच्या अखेरीपर्यंत केले. मराठी भाषेला महानुभाव आपली भाषा मानतात. सामान्यांपर्यंत विचार पोहचविण्याचे एक प्रभावी माध्यम म्हणून त्यांनी मराठीचा कटाक्षाने पुरस्कार केला आणि अंतरी तिचा अभिमान वाहिला. केसोबासांनी नागदेवांना एकदा संस्कृतात प्रश्न विचारला, 'पंडिता : केशवदेया : तुमचा अस्मात कस्मात मी नेणे गा : मज चक्रधरें निरुपिली मऱ्हाटी : तियाची पुसा :, (स्मृ ६६) या शब्दांत नागदेवाचार्यांनी 'तिच्या विषयीचा आंतरिक कळवळा व्यक्त केला. अशाच एका प्रसंगी संस्कृताभिमानी केसोबासांना उद्देशून ते म्हणाले, 'नको गा केशवदया । येणे माझिया म्हातारिया नागवतिल :' (स्मृ. १५) आचार्यांचा हा कळवळा जनसाधारणाविषयी, पर्यायाने त्यांच्या जीवनाशी एकरूप होणाऱ्या त्यांच्या भाषेविषयी होता, हे वेगळे सांगण्याची आवश्यकता नाही. गद्य आणि काव्य या दोन्ही स्वरूपात महानुभावांनी केलेली रचना मराठीच्या इतिहासात अद्वितीय आहे. महानुभाव साहित्याने मराठी भाषेची काव्य, कथाकाव्य चरित्र, टीका स्थल वर्णने, सूत्रग्रंथ, छंद, भाष्य, महाभाष्य, व्याकरण, कोश, प्रमेय, महाभद्र इत्यादी विविध दालने समृद्ध केली.

६) पारमार्थिकदृष्ट्या उद्धार करणे :

महानुभावांनी वैदिक धर्मात रूढ झालेली चातुर्वर्ण्य व्यवस्था प्रवृत्तीमार्गातील महानुभावांनी टिकवून धरलेली होती. संप्रदायातील दीक्षितांनाच केवळ 'चातुर्वर्ण्य चरेद भैक्ष्यम' असा त्यांनी आदेश देऊन मर्यादित अर्थानेच चातुर्वर्ण्य व्यवस्था धुडकावून लावली असे काही विद्वानांचे मत आहे. परंतु चक्रधर स्वामींचे प्रमुख कार्य होते हे सर्वसामान्यांचा पारमार्थिक दृष्ट्या उद्धार करणे, सामाजिक समता प्रस्थापित करणे. पारमार्थिक क्षेत्रातील त्यांच्या समत्वदृष्टीचा मात्र गौरवच केला पाहिजे. त्यांच्या सान्निध्यात आलेल्या दर्शनी अथवा संन्यस्त शिष्यांनी वर्णभेद व्यक्त केला तर ते विरोध करीत कारण त्यांना कोणाच्याही भावना न दुखावता सामोपचाराने समता प्रस्थापित करावयाची होती हे विशेष आणि आजही अशाच भावनेची गरज आहे की कोणतेही प्रश्न सामोपचारानेच सुटावेत. 'परस्परे परमप्रीती होआवी' असे त्यांचे सूत्र होते.

७) मानवतेची व समतेची शिकवण दिली :

वैदिक धर्माचे पुनरुज्जीवन झाले. बौद्ध धर्माचे या देशातून व हिंदुत्वापासून उच्चाटन झाले. जैन धर्म हिंदुत्वा पासून वेगळा झाला व त्याचे अस्तित्व तुरळक ठरले. भारताच्या चार भागात चार मठ तयार करून शंकराचार्यांनी वैदिक धर्माची

पुन्हा मजबूत पायाभरणी केली. अशा परिस्थितीत हिंदू समाजाची व शूद्रातिशूद्र आणि स्त्रियांची स्थिती फार दयनीय होती. अशाच काळात महानुभावपंथ प्रवर्धक श्री चक्रधर स्वामींनी क्रांतीकार्य केले. कारण मनुष्यमात्रे होऊनी असावे हे त्यांचे सूत्र होते. प्राचीन ग्रंथात जे काही लिहिले आहे ते सत्य असा आदेश आपल्या शिष्यांना स्वामींनी कधीच दिला नाही. अशा परिस्थितीत आध्यात्मिक प्रणालीची व धर्मप्रचाराची मुहूर्तमेढ रोवली व त्यासाठी त्यांनी सर्व हिंदू समाजास मानवतेची व समतेची शिकवण दिली. अखिल समाजास एकात्मतेचा आणि सुसंघटनेच्या मार्गास लावण्याकरिता उच्चतम प्रयत्नांची पराकाष्ठा केली. सामाजिक विषमता प्रस्थापित करणाऱ्या वेदप्रामाण्यालाच सर्वप्रथम श्री स्वामींनी नकार दिला.

रूढी, परंपरा, व अंधश्रद्धांनी ग्रासून टाकणाऱ्या, चातुर्वर्ण्याचा व जातीभेदाचा पुरस्कार करणाऱ्या हेमाड पंथाच्या चातुर्वण्य चिंतामणीस झुगारून दिले. गीता ही श्रीकृष्णोक्ती आहे असे सांगून श्रीकृष्ण हा परब्रह्म अवतार असल्याची शिकवण आपल्या शिष्यांना दिली. गीता हेच ब्रह्मविद्याशास्त्र असे सांगून गीतेचा स्वीकार करण्यास सांगितले. श्रीदत्त हे पूर्ण ब्रह्म असल्याचे सांगून स्वीकार केला.

८) मराठी भाषेला दर्जा प्राप्त करून दिला :

श्री चक्रधर स्वामींच्या काळात संस्कृत भाषेचा प्रभाव जास्त होता. तो बाजूला सारून सामान्यांच्या मराठी बोलीभाषेतून स्वामींनी आणि सर्व शिष्यांनी आपल्या धर्माची शिकवण आणि ज्ञान मराठी भाषेतून दिले. नागदेवाचार्यादी शिष्यांना महानुपंथीय सर्व साहित्य मराठी भाषेतून लिहायला सांगितले. मराठी भाषेला धर्मभाषेचा आणि ब्रह्मवाणीचा सर्वोच्च दर्जा स्वामींनी प्राप्त करून दिला. महानुभावपंथीय साहित्य हे आद्य मराठीत गद्य आहे याप्रमाणे स्वामींनी मराठी भाषेची जपणूक केली.

आजही महानुभाव पंथाचे अनुयायी ब्राह्मणापासून तर दलितांपर्यंत करोडोच्या संख्येने भारतभर अस्तित्वात आहेत. धार्मिक कार्यात विषमता बाजूला सारून मंदिरात एकत्र येतात. आत्मिक भावनेने पूजापाठ, भोजन करतात. यावरून श्री चक्रधर स्वामींच्या सामाजिक क्रांतीचे स्वरूप अगदी स्पष्ट दिसून येते.

९) परमेश्वर प्राप्तीचा मार्ग सांगितला :

ईश्वरीय कैवल्याची प्राप्ती कशी होऊ शकते. त्यांनी पुढीलप्रमाणे सांगितले.

केवळ वेधें कैवल्याची प्राप्ती ॥

त्यांनी हे जे लिखाण केले ते यादवकालीन मराठीमध्ये केले. या पृथ्वीवर कोण देवदेवता आहे आणि कोण परमेश्वर आहे हे श्री चक्रधर स्वामींनी

'अन्यव्यावृत्ति'यामध्ये सांगितले आहे ते असे-

कर्मभूमीचिया देवतां होती : पर परमेश्वर नव्हेति ॥१॥
अष्टौ देवयोनि देवतां होती : पर परमेश्वर नव्हेति ॥२॥
अंतराळीचे गंधर्व देवतां होती : पर परमेश्वर नव्हेति ॥३॥
स्वर्गीचे इंद्रचंद्रादिक देवतां होति : पर परमेश्वर नव्हेति ॥४॥
कैलास वैकुंठीचे हरिहर ब्रम्हादिक देवतां होति : पर परमेश्वर नव्हेति ॥५॥
क्षिराब्धीचा शेषशायी देवता होए : पर परमेश्वर नव्हेति ॥६॥
अष्टभैरव देवतां होती : पर परमेश्वर नव्हेति ॥७॥
विश्वरूप देवता होए : पर परमेश्वर नव्हेति ॥८॥
चैतन्य देवता होए : पर परमेश्वर नव्हेति ॥९॥
चैतन्यापर परमेश्वर : तो देव श्री चक्रधर :
सकळ जीवांते रक्षिता हो : उद्धरिता हो ॥१०॥

विचार मालिका - शोधणीपाठ, आचार मालिका - शोधणी पाठ सांगितले. हे सर्व चक्रधरस्वामींच्या सूत्रपाठामध्ये दिलेले आहे.

आजच्या व भविष्याच्या युगाच्या संदर्भात श्री चक्रधरस्वामींचे युगप्रवर्तक विचार

सर्वज्ञ श्री चक्रधरस्वामी स्वत: परब्रह्म परमेश्वर अवतार त्यामुळे मृतांना जिवंत केले. त्यांचा चरित्रग्रंथ 'लीळाचरित्र' प्रसिद्ध ग्रंथ आहे. जिवांना कर्मकांडातून मुक्त करण्यासाठी चातुर्वर्ण्य चिंतामणी अनुसार आचरला जाणाऱ्या कर्मकांडावर झोड उठविली व एकट्या परमेश्वराचीच आराधना करावयास शिकविले म्हणून ते महानुभाव पंथाचे आदय प्रवर्तक ठरले. त्यांनी इतरांसारखे स्वत: लिहिले नाही. फक्त उपदेश करते झाले. त्यांनी लोकशिक्षणाचे धडे दिले.

आज आणि भविष्यातही अशाच उपदेशाची गरज आहे. लोकशिक्षणाची गरज आहे इतक्या साधेपणाने लोकशिक्षण करण्याचे साधन श्री चक्रधर स्वामींनी वापरले ते अतिशय महत्त्वाचे आहे. ग्रामगीतेमध्ये चक्रधर स्वामींनी दिलेला हत्तीचा दृष्टांत राष्ट्रसंत तुकडोजी महाराजांनी पुरस्कृत केला.

हत्ती दिसो लागला सगळा । मग कोणीही एकांगी आंधळा
भुलवू न शके वेगवेगळा । भागचि हत्ती म्हणवोनि.

(ग्रा. गी. अ. २४ ओवी ९२)

'जशी दृष्टी तशी सृष्टी' व्यक्तीची दृष्टी जशी असेल तशी त्याला सृष्टी दिसते. परंतु ते तर आंधळेच होते चार आंधळ्यांना हत्तीला स्पर्श केल्यानंतर तो कसा

दिसला, कसा वाटला याचे वर्णन त्यात आहे. एकाने कानाला स्पर्श केला तेव्हा हत्ती सुपासारखा वाटला. दुसऱ्याने हत्तीच्या पोटाला स्पर्श करताच हत्ती भिंतीसारखा वाटला. तिसऱ्याने पायाला हात लावताच हत्ती खांबासारखा वाटला. चौथ्याने सोंडेला हात लावताच हत्ती सापासारखा वाटला. हत्तीचे रूप आंधळा सांगूच शकत नाही. तसेच अज्ञानी माणसाचेही आहे. श्री चक्रधर स्वामींनी अज्ञानी माणसाचे अज्ञान दूर करण्याच्या इतक्या साध्या क्रियांचा, ज्ञानाचा, माहितीचा उपयोग ११४ प्रसिद्ध दृष्टांतातून केला. आज व भविष्यातही याचीच गरज आहे. म्हणजे भुंगा ज्याप्रमाणे कमळामध्ये मकरंद खाण्यासाठी अगदी हलकेच प्रवेश करतो आणि आपले कार्य पूर्ण करतो. आजच्या युवकालाही जर उद्देशून, संबोधून, म्हणून उपदेश ऐकावयाला लावला तर तो ऐकत नाही. परंतु श्री चक्रधर स्वामींनी उपयोगात आणलेल्या लोकशिक्षणाचा उपयोग करावयास पाहिजे.

मध्ययुगीन काळात 'चातुर्वर्ण्य चिंतामणीमुळे' स्त्रियांना ज्ञानाचा-मोक्षाचा अधिकार नव्हता, तो त्यांनी परत मिळवून दिला. पुरुषांचे जीव आणि स्त्रियांचा काय जीवलीया? असा प्रहार समाजावर करून स्त्रियांही सर्वाधिकारी आहेत हे सिद्ध करून दिले. त्यातूनच ज्ञानोदय झाला तो असा- मृतदेह उठवून अवतार धारण केल्यानंतर अल्पावधीत मध्येच सोडून रिधपूर (जि. अमरावती) येथे येऊन व महाराष्ट्र-आंध्र या ठिकाणी ईश्वरीय ब्रह्मविद्येचे, ज्ञानदानाचे कार्य केले ते मराठीतून जे सूत्रपाठ या नावाने प्रसिद्ध आहे. हे सूत्रपाठ आजच्यासाठी, भविष्यासाठी उपयोगाचे आहे. कारण आज अस्तित्वात असलेले व भविष्यात अस्तित्वात येणार असे संघर्ष विविध प्रकारचे नजरेसमोर येतात, मत्सर, भांडणे, प्रांतवाद, भाषावाद, सीमावादही, दिसून येतात. व्यक्ती चंद्रावर, मंगळावर गेली परंतु एकाच कुटुंबात सौख्याने, प्रेमाने राहू शकत नाही, संयुक्त कुटुंब पद्धती लयाला गेली. कारण कौटुंबिक संघर्ष, छोट्या आकाराची कुटुंबाची आवड तेव्हा या सर्व परिस्थितीवर औषध एकच असू शकते. सहज, साध्या, सोप्यारीतीने दिले जाणारे लोक शिक्षण, मानसिक सामर्थ्याच्या माध्यमातून समजून सांगणे, लोकांच्या मनावर सतत या बाबी बिंबवणे आणि म्हणून सर्वज्ञ श्री चक्रधर स्वामींच्या लोक शिक्षणाची सूत्रपाठाची, आचार-विचार पाठाची तेव्हा होती त्यापेक्षाही गरज आज आहे व भविष्यात राहणार आहे हे निर्विवाद सत्य आहे.

■

संत चोखामेळा

(जन्मतिथी अज्ञात, मृत्यू १३३८)

संत चोखोबा अर्थात संत चोखामेळा. चोखलेल्या आंब्यापासून पंढरीच्या विठोबाच्या कृपेने जन्मास आलेला चोखामेळा मेलेली ढोरे ओढण्याचे, ग्रामसफाईचे काम करीत असणारा निष्काम कर्मयोगी.

म्हणोनि कुळ जाती वर्ण । हे आदयवेचि गा अकारण
एथ अर्जुना माझेपण । सार्थक एक
तैसा क्षत्री वैश्य स्त्रिया । कां शुद्र अंत्यादी या
जाती तवचि वेगळालिया । जंवन भजती माते

या शब्दांत भक्तीतील समत्वदृष्टी सर्वांच्या प्रत्ययास आणून दिली आणि सर्व समाजाची अस्मिता जागृत केली. त्यांच्या या कार्याची परिणती म्हणजे चोखामेळा या महार जातीत जन्माला आलेल्या संत सत्पुरुषाचे पारमार्थिक जीवन.

संत चोखामेळा यांची जन्मप्रचिती :

एखाद्या थोर सत्पुरुषाच्या चरित्रातील एखादा भाग अज्ञात राहिला म्हणजे लोक त्या भागावर दंतकथा करतात. चोखोबाच्या जन्माच्या संदर्भात अशीच एक अद्‌भुत घटना सांगितली आहे.

कोरेगावचा एक पाटील होता. तो मोठा विठ्ठलभक्त होता. तो कोणत्याही वस्तूचा विठ्ठलाच्या आज्ञे शिवाय स्वीकार करीत नव्हता. एकदा त्याच्या शेतात आंब्याच्या झाडाला भरपूर आंबे लागले. विठ्ठलाला दिल्याशिवाय आंबे खायचे नाहीत. म्हणून पाटीभर आंबे त्याने येसकर महाराबरोबर पंढरपूरला पाठविले. या महाराचे नाव सुदास आणि त्याच्या बायकोचे नाव सावित्री होते. या

दोघांचीही विठ्ठलाची वारी करायची इच्छा होती. पाटलाने एक चिठ्ठी त्याच्याबरोबर दिली होती, सुदास आणि त्याची पत्नी वाटेत कोणत्याच ठिकाणी थांबले नाहीत. वाटेत त्यांना एक भुकेला ब्राह्मण दिसला. तो म्हातारा त्या पतिपत्नीला म्हणाला, ''मला फार भूक लागली आहे.'' तेव्हा सुदास म्हणाला, ''मी जातीने महार आणि तुम्ही ब्राह्मण आमच्या हातचं तुम्हाला कसं चालेल?'' ब्राह्मण म्हणाला, ''अन्न हे पवित्र असते. त्यामुळे जात कुठून आली.'' ब्राह्मण हा खूप भुकेला होता. पाटलाने विठ्ठलाला देण्यासाठी आंबे मोजून ठेवले होते. त्यातला एकही आंबा कमी झाला तर दोष सुदासावर येणार होता. परंतु सावित्रीला त्या ब्राह्मणाची दया आली व तिने नवऱ्याला सांगितले, ''भुकेल्यावर दया करावी, हा माणसाचा धर्म.'' असं म्हणून तिने पाटीतला आंबा काढून ब्राह्मणाला दिला. ब्राह्मणाने तो आंबा चोखून पाहिला तर तो आंबट निघाला. म्हणून सावित्रीला वाईट वाटले. मोजून ठेवलेल्या आंब्यातून आता ती आंबा देऊ शकत नव्हती. म्हणून तिने ब्राह्मणाने परत केलेला आंबा तसाच ओटीत ठेवला आणि नवऱ्याबरोबर वाट चालू लागली.

दोघे पतिपत्नी पंढरीत आल्यानंतर त्यांनी आंबे मोजून दिले असता एक आंबा कमी निघाला तेव्हा सुदासाने पत्नीकडे पाहिले. सुदासाच्या पत्नीने जेव्हा ओटीत ठेवलेला आंबा चाचपून पाहिला तेव्हा ओटीतून आंब्याऐवजी एक लहान बालक बाहेर निघाला तेव्हा त्याच्या लक्षात आले की हा खेळ देवाचा आहे. म्हाताऱ्या ब्राह्मणाचे रूप घेऊन आलेल्या पांडुरंगानेच आपल्याला ही अपूर्व संतती दिली. ब्राह्मणाच्या रूपानं पांडुरंगाने चोखून दिलेल्या आंब्याच्या प्रसादानं जन्मलेल्या बालकाचं नाव ठेवलं चोखा. तोच पुढे 'भक्त चोखामेळा' म्हणून सर्वांच्या आदरास पात्र ठरला.

ईश्वर भेटीची प्रेरणा जागृती :

चोखोबाच्या जीवनात नामदेवाकडून मिळालेल्या गुरुमंत्रामुळे ईश्वर भेटीची प्रेरणा जागृत झाली परंतु पूर्ण झाली नव्हती. परमात्म्याच्या प्राप्तीसाठी त्यांना अजून भक्ती करायची होती. नेहमी ते एकादशीला पंढरपूरला जायचे. दुरूनच विठ्ठलाचे दर्शन घ्यायचे असा त्यांचा आयुष्यक्रम चालला होता. पंढरीला विटेवर उभा असलेला परब्रह्म डोळ्यांनी पाहण्याची आस होती. एकदा पंढरपूरला आल्यावर दूर अंतरावर चंद्रभागेचे स्नान सर्व कुटुंबियांनी केले. चोखोबांनी कपाळाला गंध लावले. बुक्क्याचा टिळा लावला. त्यांची विठ्ठलाच्या दर्शनाची खूप इच्छा होती. त्यांना पायरीवर फुले वाहायची होती. चोखोबांचे कुटुंब

महाद्वाराच्या पायरी पाशी आले. सोयरा व कर्ममेळा यांच्या हातात फुले व बेलाची पाने होती. चोखोबा मधल्या पायरीवर उभे राहिले व विठ्ठलाचे रूप न्याहाळू लागले. संत चोखोबाच्या डोळ्यांत पाणी आले. कित्येक वर्षांनंतर त्यांनी साहस केले होते. इतक्यात महाद्वारातून बाहेर येणाऱ्या मंडळीतील कोणाला तरी चोखोबाचा स्पर्श झाला. तेव्हा कोणीतरी चोखोबाला म्हणाले, "माहीत नाही का तुम्हाला या पवित्र पायरीला स्पर्श करायचा नाही म्हणून, बेशरमासारखा कसा आलास तू?" चोखोबा म्हणाले, "पांडुरंगाचे दर्शन घ्यायची इच्छा होती. मी महार असलो तरी पांडुरंगाचा भक्त आहे. पायरीवर उभा राहिल्याने देवाला कसा काय विटाळ होईल?"

चोखोबा म्हणतात, "तुमच्या आणि आमच्या अंत:करणात एकाच परमेश्वराचा अंश आहे. तेव्हा तो परमेश्वराचा अंश अस्पृश्य कसा असेल?" चोखोबांनी त्यांना समजून द्यायचा प्रयत्न केला परंतु त्यांनी चोखोबांचे काहीही ऐकले नाही. चोखोबाला दर्शनही करू दिले नाही. चोखोबा म्हणाले, "मला नाही तर माझ्या कारभारणीला तर बघू द्या सावळ्या विठ्ठलाला. पाया पडतो तुमच्या, क्षमा मागतो पण हे सुख हिरावून घेऊ नका. आयुष्यभर वाट पाहिली आम्ही या दिवसाची." तेव्हा सर्वांनी चोखोबांना मारणे सुरू केले. चोखोबांच्या अंगावर एका पाठोपाठ एक घाव बसू लागले.

संत चोखोबाची यातिहीनता :

हीन याती माझी देवा । कैसी घडे तुझी सेवा ।
मज दूर दूर हो म्हणती । तुजे भेटू कवण्यारीती ॥
याती ही मज म्हणती देवा । नकळे करू तुमची सेवा ।
आम्हा नीचाचे ते काम । वचि गावे सदा नाम ॥

चोखोबाचा मुलगा कर्ममेळा म्हणू लागला- "आपली जात केव्हा संपणार बाबा? तो देव आपला नाही. तो कमरेवर हात ठेवून केवळ गमंत बघतो. तो न्यायी असता तर अन्याय घडलाच नसता." चोखोबा म्हणतात, "ज्याचा त्याचा देव हा ज्याच्या त्याच्या पायी असतो. त्यांच्या अंत:करणात देव जागा झालाच नाही त्याला ते काय करणार? माझ्या हृदयातील देव जागा आहे म्हणून माझ्या वाणीत विठ्ठला शिवाय दुसरा शब्द उच्चारला जातच नाही.

चोखोबांना आपल्या जातिहीनतेबद्दल अपरंपार दु:ख होत होते. आपल्याला सामाजिक जीवनात प्रतिष्ठा नाही, सांस्कृतिक जीवनात प्रवेश नाही म्हणून त्यांना ही यातिहीनता सतत सलत राहिली होती. चोखोबा म्हणतात, आपण तीर्थप्राशन केले तर तीर्थाला विटाळ होतो, देवाच्या पायरीवर उभे राहून दर्शन घेण्याची

आपल्याला मनाई आहे. चोखोबाला वाटते की आपण कोणतं पाप केलं आहे की आपल्याला अशी दशा भोगावी लागत आहे. हा दोष त्यांनी कुणालाही न देता आपल्या पूर्वजन्माला दिलेला आहे.

चोखोबांनी मनाची समजूत घालण्याचा खूप प्रयत्न केला. परंतु प्रत्यक्षात जेव्हा विटंबना, अवहेलना, तुच्छता, अनुभवाला येई तेव्हा त्यांच्या मनाची समजावणी व्यर्थ ठरायची आणि उद्विग्नता वर उसळून यायची. ते म्हणायचे, 'जणू काही आपण माणूस म्हणून जन्माला आलोच नाही. आपल्याला घर नाही, दार नाही, शेती असून उपयोगाची नाही. कारण शेतावर काम करायला महाराशिवाय कुणी येत नाही, म्हणून संत चोखोबांची शेती पडीत राहायची म्हणून ते बेभाव ब्राह्मणाला विकून टाकीत.

त्यांच्यावर लादली गेलेली संस्कृतीहीनता त्यांच्या मनाला अस्वस्थ करून सोडायची. ते म्हणतात, जे खरोखरच नीच वृत्तीचे चहाडखोर, स्वार्थी, लबाड आणि ढोंगी आहेत ते चौर्यकर्म आणि जारकर्म संभावितपणे करतात तेच प्रतिष्ठित म्हणून मिरवतात आणि जे लोकांच्या उपयोगी पडून देह झिजवतात, उपाशीपोटी कष्ट करून मरतात एवढे सर्व करूनही ते समाजात हीनता पावतात. चोखोबाच्या डोळ्यांतून अश्रुधारा वाहत होत्या. पांडुरंग आपल्यावर केव्हा तरी प्रसन्न होईल आणि आपले दैन्य सरेल याचा त्यांना विश्वास होता.

विठोबा दर्शनप्राप्ती :

संत चोखोबाला याची प्रचिती लवकरच आली. त्यांना विठोबाचे दर्शन झाले व त्यांनी चोखोबाला वैजयंतीमाला दिली. परंतु लोक म्हणू लागले चोखोबा विठोबाच्या गाभाऱ्यात अंधाराचा फायदा घेऊन शिरले आणि त्यांनी विठोबाच्या गळ्यातील वैजयंतीमाला चोरली असा महाभयंकर अपराध त्यांच्यावर लावला. सर्व लोकांचे माथे भडकले व कोतवालाला बोलावून त्यांना कठोर शिक्षा सुनावण्यात आली. चोखोबाला बैलाच्या पायाशी जुंपून फरफटत नेण्याची शिक्षा सुनावण्यात आली. सोयरा, कर्ममेळा व्याकूळ होऊन रडू लागले. सर्व लोक डोळ्यांनी पाहत होते. बैलाच्या पाठीवर आसूड पडत होते पण बैल जागचे हालत नव्हते. चोखोबाचे भजन चालले होते. 'पांडुरंग... पांडुरंग...' बैलाच्या पाठीवर फटके बसत; पण बैल रवंथ करीत. असंख्य लोक हा चमत्कार पाहत होते.

लोकांच्या लक्षात आले की, संत चोखोबा पांडुरंगाचा थोर भक्त आहे. विठोबाची कृपा त्याच्यावर आहे. मारणारे लोक थकले, दूर झाले, एक ब्राह्मण समोर आला व त्याच्या पायाला बांधलेल्या चोखोबाला त्याने सोडविले. चोखोबाने

त्याच्या पायांवर डोके ठेवले व पांडुरंगाचे नामस्मरण केले. हा चमत्कार सगळीकडे पसरला. त्या लोकांना वाटू लागले की, एक महार विठोबाला प्रसन्न करतो, तर आपली उपासना कोणत्या कामाची आहे. चोखोबाच्या चेहऱ्यावर वेगळ्याच प्रकारचा आनंद होता. ते आपले देहभान विसरले होते. त्यांचा देहभान पूर्ण गळाला होता. त्यामुळे देहाला होणाऱ्या यातना त्यांना समजत नव्हत्या.

चोखोबाला नामदेवाच्या दर्शनाचा आणि पांडुरंगाच्या दर्शनाचा अनुभव एकसारखाच वाटू लागला. परब्रह्मरूप झालेले नामदेव त्यांना पांडुरंगापेक्षा वेगळे वाटेनासे झाले. देव आणि भक्त एकरूप झालेले भासू लागले. कोणाला भेटावे आणि कोणाला पाहावे, पांडुरंगाचे दर्शन घ्यावे तर त्यांना नामदेव दिसू लागले. चोखोबा विठ्ठलाच्या भक्तीत विलीन झाले होते त्यांना सगळीकडे विठ्ठलच दिसत होता. त्यांना वेगळेच पांडुरंगाचे मंदिर लाभले होते. त्या मंदिरात कोणीच प्रवेश नाकारू शकत नव्हता. चोखोबांना संत हे साक्षात परमेश्वर वाटू लागले. त्यांना आता माहीत झाले होते की तीर्थयात्रा, जप-तप करून फायदा नाही. संतांच्या पायाचे पूजन केले की सर्व तीर्थ भेटतात आणि संतांना शरण गेले की सर्व सुख आपोआपच आपल्या दाराशी येतात. पंढरपूर व मंगळवेढे ही दोन स्थळे त्यांची कर्मभूमी होती. त्याकाळी मंगळवेढ्यास एक आगळेच स्वरूप होते. शहराला ऐतिहासिक महत्त्व होते. तिथे श्री चोखोबांचे देहावसान इ.स. १३३८ मध्ये झाले. त्यापूर्वी सुमारे २० वर्षे मुसलमानी राजवटीचा अंमल महाराष्ट्रात सुरू झाला होता. चोखोबांची समाधी आज पंढरीतील एक श्रद्धास्थान होऊन बसली आहे. आजही एखादा श्रद्धावान या श्रद्धावानाजवळ मोठ्या श्रद्धेने विसावला तर त्याच्या कानी भक्तिपरिपूर्णतेच्या शिखरावर बसलेल्या चोखोबांचा नाम घोष पडेल.

आम्हा आनंद झाला आम्हा आनंद झाला ।
देवाचि देखिला देहामाजी ॥
देखणें उडाले पाहणें लपालें ।
देवें नवल केले देहामाजी ॥
मागें पुढें देव रिता ठाव कोठे ।
हृदयीच भेटे देही (देवो) ।
चोखा म्हणे देव देखिला पंढरी ।
उभा भीमातिरी विटेवरी ॥

संत चोखांबांचे युगप्रवर्तक अभंग वाङ्मय :

श्रवणांचे श्रवण घ्राणांचे जे घ्राण
रसने गोडपण विठ्ठल माझा ।।
वाचा जणें उठी डोळा जेणे भेटी ।
इंद्रियांची राहाटी विठ्ठल माझा ।।

चोखोबांनी पुष्कळ अभंग लिहिले असे म्हणण्याऐवजी पुष्कळ अभंग त्यांच्या मुखगंगेतून स्त्रवले असेच म्हणावे लागेल. साधुसंत वाङ्मय लिहिण्यासाठी आजच्या आधुनिक कवी वा लेखकाप्रमाणे बसत नसत. सहजगत्या त्यांच्या मुखगंगेतून अभंग किंवा ओव्यांच्या रूपाने वाङ्मयगंगा लोककल्याणासाठी वाहत असे. 'सहज बोलणे हित उपदेश' असे महात्म्यांचे वागणे असते. चोखोबांचे सुमारे ३५० अभंग निरनिराळ्या संत गाथ्यात विखुरलेले आहेत व त्यांच्या कुटुंबियांच्या सुमारे १५० अभंगावर हात ठेवता येतो. शिवाय चोखोबांनी 'विवेकदीप' नावाचा एक ग्रंथही लिहिला होता असे म्हणतात. संशोधकाने एकाग्र चित्ताने जर चोखोबांच्या अभंगांचा अभ्यास व चिंतन केले तर त्याला असे आढळून येईल की, चोखोबाचे हे सर्व प्रचलित अभंग वाङ्मय खंडित झालेले आहे. मधूनच विचार येतो की, या थोर विठ्ठलभक्ताने एवढीच अभंगसंपत्ती आमच्यासाठी ठेवली का? त्यांच्या दीर्घायुष्यात हजारो अभंग त्यांच्या मुखातून निघाले असतील. चोखोबांच्या अभंग वाङ्मयाचे साधारणपणे फक्त दोनच गट पडतात. पहिल्या गटात साधे अभंग येतात व दुसऱ्या गटात जोहार येतात.

संत चोखोबा आपले अभंग स्वत: लिहून ठेवत किंवा त्यांना लिहिता वाचता येत होते याचा काही पुरावा नाही. परंतु त्यांच्या अभंगांचे लिखाण त्या काळचा एक विद्वान करीत असल्याचा पुरावा आहे. त्याचे नाव अनंत भट ब्राह्मण. या अनंत भटाचे अक्षर दिसावयास मोत्यांच्या दाण्यासारखे अतिशय सुंदर होते असे म्हणतात. कोणाचे कवित्व कोणी लिहावे, याविषयी ज्ञानदेव व नामदेवराय तसेच त्याकाळची इतर संत मंडळी यामध्ये काही नियम ठरविले गेले होते असे सांगतात.

चोखोबांचे करुणापर अभंग वाचत असताना त्यांनी देवाविषयी व्यक्त केलेला कळवळा पाहून अंत:करण गहिवरून येते.

जनक तु माझा जननी जगाची ।
करुणा आमुची कां हो नये ।।
गहिवरूनी चोखा उभा महाद्वारी ।
विनवी जोडूनी करी विठोबासी ।।

कवणाची आस पाहू कोणीकडे ।
जीविचे साकडे वारी देवा ।।
नेत्री अश्रूधारा उभा भीमातीरी ।
लक्ष चरणावरी ठेवोनिया ।।
चोखा म्हणे माझा जिविचा विसावा ।
पुकारितो धांवा म्हणोनिया
मज दूर दूर हो म्हणती
तुज भेटूं कवण्यारीती ।।

चोखोबांना संतांबद्दल अतिशय आदर असून तो जागोजागी आपल्या अभंगांतून व्यक्त केला आहे. एवढेच नाही तर ते संतांना सगे सोयरे म्हणतात.

संत चोखोबांचे कार्य :

१) कष्टाचे कार्य :

चोखोबाला वाटायचं की आपण महार आहोत, सर्व हीन दर्जाची कामे करावयाची, गावातली घाण काढायची, लाकडे फोडायची, मेलेलं ढोर ओढत न्यायचं. पाटलाच्या, कुलकर्ण्यांच्या घरी राबराबायचं, दिवसभर कष्ट करायचे व कष्टाकष्टाने एक दिवस मरून जायचे. जणू माणूस म्हणून जन्माला आलोच नाही.

२) समतेच्या विचाराला आणि आचाराला चालना :

तेराव्या शतकातील संत-साहित्य हे वर वर पाहता अध्यात्म आणि भक्तीला वाहिलेले दिसत असले तरी, अंतर्यामी ते साहित्य लोकसमूहाची सुख-दु:ख बोलकी करणारे भावोत्कट साहित्य आहे. माणुसकीला साद घालण्याची एक अभंगशक्ती त्या साहित्यात आहे. माणुसकीच्या अधिकारापासून वंचित झालेल्या या आर्त भक्तांनी आपलं गाऱ्हाणं परमेश्वराच्या दरबारात व्याकूळ शब्दांतून गायले आहे. विकासाची दारे बंद झालेली, दैन्य आणि अज्ञान यांचा विळखा पडलेला, देवाच्या दारी सुद्धा न्याय मिळत नाही, ही खंत मनात भरलेली, अशा अवस्थेत पिचत पडलेल्या वेदनेचे गीत ईश्वरभक्तीच्या माध्यमातून त्यांनी सादर केले. साहित्याच्या दृष्टीने ते समर्थ ठरलेच; पण समतेच्या विचाराला आणि आचाराला या साहित्यामधून चालना मिळत गेली.

३) अभंगाची श्रेष्ठता :

संत ज्ञानेश्वर व संत नामदेव महाराज यांच्यापेक्षा चोखामेळा, बंका, सोयराबाई, सावता महाराज, गोरा कुंभार, नरहरी सोनार, संत जनाबाई, कान्होपात्रा इत्यादी संत समाजाच्या तळागाळातून आलेले, मात्र चोखामेळ्याची वेदना दुधारी

शस्त्राने झालेल्या जखमेसारखी खोल आणि गुंतागुंतीची आहे. त्यांनी ती निर्भीडपणे आणि मोकळ्या मनाने आपल्या अभंगांतून मांडलेली आहे. समाजमनाचे, समाजव्यवस्थेचे, त्यांना समाजात मिळणाऱ्या वागणुकीचे समग्र आणि हुबेहूब चित्रण त्यात आढळते ही त्यांच्या अभंगांची श्रेष्ठता आहे. काव्य करताना मिळणारा आनंद आणि त्यातून निर्माण झालेले अभंग श्रेष्ठ स्वरूपाचे आहेत.

४) कर्मठ आचारापेक्षा दैनंदिन निर्मळ आचारांना महत्त्व :

दैनंदिन दारिद्र्यातून, व्यापातून सुटका मिळावी म्हणून तेराव्या शतकातील बहुजनांनी रुढीनिष्ठ गतानुगतिक मार्ग स्वसामर्थ्यावरील विश्वास गमावल्यामुळे स्वीकारला होता. लाचारीने शुद्र देवदेवतांच्या उग्र उपासनेत तो समाज गुरफटला होता. मंत्र-तंत्र, जादू-टोणा, नवस-सायास, उतारे, शरीरपीडक हिंसक आचार, पशुहत्या अशा माणसाला अधिक क्रूर, संवेदनाशून्य करणाऱ्या आचरणांचा बुजबुजाट श्रमिक जाती-जमातीत वाढला होता. दुसरीकडे उच्चवर्णीय पुरोहितशाहीची अर्थशून्य पोथीनिष्ठा आणि कर्मकांडाचा कर्मठपणा पराकोटीला पोहोचला होता. या सर्व वातावरणाच्या विरोधात संत चोखोबा ठामपणे उभे राहिले. कर्मठ आचारापेक्षा विचारांना आणि विचारांपेक्षा दैनंदिन निर्मळ आचारांना सर्वच संप्रदायांनी व संतांनी महत्त्वाचे स्थान दिले तसेच चोखोबांनीही दिले. केवळ महत्त्व दिले नाही तर तसे आचरण नेहमीसाठी ठेवले हे विशेष.

५) कृत्रिम समाजरूढीवर कठोर भाष्य :

अत्यंत प्रतिकूल परिस्थितीत धर्मशास्त्राप्रामाण्य झुगारून देऊन शूद्र-अतिशूद्र जाती जमातींतून अनेक संत पुढे आले, हीच एक प्रकारची सामाजिक परिवर्तनाची सनसनाटी सुरुवात होती. या सर्व संतांपैकी चोखोबा हे अस्पृश्य मानल्या गेलेल्या जातींपैकी एक संत. त्यांना मंदिरात जाऊन विठ्ठलाचे दर्शन घेण्याचा अधिकार नव्हता इतकेच काय, परंतु, समाजात वावरतानाही त्यांना अनेक बांधवांना आणि जाचक रुढीरिवाजांना नमून वागावे लागत असे. माणसाच्या जन्माला येऊनही माणसाचे सर्वसामान्य हक्क त्यांना नाकारण्यात येत होते. जाणिवांचे भान असलेल्या संवेदनशील मनाच्या विनयशील चोखोबाला किती वेदना सहन कराव्या लागल्या असतील? त्या वेदनाच त्यांनी आपल्या अभंगांतून मांडल्या आहेत. त्यांच्या वेदना वैयक्तिक स्वरूपाच्या न वाटता त्या प्रातिनिधिक स्वरूपाच्या वाटतात. अत्यंत प्रतिकूल परिस्थितीतही संतांच्या आध्यात्मिक चळवळीची धुरा खांद्यावर घेतलेला चोखामेळा, विटाळाच्या भ्रामक आणि कृत्रिम समाजरुढीवर कठोर भाष्य करताना म्हणतात,

नीचाचे संगती देवो विटाळला । प्राणीये प्रक्षाळोनि सोवळा केला ।।
मुळिच सोवळा कोठतो गोवळा । पाहतां पाहणे डोळा जयापरी ।।
सोवळ्याचे ठाई सोवळा आहे । वोंवळ्या ठाई वोंवळा का न राहे ।।
चोखा म्हणे देव दोहींच्या वेगळा । तोचि म्यां देखिला दृष्टीभरी ।।

नीच जातीच्या मनुष्याच्या स्पर्शाने तुमचा देव भ्रष्ट होतो असे तुम्ही समजता आणि त्याला पाण्याने धुवून सोवळा करता. हा तुमचा भ्रम आहे. अरे, जो मुळातच सोवळा आहे, परम पवित्र आहे, तो अपवित्र होईलच कसा? जशी त्याच्याकडे पाहण्याची दृष्टी असेल, तसाच तो त्याला दिसणार असे चोखोबा स्पष्ट करतात.

रुढीग्रस्त समाजाच्या डोळ्यांत आपल्या तर्कनिष्ठ विचारांचे अंजन घालून त्याची दृष्टी भ्रमरहित करणाऱ्या चोखामेळ्याचे धारिष्ट्य वाखाणण्यासारखे आहे. अस्पृश्यता, विटाळ मानणाऱ्या कृत्रिम प्रथेविरुद्ध ते म्हणतात,

पंचही भूतांचा एकची विटाळ । अवघाची मेळ जगी नांदे ।।
तेथे तो सोवळा वोवळा तो कोण । विटाळाचें कारण देहमूळ ।।
आदि अंती अवघा विटाळ संचला । सोवळा तो झाला कोण न कळे ।।
चोखा म्हणे मज नवल वाटतें । विटाळा परतें आहे कोण ।।

आदि अंती सर्वत्र विटाळच विटाळ साचला आहे. अशा वेळी कोण सोवळा कोण ओवळा हे पारखणे अवघड आहे. विटाळाचे कारण देहमूळ आहे. देहधारण करणारा प्रत्येक मनुष्य ओवळा आहे. मग त्यामध्ये फरक करणे भ्रम आहे. अस्पृश्यतेच्या अत्यंत भ्रामक आणि कृत्रिम प्रथेवर इतक्या तर्कनिष्ठ आणि शास्त्रीय दृष्टिकोनातून भाष्य करणारा संत फक्त चोखामेळाच आहे. त्याच्या या निर्भीड दृष्टिकोनामुळेच सनातनी प्रवृत्तीच्या लोकांचा त्यांच्यावर रोष होता. नीच जातीत जन्मलेल्या माणसाने धर्मशास्त्रातील वचनांवर अशाप्रकारे तर्कनिष्ठ आणि निर्भीड चर्चा करणे म्हणजे त्या काळात धर्माची अवज्ञा समजली जात असे. पण त्यांच्या छळाला न जुमानता चोखोबांनी आपली विठ्ठलभक्ती वरील निष्ठा तसूभरही ढळू दिली नाही. यात ह्यांची पत्नी सोयराबाई यांनी धैर्याने साथ दिली. यातूनच आजही जनता संदेश घेऊ शकते की इतका अनन्वित छळ होत असतानाही आपले म्हणणे लोकांसमोर इतक्या निर्भीडपणे मांडणे हे केवढे मोठे धैर्य आणि शौर्य मानावे लागेल आज आणि भविष्यातही हा विचार, संदेश घेण्यासारखा आहे, महत्त्वाचा आहे.

६) सामाजिक न्यायाची मागणी :

जातीयवाद्याच्या आणि स्पृश्यास्पृश्यतेच्या कारणावरून पंढरपूरच्या ब्राह्मणांनी चोखोबाचा खूप छळ केला. परंतु, समस्त मनुष्यमात्रांच्या सुख, शांती आणि विश्रांतीची मनोकामना पुरी करण्यासाठी चोखोबा विठ्ठलांकडे प्रार्थना करताना दिसतात. त्या काळातील समाजात जाणवलेली सामाजिक आणि आर्थिक विषमता पाहून, चोखोबाचे मन विषण्ण होतेआणि विठ्ठलाकडे सामाजिक न्यायाची मागणी करून ते म्हणतात,

काहो केशिराजा दुजे पै धरिती । हेतो आश्चर्यता वाटे मज ॥
एकासी आसन एकासी वसन । एक तेचि नग्न फिरताती ॥
एकासी कदान्न एकासी मिष्टान्न । एका न मिळे कोरान्न मागताची
एकासी वैभव राज्याची पदवी । एक गांवोगावी भीक मागे ॥
हाचि न्याय तुमचे दिसतो कीं घरीं । चोखा म्हणेहरी कर्म माझे ॥

आध्यात्मिक समतेच्या रिंगणात गुरफटलेल्या संतांपेक्षा संत चोखामेळा येथे थोडा रिंगणाबाहेर येऊन सामाजिक आणि आर्थिक न्यायाची मागणी करताना दिसतात.

दुसऱ्या एका अभंगात चोखोबा सामाजिक न्यायाची भूमिका घेऊन विठोबाशी निर्वाणाची भाषा वापरून त्यास खडसावून पुसताना दिसतात.

साच जें होते ते दिसोनियां आलें । आतां मी न बोले तुम्हां काही ॥
तुमचे उचित तुम्हींच करावें । आम्हीं सुखें पाहावे होय तैसें ॥
कशासाठी तुम्हां शरण रिघावे । आमुचे वारावे सुखःदुख ॥
आमुचा तो तेथे खुंटलासे लाग । न दिसे मारग मोकळाची ॥
कैसी करूं सेवा आणिक भक्ती । न कळे विरक्ती मज कांही ॥
आणिक तो दुजा नाही अधिकार । कैसा हा विचार करूं आतीग ॥
चोखा म्हणे बहु होती आठवण । कठिण कठिण पुढे दिसे॥

जेथे येथील रुढी-परंपरेने आम्हा हीन जातीयांना नजर वर करून बोलण्याचीही मुभा नाही, तेथे आम्ही आमच्या हक्काची - अधिकाराची वार्ता कुणाची करणार? ह्यापुढील काळ आमच्या दृष्टीने अधिकच कठिणापेक्षा कठिण होत जाणार आहे, असे चोखोबा विषण्ण मनाने बोलून दाखवितात.

याचाच अर्थ समाजामध्ये सामाजिक न्याय, समता प्रस्थापित व्हावयास पाहिजे असे त्यांचे म्हणणे आहे व ते रास्त आहे.

७) माणसाच्या सुखदुःखाचे मर्म :

माणूस कितीही हीन असला, दरिद्री असला, अडाणी असला तरी तो माणूस

आहे. त्याच्या अंतरात परमात्मा, आत्मतत्त्व वास करीत आहे. त्याला हीन लेखू नका. असं केलं तर परमात्म्याचा अपमान होईल. माणूस कुरूप असेल, अशक्त असेल, दरिद्री असेल पण त्याचा भाव तसा नसतो. शुद्ध अंत:करणात शुद्ध भावच असतात. बाह्य अंगाला महत्त्व देऊ नका.

अशाप्रकारे किती साध्या, सोप्या शब्दांत संत चोखोबांनी माणसाच्या सुखदुःखाचे वर्म सांगितले आणि म्हणूनच समाजात त्यांना थोरपण मिळाले.

हाती घेवोनि खराटा । झाडीत प्रदक्षिणेच्या वाटा ॥

असे त्यांचे ग्रामसफाईचे कार्य.

संत चोखोबा समाजात सतत कार्य करीत राहिले. सेवा करणे हे आपले कार्य आहे असा समजायचे ते आणि म्हणूनच श्रेष्ठ जातीतील लोकांचे ते काम करायचे कारण समाजातील जनतेचे ते सुखदुःख जाणून होते.

८) माणसात देवत्व प्रकट होऊ शकते हा विश्वास :-

संत चोखोबांना पूर्ण विश्वास आहे की, चांगला भाव,विचार व कार्य असेल तर माणसात देवत्व प्रकट होऊ शकते. उत्तम संस्कार केले तर कोणत्याही जातीच्या माणसात देवत्व प्रकट होते. याचे उत्तम उदाहरण म्हणजे चोखोबा व त्यांचे पूर्ण कुटुंब. त्या पूर्ण कुटुंबांनी लोकांमध्ये ईश्वर शोधून त्यांची सेवा केली. चोखोबा स्वत:, चोखोबांची पत्नी सोयरा, मुलगा कर्ममेळा, बहीण निर्मला व जावई बांका हे सर्व विठ्ठलाचे भक्त त्यांनी उपचार भक्ती केली. अभंग रचले. उपेक्षित समाजातून सुद्धा त्यांचे उत्थान झाले आणि म्हणून माणसाचं मोठेपण धन, संपत्ती, जात, प्रतिष्ठा यावर अवलंबून नाही तर ते संस्कारावर तसेच आपण करीत असलेल्या कार्यावर अवलंबून आहे.

९) दैववाद, निष्क्रियता आणि विषमता याला विरोध :

प्रस्थापित धर्मविचारास विरोध करून संतांनी नव्या धर्माची मांडणी केली. दया, क्षमा, शांती यांना संत चोखोबांनी धर्म विचारात प्राधान्य दिले. बहुजन समाजावर अन्याय, अत्याचार करणाऱ्या प्रस्थापित धर्मविचारास बाजूला सारून समानता प्रतिपादणाऱ्या मानवधर्माचा पुरस्कार केला व त्यातून भक्तीचे महत्त्व समजून दिले. त्याचबरोबर हिंदूधर्माच्या आधारभूत तत्त्वांना धक्का न लावता संत चोखोबांनी दैववाद, निष्क्रियता आणि विषमता या दुष्परिणामांना बाजूस सारणारी ज्ञानकर्मभक्तीची शिकवण स्वत:च्या आचरणातून दिली. लोकांनी एवढा त्रास दिला परंतु त्यांनी त्याला दाद दिली नाही. त्याबरोबरच चित्तशुद्धी, अहिंसा, स्वधर्मपालन, भूतदया आणि नैतिकता या प्रमुख धर्माचरणाच्या सूत्रांचा पुरस्कार

केला. ज्या सूत्राची गरज आजही दिसून येते.

१०) लौकिक जीवन, पारमार्थिक जीवन आणि भावजीवन या तिहींचा मेळ काव्यातून जाणवतो :

संत चोखोबांच्या कार्याचे मूल्यमापन करताना त्यांचे लौकिक जीवन दृष्टिआड करता येत नाही. अलौकिका नोहावे । लोकाप्रती ।। ही ज्ञानदेवाची उक्ती हाच अर्थ सांगून जाते. संतांमध्ये आणि सामान्य माणसामध्ये एका पातळीचा फरक दिसून येतो आणि तो म्हणजे त्यांना लाभलेले पारमार्थिक जीवन. सामान्य माणूस लौकिक जीवनात गुरफटून जातो. संत चोखोबांचे जीवन मागे पाहिले तसे असले तरी त्यांच्या जीवनाला पारमार्थिक मूल्य लाभलेले होते. तसेच त्यांच्या काव्यात पूर्ण जीवनाचा, त्यांना मिळणाऱ्या वागणुकीचा भाव दिसून येतो जो दुसऱ्याच्या हृदयाचा ठाव घेण्यासारखा आहे, त्यांचे काव्य त्यामुळेच बोलके झालेले दिसते. अशाप्रकारे त्यांच्या काव्यात लौकिक जीवन, पारमार्थिक जीवन व भावजीवन या तिन्हींचा मेळ दिसून येतो.

आजच्या व भविष्याच्या युगाच्या संदर्भात संत चोखोबांचे युगप्रवर्तक विचार :

संत चोखोबा सांगत होते की, केवळ मनोभावे परमेश्वराची पूजा केली तर देव प्राप्त होतो. त्यांनी आपल्या अभंगांतून बाह्य आचारापेक्षा आंतरिक देवाची भक्ती आणि भाव हाच श्रेष्ठ असल्याचे लोकांना पटवून दिले. आपल्या तत्त्वप्रणालित जरी अध्यात्मनिष्ठेला अग्रस्थान दिले असले तरी तत्कालीन परिभाषा न सोडता आपल्या अध्यात्म विचारात त्यांनी मानवतावादाचा आशय ओतलेला आहे. अर्थातच हा मानवतावाद धार्मिक स्वरूपाचा आहे. बुद्धीच्या स्थैर्यासाठी त्यांनी भक्तीमार्गाचा अवलंब करण्यास सांगितले तर अंत:करणाच्या शुद्धतेसाठी नीतिमूल्यांचा आग्रह धरला. त्यांनी भक्ती ही जीवननिष्ठा मानली.

जीवनाचा सखोल अनुभव देणारे साहित्य श्रेष्ठतम तर असतेच पण ते माणसाची मने घडविते, मोठी करते आणि मानवी मूल्यांनी भारून टाकते. असेच चोखोबांच्या काव्यातून घडले. त्यांच्या काव्यातून त्यांच्या आत्मशक्तीचा आविष्कार झालेला असून संतत्व व कवित्व यांचे मीलन झाले आहे.

संतसाहित्याने महाराष्ट्राचा सांस्कृतिक वारसा चालविलेला आहे. त्यात चोखोबाचे स्थान महत्त्वाचे आहे. कारण, त्यांचे विचार, कल्पना, भावविश्व, काव्य हे सर्व जीवनानुगामी आहे. जीवनाचा सखोल अनुभव देणारे साहित्य निर्माण केले आहे. विशेष म्हणजे ते अनुभूतीतून निर्माण झालेले आहे. त्यांचा मूळ हेतू

कवीचा नसला तरी भावपूर्ण उपदेश लोकांपर्यंत पोहोचविण्यासाठी, मनातील दु:ख, विषण्णता, आर्तता ही जनतेपर्यंत पोहोचविण्यासाठी अभंगांचा, काव्याचा उपयोग केला.

धुंडा महाराज देगुलकर असे म्हणतात की, "संत चोखोबा हे केवळ कवी नव्हते तर परमार्थाच्या वाटेवरचे दीपस्तंभ होते. लोकांच्या आशा-आकांक्षाशी समरस झालेले, सर्वसामान्य जनतेच्या सुखदु:खाची सहानुभूतीपूर्वक चिंता वाहणारे असे संत होते."

याचाच अर्थ संत चोखोबासारखी जीवननिष्ठेची आज गरज आहे. आजच्या युगात व्यक्ती किती तामसी, रागीट बनलेली आहे. संत चोखोबाचा शालीनतेचा गुण अशा लोकांसाठी किती महत्त्वाचा आहे. मारणारे लोक थकायचे परंतु चोखोबाची पांडुरंगाची निष्ठा, आर्तता व स्मरण संपत नव्हते आणि याच गोष्टींनी चोखोबांना तारले.

स्वत:ला समाजाकडून होणारे दु:ख हे आपल्याच पूर्वसंचिताचे फळ आहे, असे ते मानायचे. ते म्हणत,

चोखा म्हणे विटाळ ।
आम्हा पूर्वीचे हे फळ ।।
सुख अथवा दु:ख संचिताचा ठेवा ।
संकल्पाचा ठेवा जैसा तैसा ।।

आज लोक आपला दोष दाखवत नाहीत. दुसऱ्याकडे बोट दाखवून कृती करतात. याबाबतीत चोखोबाचा आदर्श आज, भविष्यासाठी महत्त्वाचा ठरतो.

संत नामदेव कीर्तनामध्ये निरूपण झालं की अभंग म्हणायचे-

सुखालागी करिसी तळमळ ।
तरी तूं पंढरीसी जाय एक वेळ ।।
मग तू अवघाचि सुखरूप होसी ।
जन्मोजन्मीचे दु:ख विसरसी ।।

आणि यातील सर्व ओळी संत चोखोबाच्या जीवनाला लागू पडतात, स्वत: चोखोबासुद्धा याच अटीवर जगायचे. मलासुद्धा एकदा पांडुरंग भेटेल आणि त्यांना भेटलेसुद्धा.

एवढी मनाची समाधानी वृत्ती आणि दु:ख पचवून पांडुरंग भेटण्याची आस आणि त्यासाठी चाललेले नामस्मरण हे आजच्या युगातही महत्त्वाचे आहे. एवढी समाधानी वृत्ती जरूर ठेवावयास पाहिजे.

चोखोबांचा संदेश :

चोखोबा एक थोर साक्षात्कारी पुरुष होते. त्यांच्या वाणीला परतत्त्वाचा स्पर्श झालेला होता. त्यामुळे त्या वाणीतून उत्स्फूर्तपणे उपदेश बाहेर पडू लागत असे. लोकांना ते अंत:करणाच्या तळमळीतून उपदेश करू लागले, ज्यांची आजही गरज वाटते.

"आपण जे जीवन जगतो, त्या जीवनाचा अर्थ 'जसा उघडा आला तसा उघडा गेला', एवढाच होतो. अशा या जीवनाचा भरवसा धरून कसं चालेल? या धरतीवर एकटंच यावं लागतं, एकटंच जावं लागतं. अवघे सुखाचे सांगाती असतात. अंतकाळी सर्वजण पाठमोरे होतात. या जीवनाचा भरवसा न धरता एक रामनाम गात जा. जीवनाचे सार्थक होईल."

"ज्याच्या पोटी दया नाही, क्षमा नाही, शांती नाही त्या माणसाच्या जन्माचा धिक्कार असो. त्याचा जन्म व्यर्थ, त्याचे शास्त्रोक्त आचार-विचार व्यर्थ, त्यांचा संसार व्यर्थ, त्याचे ब्रह्मज्ञान व्यर्थ. या साऱ्या वावग्या गोष्टी समजाव्यात. परतत्त्वाच्या प्राप्तीसाठी संसाराचा, क्रिया-कर्माचा त्याग करण्याची गरज नाही. दु:खांना भिऊन संसाराचा त्याग करून वनात गेलात तर ती दु:खच बरोबर येतात. ज्याच्या भयानं संसाराचा त्याग केला, तो संसारच बलवत्तर होऊन पाठीमागे लागेल. त्याला भिऊन तुम्ही कपट कराल, तेच तुमच्या मागं हात धुऊन लागेल आणि म्हणून तुम्हाला हात जोडून विनवतो, भयाला भिऊन परदेशात जाऊ नका. एका विठ्ठलाला मनी मानसी स्मरून त्याचं नामस्मरण करा, तुमचे सारे भवताप दूर होतील.

तुमचा स्वार्थ हा परमार्थ व्हावा. स्वार्थ हाच परमार्थ आणि परमार्थ हाच स्वार्थ. आपण आपल्यातच अनुभवायचा असतो, सुखाचे आणि दु:खाचे ओझे वाहत राहू नका. त्या पलीकडचे शाश्वत सुख संपादन करा. मी आणि माझे हा संकुचित स्वार्थ दूर सारा आणि जीवनात सुखदु:खापलीकडचा योग अनुभवा.

प्रपंचात राहूनही प्रपंचात नसणे, कर्म करूनही कर्मात अडकून न राहणे, संतांची संगती आणि नामस्मरण तुम्हाला तारून नेईल. या आचरणानं सुख तुमच्या दाराशी येईल. नाहीतर जीवनात सदानूकदा फजितीच होत राहील. सुखासुखी विठ्ठलाचा जप केलात तर तुमचा जन्म सुफळ होईल."

तात्पर्याने म्हणावे लागते की, चोखोबाचे जीवन, कार्य, संदेश हे अतिशय अलौकिक असेच होते व ईश्वरी प्रेरणेनेच चोखोबा अवतीर्ण झाले व संतसंगतीत आपले कार्य करून ठायीच्या ठायी ते विराम पावले.

मोक्षरेखे आला भाग्ये विनटला
साधूंचा अंकिला हरिभक्त ॥

श्री संत एकनाथ

(इ.स. १५३३ ते इ.स. १५९९)

महाराष्ट्रातल्या सर्व जातीतल्या, सर्व पंथांतल्या, सर्व धर्मातल्या, सर्व स्तरातल्या लोकांपर्यंत भक्तीचा प्रकाश पसरविणारे, लोकांच्या मनावर भक्तीचे संस्कार रुजविणारे उच्च दर्जाचे, परमार्थबोध करणारे मराठी ग्रंथ लिहिणारे, ज्ञानेश्वरीचे शुद्ध रूप तयार करणारे, वैवाहिक जीवनाचा आदर्श म्हणजे संत एकनाथ महाराज होय.

संत एकनाथांचा जन्म व बालपण :

विद्वान, भक्तिमान व धर्मनिष्ठ म्हणून प्रसिद्ध असलेले श्री संत एकनाथ विठ्ठल भक्तीचे आद्य प्रवर्तक होते.

श्री संत एकनाथांचा जन्म इ.स. १५३३ मध्ये पैठण या विद्वतनगरीत सूर्यनारायण व रुक्मिणी या दाम्पत्याच्या पोटी झाला. नाथ हे मूळ नक्षत्रावर जन्मले व त्यांचा जन्म होताच लौकरच आई-वडील निधन पावले. आईवडिलांच्या मृत्यूनंतर त्यांच्या पालनपोषणाची जबाबदारी त्यांच्या आजोबा-आजीवर येऊन पडली व त्यांनी या पोरक्या पोराचे प्रेमाने संगोपन केले. नाथांचे घराणे हे विद्वान, संपन्न व पवित्र म्हणून प्रसिद्ध होते.

संत एकनाथांच्या कुटुंबात पिढ्यान् पिढ्या सूर्योपासना सुरू होती. एकवीरादेवी ही त्यांची कुलदेवता! भक्तीचे संस्कार त्यांच्या मनावर बालपणापासून रुजले होते. संध्या, पूजा-पाठ, नामस्मरण हा त्यांचा आवडता छंद होता. त्यांची तीव्र स्मरणशक्ती, अपार पाठांतर, धर्मग्रंथांचा सूक्ष्म अभ्यास ही त्यांच्या स्वभावाची वैशिष्ट्ये होती.

नाथांच्या ठिकाणी बालपणापासून परमार्थ व ईश्वर दर्शनाची ओढ होती. ती दिवसेंदिवस वाढू लागली. गुरुकृपेशिवाय परमार्थ संपादन करणे अशक्य आहे, ही त्यांची समजूत! म्हणून ते अगदी बालवयातच (१० व्या वर्षी) गुरु शोधार्थ घराबाहेर पडले.

तत्कालीन श्रेष्ठ संत जनार्दन स्वामी यांच्या दर्शनासाठी हा छोटासा बटू देवगिरीला आला. श्री जनार्दन स्वामी देवगिरीचे किल्लेदार म्हणून यवनाच्या चाकरीत होते. स्वामी दत्तोपासक असून साक्षात्कारी पुरुष व अधिकारसंपन्न योगी होते. त्यांनी या बालकाचा अधिकार ओळखून व भावी काळात त्याच्याकडून होणारी कामगिरी लक्षात घेऊन एकनाथावर कृपा केली; अनुग्रह दिला. श्री दत्ताचे साक्षात दर्शन मलंग वेषात घडवून दिले. नाथांनीही आपल्या गुरूंची दास्यभावाने सेवा करून गुरूचे हृदय जिंकले. स्वामींनी नाथाकडून ज्ञानेश्वरी, अमृतानुभव, भागवत इत्यादी प्रसिद्ध ग्रंथांचा अभ्यास करवून घेतला.

संत एकनाथांचा परमार्थरूप प्रपंच :

संत एकनाथांना त्यांच्या गुरूने पूर्ण तयार केल्यानंतर (सिद्धावस्था) तीर्थयात्रा करण्याची आज्ञा केली. त्यांचे कोवळे वय लक्षात घेऊन स्वत: जनार्दन स्वामी नाथासोबत नाशिक-त्र्यंबकेश्वरपर्यंत गेले. एकनाथ महाराज तीर्थयात्रा करीत असताना स्थानिक लोकजीवनाचा अभ्यास करीत व प्रसिद्ध साधुसंतांच्या भेटी घेत-घेत ते हिमालयापर्यंत पोहोचले. हिमालयातील क्षेत्रे पाहून पुन: गुरूच्या भेटीस देवगिरीला आले. त्यानंतर त्यांनी दक्षिणेची तीर्थयात्रा केली. नंतर ते गुरूच्या आज्ञेनुसार पैठणला आले व त्यांनी गुरूच्या आदेशानुसार विवाह केला. त्यांनी आपल्या आयुष्याची एकूण १२ वर्षे तीर्थयात्रेत घालविली.

आता नाथांनी विवाह करून प्रपंच सुरू केला. नाथांना चार अपत्ये झाली. मुलगा एकच हरिपंडित. तीन कन्या, मोठी कन्या गोदावरी. नाथ तिला कौतुकाने 'लीला' म्हणत असत. दुसरी कन्या गंगा. गोदावरीचा विवाह पैठणमधील विद्वान व दशग्रंथी ब्राह्मणाशी झाला. पण हा मुलगा व्यसनाधीन होता. पुढे नाथांच्या प्रयत्नाने सुधारला. पश्चात्ताप झाला व त्याने संन्यास घेतला. नाथांचा एक नातू मुक्तेश्वर हा बालपणी मुका होता. सर्वांना त्याची चिंता पडली. पण नाथांच्या कृपेने त्याला वाचा आली. हाच मुका पुत्र मुक्तेश्वर नावाने एक विद्वान, रसिक कवी व आख्यानकार म्हणून प्रसिद्धीस आला. त्याने प्राकृत भाषेत महाभारत व रामायणावर आख्याने लिहिली. त्यातील काही पर्वे फार प्रसिद्ध आहेत.

दत्त साक्षात्कार :

स्वत: नाथ हे दत्तपंथी. दत्ताचा साक्षात्कार अनुभवलेले. त्यांचे गुरूही दत्त संप्रदायीच! शिवाय, नाथांच्या घराण्यात त्यांची कुलदेवता एकवीरा आणि सूर्योपासना चालत होती व एकनाथांची तत्त्वप्रणाली ही अद्वैतनिष्ठ होती. संसारामध्ये जे दु:ख भोगावे लागते त्याचे मूळ कारण म्हणजे द्वैत बुद्धीत व भेदभावनेत आहे. या सृष्टीमध्ये विश्वाच्या मुळाशी असलेले शाश्वत तत्त्व एकच आहे ते म्हणजे अद्वितीय प्रत्यक्षामध्ये असंख्य जीव आणि विविधतेने नटलेले जग यांचे अस्तित्व आपल्याला प्रत्येक क्षणाला जाणवत असते, असे एकनाथ महाराज म्हणायचे.

आपले ऐहिक जीवन संपविण्याचा दैवी संकेत नाथांना मिळाला होता. ईश्वराने त्यांच्याकडे सोपविलेले जीवनकार्यही पार पडले होते. पैठणच्या शास्त्री-पंडितांचा अभिमान पूर्णपणे गळून गेला होता. असंख्य लोक नाथांचे भक्त बनले.

इ.स. १५९९ मध्ये फाल्गुन वद्य षष्ठीला एकनाथांनी गुरुपूजन व अन्तसमर्पण केले. तिसरे प्रहरी गोदेच्या पात्रात शेवटचे कीर्तन केले. आरती व प्रसाद झाला. नाथ नामसंकीर्तन करीत करीत गोदेच्या पात्रात शिरले. स्नान उरकून पाटावर बसले व समाधी लावून प्राण ब्रह्मरंध्रात नेऊन आपला देह विसर्जन केला.

संत एकनाथांचा युगप्रवर्तक वाङ्मय सागर :

संत एकनाथांचा प्रचंड वाङ्मयसागर आहे आणि आश्चर्य असे की, तो आजपर्यंत टिकून आहे. नव्हे हजारो भाविक त्याचे श्रद्धेने पठण करीत आहेत.

संत एकनाथांनी प्रचंड प्रमाणावर वाङ्मय निर्मिती केली. त्यात जसे भाष्यग्रंथ आहेत तसेच सामान्य जनतेला भक्तिमार्गाची शिकवण देण्यासाठी रचलेली पदे, अभंग, गवळणी, भारूडे इत्यादी लोकवाङ्मयाचे विविध प्रकारही आहेत.

नाथांची वाङ्मय रचना पुढीलप्रमाणे-

१) चतु:श्लोकी भागवत, २) एकनाथी भागवत, ३) रुक्मिणी स्वयंवर, ४) भावार्थ रामायण ह्यांचा समावेश होतो. हे ग्रंथ विस्ताराने बरेच मोठे आहेत.

स्फुट प्रकरणे -

वरील मोठ्या ग्रंथाशिवाय पुढील स्फुट प्रकरणेही त्यांनी लिहिली आहेत-
१) हस्तामालक, २) शुकाष्टक, ३) आनंदलहरी, ४) गीतासार, ५) स्वात्मसुख, ६) चिरंजीवपद.

इतर -

याशिवाय त्यांनी अनेक पदे, अभंग, विरहिणी, गौळणी, भारूडे इत्यादी स्फुटरचना केली आहे.

१) चतुःश्लोकी भागवत :

संत एकनाथांचे चतु:श्लोकी भागवत म्हणजे मूळ भागवताच्या दुसऱ्या स्कंधातील ३२ ते ३५ ह्या चार श्लोकावरील ओवीबद्ध टीकाग्रंथ होय. ही नाथांची पहिली वाङ्मयकृती होय. ह्या भागवतावरून त्यांच्या अलौकिक पांडित्याचा व प्रतिभेचा परिचय होतो. मुळात चारच श्लोक! पण त्यांचा प्रचंड विस्तार करून नाथांनी व्यासंग, बुद्धिचातुर्य, निरुपण कौशल्य, विस्तार सामर्थ्य, अभिजात कवित्व इत्यादी बहुविध गुण व्यक्त केले आहेत.

२) एकनाथी भागवत :

नाथांचा हा मराठी ग्रंथ भाविकांना व रसिकांना सारखाच प्रिय आहे. एकनाथी भागवत ही भागवतातील एकादश स्कंधावरील ओवीबद्ध टीका होय. ह्या रसाळ व भक्तिपूर्ण ग्रंथाने नाथांना फार प्रसिद्धी मिळवून दिली. ह्या ग्रंथातील भाषेवर ठिकठिकाणी ज्ञानेश्वरीचा ठसा उमटला आहे. म्हणूनच एकनाथांना 'ज्ञानाचा एका' असे म्हणतात. नाथांचे विवरण पांडित्याने नटलेले व कवित्वाने बहरलेले असते. त्यांच्या ठिकाणी निरूपणशैलीचा प्रकर्ष दिसून येतो. या ग्रंथात प्रतिभा आणि पांडित्य तसाच ज्ञान व भक्ती यांचा मनोरम संगम आहे. त्यांनी ज्ञानेश्वरांचे अनेक सिद्धांत सुलभ व सविस्तर करून सांगितले आहेत. हा ग्रंथ शके १४९१ मध्ये काशीक्षेत्री पूर्ण करण्यात आला आहे.

अध्यात्माच्या भाषेत सांगावयाचे तर हा ग्रंथ वरदसामर्थ्य असलेला ग्रंथ मानला जातो. म्हणून तुकारामासारख्या अनेक संतांनी त्याची पारायणे केली आहेत.

३) रुक्मिणी स्वयंवर :

जनतेला प्रिय असलेले रुक्मिणी स्वयंवराचे कथानक. त्याला अध्यात्माची जोड देऊन या ग्रंथात रंगविण्यात आले आहे. मूळ श्लोक १४४ असून त्याचा विस्तार १७११ ओव्यांत केला आहे. या कथेत विविध रसांना उठाव देण्यात येऊन कथेतील व्यक्तीचित्रेही मोठी प्रभावी आहेत. सुंदर व्यक्तिचित्रे, भावपूर्ण प्रसंग व नाट्यात्मकता निर्माण करणारे संवाद यामुळे नाथांची ही रुक्मिणी स्वयंवर कथा फार लोकप्रिय झाली आहे. या ग्रंथातून नाथकालीन लोकाचार व लोकपंथाचे दर्शन घडते. ह्या ग्रंथातील कृष्ण परब्रह्माचे प्रतीक असून रुक्मिणी ही

मायेचे प्रतीक आहे. कथेत रंजकता आणि अध्यात्मकता ह्या दोहोंचाही सुवर्णमध्य साधला आहे. आजही हा ग्रंथ अनेक घरातून वाचला जात आहे.

४) भावार्थ रामायण :

संत एकनाथ हे परंपरेने दत्त संप्रदायी असले तरी त्यांनी कृष्णकथा व रामकथा भक्तिभावाने वर्णन केल्या आहेत. भावार्थ रामायणात रामकथा आली आहे. हा ग्रंथ सुमारे ४० हजार ओव्यांचा असून त्याचे एकूण २९७ अध्याय आहेत. नाथांच्या उतार वयात हा ग्रंथ रचला गेला. पण हा ग्रंथ पूर्ण होण्याआधीच नाथांचे निर्वाण झाले व त्यांच्या गावबा नामक शिष्याने तो ग्रंथ पूर्ण केला. भावार्थ रामायणात रामकथा आली तरी हा ग्रंथ रूपकात्मक आहे. राम म्हणजे परमात्मा आणि सीता म्हणजे चिच्छती असे मानून या ग्रंथाद्वारे अध्यात्म ज्ञानाचे विवरण करण्यात आले आहे. रामकथेचा उपयोग करून प्रपंच परमार्थ कसा साधावा याची शिकवण नाथांनी दिली आहे. या कथेच्या द्वारे रामाच्या पराक्रमाचे, स्वाभिमानाचे, प्रजा पालनाचे व समरवृत्तीचे दर्शन नाथांनी घडविले आहे. आजही हा ग्रंथ अनेक लोकांकडून वाचला जातो, त्याचे पूजापठण केले जाते.

इतर वाङ्मय प्रकार (नाथांची भारूडे, पदे, अभंग व गौळणी) :

एकनाथांच्या वाङ्मयाचा एकमात्र उद्देश म्हणजे धर्मजागृती व धर्मरक्षण! भारताची सारी अस्मिता त्याच्या धर्मात असल्यामुळे यथार्थाने त्यांनी अस्मिता रक्षणाचे राष्ट्रीय कार्यही केले.

संत एकनाथाच्या अंभग गाथेतून बाह्यत: शृंगारपर दिसणारी पण अंतरंगात भक्तीचा घनदाट रंग भरलेली अनेक पदे आलेली आहेत. काही पदे कृष्ण-राधा किंवा कृष्ण-गौळणी ह्या दोहोतील उत्कट भाव व कृष्ण मीलनाची आंतरिक ओढ व्यक्त करतात. यात काही विरहिणी किंवा विराणी आहेत, तर काही गौळणी आहेत. त्यांची संख्याही शंभराहून अधिक आहे. त्यातून स्त्री सुलभ प्रेमोत्कटता अथवा भावार्तता व्यक्त झाली आहे. कधी-कधी वात्सल्यही आढळते. भाषाही सहज, सुंदर, ललित व प्रसादपूर्ण आहे. रंजन आणि प्रबोध किंवा रंजनाच्या माध्यमातून प्रबोधन करण्याचे कार्य नाथ किती चातुर्याने व सुलभतेने करू शकतात याचे हे सुंदर उदाहरण आहे. आज चारशे पाचशे वर्षे होऊनही ही पदे, गौळणी व विरहिणी सुशिक्षित, अशिक्षितांकडून सारख्याच भक्तीने गाईली जात आहेत. काही गौळणी हिंदी भाषेतही आहेत,

गौळणी हा वाङ्मय प्रकार गौळणींचे श्रीकृष्णा विषयीचे प्रेम व्यक्त करतो तर विरहिणी या कृष्ण विरहाने आलेली व्याकूळता व्यक्त करतात. राधाभक्ती

किंवा मधुराभक्ती हा एक साधन प्रकार असून तो बहुतेक वारकरी संतांनी अनुभवलेला आहे.

'भारूड' म्हणजे कै. पांगारकरांनी 'बहुरुढ' असा केला आहे. भारूड म्हणजे पाल्हाळिक भाषण अथवा लेखन असा आहे. दुसरा अर्थ सामान्य लोकांत रूढ झालेली लोकप्रिय गाणी असा होतो. एकनाथांच्या भारुडात उच्च आध्यात्मिक तत्त्वज्ञान आहे. संगीत आहे. नादमयता व विनोदही आहे. गेय असल्यामुळे त्यात नादसौंदर्य आहे. रेखीवपणा आहे. प्रसाद आहे. हास्यरसही भरपूर आहे. एकनाथांची भारूडे सुमारे १२५ विषयांवर असून त्यांची संख्या सुमारे ३०० पेक्षा अधिक आहे. जोहार नामक भारुडांची संख्या ५० आहे. गोंधळावर १२ आहे.

भारूडाचा आणखी एक विशेष म्हणजे त्या काळच्या समाजाचे, रुढीचे, विविध लोकाचारांचे दर्शन त्यातून घडते. एकनाथांचे गोंधळ, फुलोरा, रोडगा व जोगवा ह्यावर भारूडे आहेत ती सरस व उद्‌बोधक आहेत.

संत एकनाथांचे कार्य :

१) कर्तृत्वाचा उगम व्यक्तिमत्त्व व परिस्थिती ह्यांच्या संघर्षातून :

कोणत्याही व्यक्तीच्या कर्तृत्वाचा विचार करताना दोन घटक विचारात घ्यावे लागतात. १) त्या व्यक्तीचे व्यक्तिमत्त्व २) तत्कालीन परिस्थिती. या दोन घटकाच्या संघर्षातून त्या व्यक्तीचे कर्तृत्व उदयास येते. व्यक्तिमत्त्वात त्या व्यक्तीवर झालेले अनुवंशाचे अथवा परंपरेचे संस्कार, त्या व्यक्तीची वैचारिक धारणा, श्रद्धा ह्यांचा विचार करावा लागतो, तर परिस्थिती ह्या घटकाच्या विचारात तत्कालीन धार्मिक, सामाजिक व राजकीय परिस्थितीचा विचार करावा लागतो.

एकनाथांचे घराणे हे विद्वान पंडिताचे घराणे. सर्व वैदिक तत्त्वज्ञानाचा अभ्यास त्यांच्या घराण्यात मुरलेला होता. पण केवळ विद्वता व व्यासंग हाच या घराण्याचा विशेष नव्हता, तर नाथांना त्यांच्या आजोबा पणजोबापासून भक्तीचे बाळकडू मिळाले. त्यांचे घराणे विठ्ठलोपासक होते. कुलदैवत देवी असून घराण्यात सूर्योपासनाही होती. कुळधर्म-कुळाचारही निष्ठेने पाळले जात होते. अशा पंडित व भक्तीमान घराण्यात त्यांचा जन्म झाला होता. या सर्वांचा परिणाम त्यांच्या व्यक्तित्वाच्या घडणीत झाला. त्यामुळे संत एकनाथही व्यासंगी, पंडित तथा धर्मनिष्ठ व्हावे यात नवल नाही.

एका बाजूला घरचे वैदिक संस्कार व दुसऱ्या बाजूला जनतेची भ्रष्ट व लाचार प्रवृत्ती या दोन्ही गोष्टींचा एकनाथांच्या व्यक्तित्वावर परिणाम झाला होता.

त्यामुळे त्यांनी आपल्या जीवनाचे कार्यक्षेत्र धर्मसंरक्षण व धर्मप्रचार याकरिता आयुष्य वेचण्याचा निर्धार केला.

२) धर्मरक्षण व धर्मशिक्षणाचे कार्य :

संत एकनाथांनी आपल्या जीवन ध्येयाचा, व कार्याचा उल्लेख एका अभंगात केलेला आहे.

धर्माची वाट मोडे । अधर्माची शीग चढे ।
तै आम्हा येणे घडे । संसार स्थिती ॥
आम्हा का संसारा येणे । हरिभक्ती नामस्मरणे ।
जडजीवा उध्दारणे । नामस्मरणे करूनी ॥
सर्व कर्म ब्रम्हसिती । प्रतिवादाव्या वेदोक्ती ।
हेचि एक निश्चिती । करणे आम्हा ॥
नाना मते पाषांड । कर्मठता अति बंड ।
तयाचे ठेंचणे तोंड । हरिभजने ॥
जडजीवासी उद्धार । करावयाची निर्धार ॥

इतक्या स्पष्ट शब्दांत नाथांनी आपल्या ध्येयाचा, जीवनकार्याचा उल्लेख केला आहे. जनतेतील पदोपदी होत जाणारी अवनती, इस्लामाच्या जुलमामुळे होणारी धर्मांतरे, धर्मावरील श्रद्धाहीनता, ज्यात भारताची सारी अस्मिता अथवा राष्ट्रीयता साठवलेली आहे अशा धर्माचे शिक्षण देणे, धार्मिक मूल्यावरील ढासळू पाहणारी श्रद्धा पुनरुज्जीवित करणे हे नाथांचे कार्य होते. त्याकाळी महाराष्ट्रात मुसलमानांचा पाशवी अंमल असल्यामुळे नाथांना कोणतीही आक्रमक भूमिका घेणे शक्य नव्हते. तर ते कार्य संरक्षणात्मक, बंडखोरपणाचे नव्हते. त्यांना पारंपरिक, सनातनी रूढ धार्मिक मूल्यांचेच संरक्षण करावयाचे होते. म्हणून त्यांचे कार्य सुधारकाचेही नव्हते.

जे कार्य नामदेवांनी केले तेच नाथांनी केले. नामदेवांनी म्हटले आहे की,

आम्हा सापडले वर्म । करू भागवत धर्म ॥
नाचू कीर्तनाचे रंगी । ज्ञानदीप लावू जगी ॥ (नामदेव गाथा)

एकनाथांनी ह्याच आशयाचे उद्‍गार वरीलप्रमाणे वेळोवेळी काढले आहेत. त्याच साठी त्यांनी भागवतावर प्राकृत टीका लिहिली व भागवत धर्माला तत्त्वज्ञानाचे अधिष्ठान दिले.

३) धर्मरक्षण हेच चिरंतन स्वरूपाचे राष्ट्रीय कार्य :

एकनाथांनी केलेला उपदेश हा धार्मिकच आहे. पण भारतात धर्म म्हटला

की, त्याचा संबंध समाज जीवनाच्या अनेक क्षेत्राशी येतो. उदा. तत्त्वज्ञान, कोशकल्पना, संस्कृती, नीती, आचारमूल्ये, लोकजीवन इत्यादी; म्हणून ह्या सर्व विषयांचे प्रतिबिंब संतांच्या वाङ्मयात आढळते भारतीयांच्या दृष्टीने धर्म हा सर्व व्यापी, शाश्वत, राष्ट्राला उपकारक आहे. म्हणून धर्मकार्य करणारे सर्व संत ह्या अर्थाने राष्ट्रीय कार्य करणारे थोर व आदर्श पुरुष होते, असे म्हणावे लागते. स्वामी विवेकानंद, योगी अरविंद इत्यादी संतांनीही भारताचे राष्ट्रीयत्व त्याच्या धर्मातच आहे असे म्हटले आहे. समाजजीवनाची सर्व क्षेत्रे व्यापून असणारा व समाजातल्या नीतीचे मार्गदर्शन करणारा धर्म व त्याचे शिक्षण देणारे संत हे एका अर्थाने राष्ट्रपुरुषच होते व त्यांचे कार्यही राष्ट्रीय कार्य होते. त्यांच्या वाङ्मयात जनतेला केलेला धार्मिक उपदेश तर आहेच, पण त्या बरोबर तत्त्वज्ञान, नीती, संसार धर्म, व्यवहार धर्म, जनतेची कर्तव्ये हे सर्वच विषय आलेले आहेत. ते राष्ट्रीय कार्य असल्यामुळे त्यांचे वाङ्मय आजपर्यंत टिकून आहे.

४) पारंपरिक वारसा सांभाळण्याचे कार्य :

एकनाथांचे खरे व मूलभूत आणि राष्ट्रीय कार्य धर्म-रक्षणाचे तसेच धर्माने दिलेला पारंपरिक वारसा सांभाळण्याचे होते व ते त्यांनी यशस्वीपणे केले. एकनाथांच्या काळी मुसलमान राजवटीत धर्मांतरे, बलात्कार, लुटालूट, देवळांचा विध्वंस सुरू असूनही ह्या काळात केवळ एकनाथच नव्हे तर अनेक वारकरी संत, बाळबोधकर्ते त्र्यंबकराव, श्री दासोपंत, शिवकल्याण, रमावल्लभदास यांसारखे संत धर्मप्रचाराचे, ग्रंथलेखनाचे कार्य करून महाराष्ट्राची धार्मिक अस्मिता, पारंपरिक वारसा सांभाळण्याचे कार्य करीत होते हे विसरता येत नाही. एकनाथांनी आपल्या कथा, कीर्तन, प्रवचन व लेखनाद्वारे जनतेची धर्मश्रद्धा कायम ठेवली. म्हणून क्रूर मुसलमानी अमदानीतही वैदिक धर्म टिकून राहिला. ज्ञानेश्वर, नामदेव, एकनाथादी संत निर्माण झाले नसते व त्यांनी धर्म शिक्षण देऊन धर्मश्रद्धा टिकविली नसती तर ह्या महाराष्ट्राचा इराण-अफगाणिस्तान होण्यास विलंब लागला नसता आणि पुढे दोनशे वर्षांनी रामदास-शिवाजी यांची जोडी निर्माण होऊन मराठी स्वराज्यही स्थापन झाले नसते.

ज्या इस्लामी आक्रमणाने भूमध्य समुद्रापासून तो अरबी समुद्रापर्यंत सर्व राष्ट्रे गिळंकृत करून हिरवी बनविली तसेच त्या पाश्चात्य आक्रमणाने अमेरिका, आफ्रिका, ऑस्ट्रेलिया यातील मूळ मानववंश सुसंस्कृतपणाच्या बुरख्याआड नेस्तनाबूत करून टाकले, ती दोन्ही राक्षसी आक्रमणे धैर्याने व चिकाटीने काही काळ सहन करून भारत वर्षे आजही आपल्या सर्व विशेषांसह आपला धर्म राखून-टिकून आहे.

त्याचे श्रेय नामदेव-एकनाथ-तुकारामादी संतांनाच आहे.

५) एकनाथांचे धार्मिक व सांस्कृतिक कार्य :

संत एकनाथांनी ज्या धर्माचे प्रतिपादन केले, ज्याचे शिक्षण लोकांना दिले तो धर्म म्हणजे वैदिक धर्म होता. वारकरी संप्रदाय हा पूर्णपणे वैदिक आहे. एकनाथांनी ज्याला भागवत धर्म किंवा वारकरी संप्रदाय म्हटले आहे, किंवा भक्तीमार्ग म्हणून ज्याला ओळखले जाते तो भागवत धर्म. भक्तीमार्ग हाही जुनाच आहे. खुद्द नाथांनीही स्पष्ट म्हटले आहे.

उदा -

१) वेद तो प्रमाण । वचन करी जो अप्रमाण ।
तो स्वाहिता नाडला । जन्मोजन्मी कुडा झाला ।।
२) वेद वेद ब्रम्ह एक । स्वानुभवे तैसेचि देख
३) वेदशास्त्रे पुराणे अनेक शब्दज्ञाने । भारताचे श्रवणे सर्वस्व जोडे

असे अनेक अभंग यासाठी उद्‌धृत करता येतील.

नाथ भागवत, भावार्थ रामायण, रुक्मिणी-स्वयंवर इत्यादी ग्रंथ व लहानमोठी प्रकरणे यात वेदनिष्ठा व वेदाविषयी पूज्यबुद्धी व्यक्त झाली आहे.

वेदाप्रमाणेच गीता, उपनिषदे, पुराणे आणि ज्ञानेश्वरी ह्या विषयीची पूज्यबुद्धी नाथांनी पदोपदी व्यक्त केली आहे. वेद, उपनिषदे, गीता, ज्ञानेश्वरी आदि ग्रंथात भक्तीमहिमा आहेच. म्हणजेच तो सनातन, जुना आहे, पुरातन आहे, नाथांनी त्यात काही सुधारणा केली असेही नाही. ह्या सर्व उपरोक्त ग्रंथात नाममहिमा आहे. तोही काही नवीन नाही. कोणत्याच संताने आपण काही नवीन सांगतो आहे, असा सुधारकाचा डौल आणला नाही.

६) सामाजिक कार्य :

वस्तुत : एकनाथांनी केलेल्या धार्मिक कार्यात सामाजिक कार्याचा समावेश होतोच. त्याचा वेगळा उल्लेख करण्याची गरज नाही. पण हल्ली भारतात सामाजिक आशय, सामाजिक कार्य, सामाजिकता इत्यादी शब्दांना फाजील महत्त्व आहे म्हणून सामाजिक कार्य म्हणून उल्लेख करावासा वाटतो.

एकनाथांनी जे धर्मप्रसाराचे, धर्मशिक्षणाचे, धर्माचे अधिष्ठान बळकट करण्याचे कार्य केले ते समाजाच्या नैतिक उद्धाराकरिता! परंतु ते आजच्या समाज सुधारकासारखे नव्हते. आज सामाजिक किंवा समाजसुधारणेचे कार्य म्हणजे परंपरेने चालत आलेल्या चालीरीती, रूढी, नीतीनियम, सण, समारंभ, ह्यावर टीका करून ते समाजाला कसे अहितकारक आहेत ते समजून देते.

सामाजिक कार्य याचा दुसरा अर्थ एखादे अनाथालय, शिक्षणसंस्था, दवाखाना, अपंगाकरिता शाळा इत्यादी कार्य करणे, एकनाथांनी हे कार्य काहीच केले नाही व त्याची गरजही नव्हती. माणूस घडविण्याचे मूलभूत कार्य त्यांनी केले. एकनाथांनी परंपरागत कीर्तन, प्रवचन, भजन, पुराण इत्यादी प्राचीन बाबींचा वापर करून माणसाची नीतीमत्ता सुधारली म्हणजे माणूस घडविण्याचे मूलभूत कार्य त्यांनी केले व त्यासाठी प्रवचन कीर्तनाद्वारे धर्मश्रद्धा बळकट करण्याचे बहुमोल कार्य केले व परिणामकारकही ठरले.

७) परतत्वाचा स्पर्श :

एकनाथांचे वाङ्मय वाचताना ज्ञानेश्वरीतील एका प्रसिद्ध ओवीचे पदोपदी स्मरण होते.

वाचे बरवे कवित्व । कवित्वी बरवे रसिकत्व ।
रसिकत्वी परत्व । स्पर्शू जैसा ।। शु

(ज्ञानेश्वरी अ १८ ओवी ३४७)

आणि नाथांच्या वाङ्मयाला व त्या वाङ्मयाच्या लोकप्रियतेला ही ओवी तंतोतंत लागू पडते.

नाथांचे घराणे परंपरागत वैदिक पंडिताचे होते. प्रवचन, भजन, कीर्तन ह्यांचा थाट त्यांच्या घराण्यात चार-पाच पिढ्यांपासून चालत आलेला होता. एकनाथ महाराज हेही स्वत: दशग्रंथी विद्वान ब्राह्मण. ते स्वत: पंडित असले तरी कोरडे पंडित नसून भक्तीच्या रंगात रंगलेले एक आदर्श भक्त होते आणि म्हणून त्यांनी लोकांना यथोचित मार्गदर्शन करण्याचा, उपदेश करण्याचा सतत प्रयत्न केला.

संत एकनाथ वर ओवीत सांगितल्याप्रमाणे उत्कृष्ट प्रवचनकार किंवा श्रेष्ठ वक्ते होते. तसेच रसिक व प्रतिभावंत कवीही होते. ह्याचा अर्थ एकनाथांच्या ठिकाणी आदर्श वक्त्याचे व कवीचे सर्व गुण होतेच. पण ह्या सर्वांवर ताण करणारा त्यांच्या वक्तृत्वाला व कवित्वाला कळसाला पोहचविणारा गुण म्हणजे त्यांच्या काव्याला 'परतत्व स्पर्श' झाला होता. त्यात वैदिक तत्त्वज्ञानावरील निष्ठा होती. तसेच या निष्ठेला भक्तीचा रंग होता. त्यांचे काव्य हे निव्वळ वाङ्मय लोकरंजनासाठी नव्हते तर त्यात उच्च प्रतीचे आत्मतत्त्व व अध्यात्म होते आणि हे अध्यात्मही म्हणजे केवळ कोरडे शब्दपांडित्य नसून ते आत्मप्रचीतीतून किंवा प्रत्यक्षानुभवातून निर्माण झाले होते. अशी अध्यात्म प्रमेयाची अथवा धर्मतत्त्वाची प्रत्यक्ष प्रचिती घेतलेल्या व्यक्तीच्या काव्यातच स्वानुभवजन्य 'परतत्त्व स्पर्श' निर्माण

होतो आणि धर्माच्या अंतरंग अधिकाऱ्यास तो जाणवतो. नाथ जर नुसतेच चतुर पंडित किंवा प्रतिभावंत कवी असते तर त्यांचे वाङ्मय आजपर्यंत टिकले नसते व उत्तरकालीन संतांनी त्याचे पठण - पाठांतर - उपासना म्हणून केली नसती.

संत ज्ञानेश्वरांच्या वरील ओवीत ज्याला 'परतत्त्व स्पर्श' म्हटले आहे तो स्पर्श त्यांच्या वाङ्मयात असल्यामुळेच त्यांचे वाङ्मय आजपर्यंत श्रद्धाळू लोकांना, धर्मसाधकांना प्रेरणा देत आहे व त्यांच्या पठण-पाठांतराचे फळही परमार्थी लोकांच्या अनुभवाला येत आहे, हे त्यांचे कार्य किती महत्त्वाचे आहे.

८) मराठी मायबोलीतून ग्रंथनिर्मिती :

संत एकनाथांच्या वाङ्मयाचा आणखी एक विशेष म्हणजे त्यांचा मराठी भाषेविषयीचा अभिमान! ते संस्कृत भाषेच्या विरोधात नव्हते. संस्कृत मराठी भाषेची जननी आहे. तिच्यात वैदिक धर्माचे मौलिक व हजारो वर्षांपासून भारतीय जनतेला धार्मिक मार्गदर्शन करणारे महत्त्वाचे ग्रंथ आहेत, एवढेच काय पूजा, पाठ, स्तोत्र, मंत्र आदी उपासना प्रकार सुद्धा या वेदभाषेतच आहेत, हेही ते जाणून होते. संस्कृतविषयी त्यांच्या मनात पूज्यबुद्धी होतीच.

एकनाथांनी मराठीत ग्रंथरचना केली याचे कारण तत्कालीन परिस्थितीत आहे. परकीय आक्रमणामुळे संस्कृत भाषा सामान्य व बहुसंख्याक जनतेला दुरावली होती आणि याच आक्रमणामुळे पुढे ती आणखीच दुरावणार होती. हे त्यांनी ओळखले होते. दुसरे कारण असे की तत्कालीन ब्राह्मणपंडितांनी संस्कृत भाषेविषयीच्या अतिरिक्त अभिमानामुळे पोकळ पांडित्याच्या अभिमानामुळे तिच्यातील ज्ञानभांडार जणू आपलीच मिरासदारी आहे असे समजून बंदिस्त केले होते. तत्कालीन सामान्य जनता संस्कृतच्या अभ्यासाला पारखी झाली होती. त्यामुळे जनसामान्यांना धर्म शिक्षण देणे कठीण झाले होते. म्हणून नाथांनी संस्कृतचे ज्ञानभांडार मराठीत आणले. त्यात कोणत्याही प्रकारचा बंडखोरपणा नव्हता की संस्कृताविषयी अनादाराची भावना नव्हती. गीता-भागवतही ग्रंथ एकनाथांनाही पूज्य होते. एवढेच नव्हे तर भागवतावर भाष्य करणारा श्रीधर ग्रंथकारांची दाट छाया नाथ-भागवतावर उमटली आहे.

संत एकनाथ म्हणतात, माझे भागवत प्राकृत भाषेत असले तरी त्यात आत्मज्ञानाचा किंवा अध्यात्मशास्त्रांचा मौलिक ठेवा आहेच असे सांगताना ते लिहितात.

जरी सोन्याचे पेंडुके झाले । परि ते दगडमोला नाही आले ।
तैसे भागवत प्राकृत जाले । परि नाही चुकले निजज्ञाना ॥४९५॥

मुक्ताफळलागी सागरी । बुड्या देती नानापरी ।
ते सांपडलिया घरीच्या विहिरी । जो अव्हेरी तो मूर्ख ।।४९६।।
धनवंतु रत्नपारखी पुरा । तेणे धुळीमाजी देखिल्या हिरा
गाठी बांधोनि आणि घरा । पारखी खरा निजज्ञाने ।।४९८।।
तैसे ज्ञाते विद्वजन । ग्रंथु मराठी देखोन
उपेक्षा न करिता करावा यत्न । पारखोनि चिद्रत्न साधावया ।।४९९।।

भा. २९, ४९५-९६, ४९८-९९

संस्कृत वंद्य प्राकृत निंद्य । हे बोल काय होती शुद्ध
हाहि अभिमानवाद । अहंता अशुद्ध परमार्थी ।।१०२५।।
मोले भूमी खणिता वैरागरी । अवचटे अनर्ध्यरत्न लाभे करी ।
ते रत्न सांपडल्या केरी । काय चतुरी सांडावे ।।२६।।
तेवि संस्कृत आटाटी सहसा । परमार्थी नव्हे भेटी ।
तेचि जोडल्या मराठीसाठी । तेथ घालिती मिठी सज्ञान ।।२७।।
जो जो भाषाभिमान । तो तो वक्त्यासी बाधक पूर्ण
ज्या भाषा केले ब्रम्हकथन । ते होय पावन हरिचरणी ।।३२।।
महारायाच्या ताटापायी । रिंगमु नाही समर्थासी ।
येथे सुखेसी बैसे माझी । तेवि हा आम्हांसि प्राकृत ग्रंथ ।।१०३८।।

भा. २९, १०२५-१०३८

यावरून नाथांच्या मनात संस्कृतविषयी कोणताही राग किंवा आकस नव्हता, तर केवळ सामान्य जनतेला धर्मज्ञान द्यावे आणि त्याचबरोबर तत्कालीन अहंकारी ब्राह्मण पंडितांना शहाणपण शिकवावे, त्यांना मार्गावर आणावे या उद्देशाने हे मराठीतून लिखाण, जनसामान्यांसाठी हे केवढे मोठे कार्य केले.

८) भक्ती व ज्ञान तसेच प्रतिमा व पांडित्य ह्यांचा मनोहर संगम :

संत एकनाथांच्या संपूर्ण वाङ्मयात भक्तीचे बळकट अधिष्ठान आहे. याचा अर्थ असा नव्हे की, त्यात तत्त्वज्ञान अथवा शास्त्रीयता नाही. त्यांच्या वाङ्मयात भक्ती हा सर्वव्यापी रस असला तरी या भक्तीलाही ज्ञानाचे अधिष्ठान किंवा जोड आहेच. वयाच्या अवघ्या २५ व्या वर्षी मराठी भाषेत लिहून आणि भागवतातील तत्त्वज्ञान व पांडित्यामुळे काशीक्षेत्रीय ब्राह्मणांना दिपवून चकित करणारे संत एकनाथ किती श्रेष्ठ दर्जाचे तत्त्वज्ञ असले पाहिजेत याची कल्पना केलेलीच बरी! नाथांच्या भागवत, रामायण आदी ग्रंथांत वैदिक धर्मातील उच्च तत्त्वज्ञान व हे तत्त्वज्ञान अनुभवणारे साधनशास्त्र ह्याचे विवेचन वरील सर्वच ग्रंथांत

आलेले आहे. एकनाथांच्या तात्त्विक ज्ञानामुळे काशीक्षेत्रीय पंडितांनी त्यांच्या भागवताची पूजा करून मोठ्या थाटामाटाने मिरवणूकही काढली ती उगीच नव्हे. नाथांची रसाळ व पांडित्यपूर्ण कीर्तने-प्रवचने काशी क्षेत्रीही गाजली. याशिवाय त्यांच्या ज्ञानीपणाचा, पांडित्याचा व प्रतिभेचा दुसरा पुरावा मिळवायला हवा; अशा प्रकारे भक्ती व ज्ञान तसेच प्रतिभा व पांडित्य यांच्या माध्यमातून दिलेले ज्ञान, सांगितलेले तत्त्वज्ञान आजही महत्त्वाचे ठरते.

९) एकनाथ महाराजांनी 'सर्वांभूती' भगवंताची शिकवण दिली :

एकनाथ महाराजांनी 'सर्वांभूती' भगवंताची शिकवणच दिली नाहीतर त्याप्रमाणे लोकांना वर्तन करून दाखविले. ते एकदा काशीच्या गंगेची कावड घेऊन रामेश्वरास जात असताना वाटेत एक गाढव तहानेने कासावीस होत असलेले पाहून त्या गंगेच्या पाण्याने त्याची तृष्णा शांत केली. तसेच घरी तयार असलेले श्राद्धाच्या स्वयंपाकाचे अन्न काही भुकेने व्याकूळ झालेल्या हरीजनांना वाढले! आणि श्राद्धासाठी परत पुन्हा स्वयंपाक करण्यास सांगितले. ब्राह्मणांना बोलावले. परंतु ब्राह्मणांनी बहिष्कार टाकला होता. ते कोणीच आले नाहीत. तोच श्रीखंड्या म्हणाला, "सर्वांची पाने मांडा मी प्रत्यक्ष पितरांनाच घेऊन येतो" आणि खरोखरच मृत व स्वर्गस्थ झालेले पितर पानांवर बसले, जेवले, तृप्त झाले. ब्राह्मणांनी ही घटना प्रत्यक्ष पाहिली आणि त्यांना एकनाथांचा परमार्थ अधिकार व योग्यताही लक्षात आली. हे जे सर्व घडले सर्वांमध्ये परमेश्वर आहे ही भावना व कृती असल्यामुळे.

१०) एकनाथांचे लोकशिक्षण कार्य :

गोरगरिबांनी सुद्धा आपल्या कीर्तनाला यावे व नाममाहात्म्य जाणून घ्यावे व नामरत व्हावे यासाठी निरनिराळ्या युक्त्या करून नाथ लोक जमवत. कीर्तनाच्या वेळी गोरगरिबांना वाटी-वाटी साखर वाटण्यास त्यांनी सुरुवात केली. त्यांची गर्दी वाढू लागली. त्यात एक वडारी जोडपे आले. त्यांना जागा मिळेना. ते नाथांच्या झोपण्याच्या खोलीत गेले. मऊ गादीवर त्यांना गाढ झोप लागली. कीर्तन संपले. श्रोते साखर घेऊन घरी गेले. त्या जोडप्याला शुद्धच नाही. उध्दव नाथांची झोपण्याची तयारी करण्याकरिता जेव्हा तेथे गेला तेव्हा कोणीतरी झोपलेले आढळले. आरडाओरड झाली. परंतु एकनाथ महाराज रागावले नाहीत. नाथांनी त्या जोडप्याची विचारपूस केली. त्यांची झोप मोडल्याबद्दल त्यांनी त्यांची क्षमा मागितली. रात्रभर त्यांना ठेवून घेतले. सकाळी ते जोडपे निघून गेले. एकनाथांना खरोखरच सर्वत्र परमेश्वर दिसत असावा. या दोन्ही घटनेतून किती महत्त्वाचा संदेश

मिळतो.

आजच्या व भविष्याच्या युगाच्या संदर्भात संत एकनाथांचे युग प्रवर्तक विचार :

संत एकनाथ हे महाराष्ट्राचे मध्ययुगीन लोकनाथ होते. ते महाराष्ट्र महोदयाचे अग्रदूत होते. मराठी भागवत धर्माचे प्रज्ञावंत भाष्यकार होते. तसेच ते वारकरी संप्रदायाचे थोर संवर्धक होते. त्यांनी सोळाव्या शतकात महाराष्ट्रात सांस्कृतिक पुनरुत्थान घडविले. मरगळलेल्या महाराष्ट्राला नवचैतन्य प्राप्त करून दिले. ते एक युगप्रर्वतक विचारवंतही होते. वारकरी संप्रदायाची विस्कटलेली घडी, त्यांनी आपल्या कर्तृत्वाने नीट बसवली. त्यांनी आयुष्यभर अध्यात्मनिरूपण आणि हरिगुण संकीर्तन केले आणि त्यांच्या साहाय्याने महाराष्ट्रात भक्तीचा मळा फुलविला. खरोखरच संतश्रेष्ठ एकनाथ महाराज म्हणजे, प्रपंच आणि परमार्थ यांचा शांत समन्वय होय. किंबहुना, श्री संत एकनाथ म्हणजे चालता बोलता भागवत धर्मच होय.

त्यांनी त्यांच्या विपुल, विविध आणि अनेकरंगी प्रकारच्या वाङ्मय निर्मितीमुळे त्यावेळी मायबोली मराठी भाषेला वैभवाचे दिवस प्राप्त करून दिले. न्यायमूर्ती रानडे यांनी संत एकनाथांना गौरवांजली वाहताना म्हटले होते की, ''संतश्रेष्ठ एकनाथांनी आपल्या वाणीने आणि लेखणीने सोळाव्या शतकातील परतंत्र आणि अनाथ महाराष्ट्राला सनाथ केले हे सारे महाराष्ट्राचे नाथ होत. एकनाथ होत.''

कोणत्याही संताचे कार्य धर्मपालन व धर्मरक्षण हेच असते. संत ज्ञानदेव, संत नामदेवांनी हेच कार्य केले आणि त्यांचा वारसा संत एकनाथांनी पुढे चालविला. कारण भारतीय धारणेप्रमाणे भारतीय धर्मांतच भारताची अस्मिता आहे. ही अस्मिता जागवण्याचे व रक्षण करण्याचे कार्य संत एकनाथांनी केले. मुसलमानांनी आक्रमणानंतर (ज्ञानदेवानंतर) हिंदूधर्म उद्ध्वस्त होण्याच्या मार्गावर लागला होता. एकनाथाने त्या उद्ध्वस्तीकरणाला आळा घातला. एकनाथ स्वत: दत्त संप्रदायी असूनही त्यांनी बहुजनसमाजाच्या पचनी पडणाऱ्या वारकरी पंथाला उचलून धरले, सावरून धरले व अशारीतीने महाराष्ट्राची अस्मिता व धार्मिक ठेवा जतन करण्याचे कार्य केले. इस्लामच्या क्रूर राजवटीत हे कार्य किती बिकट होते, याची कल्पनाच केलेली बरी. महाराष्ट्रीय समाजाला धर्माच्या कासेला लावून धर्माचा नंदादीप तेवत ठेवणे हे नाथांचे जीवन कार्य आहे. संत ज्ञानदेव - संत नामदेवाप्रमाणे संत एकनाथ हेही साक्षात्कारी संत होते. त्यांनी सर्व साधनमार्गांचा अनुभव घेतला होता तरीही त्यांनी सामान्य जनतेचे सामर्थ्य

ओळखून भक्ती पंथावरच जोर दिला. संत ज्ञानदेव हे प्रेषित होते, तर संत एकनाथ हे नामदेवाप्रमाणेच धर्माचे प्रवक्ते होते. याचा अर्थ ते प्रेषित असा नव्हे. संत एकनाथ हे नुसतेच कवी नाही तर पंडितही आहेत. त्यांच्या वाङ्मयात प्रतिभा व पांडित्य यांचा विलास आढळतो. त्यांचे वाङ्मय हे एखाद्या पुराणिकाच्या प्रवचनाप्रमाणे ऐसपैस आहे. ज्ञानेश्वरांच्या सिद्धांताचा कलापूर्ण विस्तार करणे हे त्यांच्या वाङ्मयाचे स्वरूप आहे. त्यांच्या नाथ भागवतात पुनरोक्ती व पाल्हाळ आढळतो. पण या दोषाबरोबरच त्यांची रसिकता, कविवृत्ती, पांडित्य व प्रगल्भता यांचे मनोहर रंग त्यांच्या वाङ्मयात दृष्टीस पडतात.

नाथांचे वाङ्मयीन कर्तृत्व व नेतृत्वसुद्धा फार मोठे होते. त्यांनी अफाट ग्रंथ निर्मिती केली. साहित्याला आकर्षक वळण घालून दिले. त्यांच्या वाङ्मयात विविधता आढळते. त्यात एकनाथी भागवत व रामायणाप्रमाणेच भाष्य ग्रंथ आहे. रुक्मिणीची स्वयंवर कथा आहे. संत चरित्रे आहेत. वेगवेगळी आख्याने आहेत. आजच्या भावगीताप्रमाणे असलेले स्फुट अभंगही आहेत. त्याचप्रमाणे पदे, गौळणी, भारूडे यासारखे ललित व ग्रामीण काव्य प्रकार आहेत. त्यांच्या वाणीत पांडित्य आहे तशी प्रतिभाही आहे. विद्वत जडता आहे तशी प्रासादिकताही आहे. ती विविध रसाने समृद्ध आहे. त्यांचे वाङ्मय बहुरंगी व बहुढंगी आहे. नाथांच्या विविध प्रकारच्या वाङ्मयात उत्तरकालीन ग्रंथकारांना प्रेरणा दिली आहे. त्याचप्रमाणे त्यांच्या वाङ्मयाने मराठी भाषेचे वैभव वाढविण्यास मदत केली आहे.

संत एकनाथ स्वतः परमार्थ परंतु स्वतः सोबतच इतर व्यक्तीही परमार्थी बनल्या पाहिजेत, त्यांनी नामस्मरण केले पाहिजे; असे त्यांना वाटत होते आणि व्यक्तीला परमार्थी बनविले सुद्धा. त्याचे असे झाले की नाथांच्या शेजारी राहणारा गृहस्थ कमालीचा प्रपंचासक्त. त्याचे परमार्थाशी कायमचे वाकडे, परमार्थदृष्टीने तो दगडच. त्याला परमार्थाकडे वळवायचे, असे नाथांनी मनात योजले. नाथ त्याला म्हणाले, "आपण दिवसातून थोडा वेळ परमार्थासाठी, नामस्मरणासाठी देऊ शकाल काय?" तो म्हणाला, "अहो, मला माझ्या नोकरीतून अजिबात वेळ मिळत नाही." नाथ म्हणाले, "घरून नोकरीच्या जागी जाईपर्यंतचा वेळ व नोकरीहून घरी परत येईपर्यंतचा वेळ रिकामाच आहे." गृहस्थाला पटले. नाथ रोज त्याला विष्णुसहस्रनामातला एक श्लोक लिहून देत. घरून जाताना व घरी येताना तेवढा एक श्लोक पाठ करायचा. शेवटी सगळे विष्णुसहस्रनाम त्याच्या मुखात बसले. त्याची गोडी लागली. ती अखेरपर्यंत कायम राहिली. नामस्मरण करीतच

त्याने देह सोडला.

सांगण्याचे तात्पर्य हेच की इतकी अनासक्त, अधार्मिक व्यक्ती परंतु संत एकनाथांनी अगदी साध्या पद्धतीने किती परिवर्तन केले. आजही व भविष्यातही अशाच व्यक्तीची, विचाराची आणि परिवर्तनाची नांदी सुलभरीतीने लोकांमध्ये पोहोचविण्याची गरज आहे. संत एकनाथांच्या दातृत्व, कर्तृत्व व नेतृत्वाची गरज आहे. वाङ्मयाच्या सर्व प्रकारामध्ये लेखन करणे, चतु:श्लोकी भागवत, एकनाथी भागवत, रुक्मिणी स्वयंवर, भावार्थ रामायणासारखे मोठे ग्रंथ, हस्तामालक, शुकाष्टक, आनंदलहरी, गीतासारसारखे स्फुट प्रकरणे, अभंग, पदे, गौळणी, विरहिणी, भारूडे अशा अनेक लोकप्रकारात लेखन केले की त्याकाळी लोकांच्या मनावर परिणाम झालाच परंतु आजही ती लोकप्रिय आहे. त्याचा परिणाम जाणवतो आहे. किती साध्या, सोप्या शब्दांत रचना करून लोकांच्या अंत:करणापर्यंत जाऊन भिडण्याचे कार्य त्यांच्या प्रत्येक लेखनशैलीने केले हे त्यांचे कर्तृत्व. अन् संत ज्ञानदेवांचे, संत नामदेवांचे कार्य त्यांनी समोर चालविले आणि आपल्या भारत देशाची अस्मिता, चैतन्य कायम ठेवण्याचे कार्य केले हे त्यांचे नेतृत्व अशाप्रकारे हे सर्व कार्य त्यांनी केले त्यांच्या कार्याची गरज त्या काळाला तर होतीच परंतु त्यापेक्षाही आता आहे व भविष्यातही राहणार आहे. ते वाङ्मय आपल्याला कायम ठेवणे ही काळाची गरज आहे.

संत एकनाथांच्या व्यक्तिमत्त्वातच प्रवृत्ती आणि निवृत्ती, कर्म आणि संन्यास, पांडित्य आणि आत्मानुभव होता. पारतंत्र्याच्या दोन मध्यकाळी रामराज्याची गुढी उभारा असा संदेश देऊन त्यांनी शिवकाळाची पहाट घडविली. भागवतधर्मातून देशप्रेमाचे रोपटे वाढविले. त्यामुळे महाराष्ट्र हा समर्थ रामदासांच्या देखत आनंदवन भुवन झाला. 'आनंदवन भुवनी' हा शब्दही मूळ एकनाथांचा आहे. एकनाथांनी समाजाचे अंत:करण प्रखर बनवून त्याला आत्मसंरक्षण शिकविले. एकनाथांनी ज्या समाजाला सांगावयाचे आहे, शिकवायचे आहे, त्या समाजाचा प्रथम विचार केला. समाजातील तळागाळापर्यंत आपला विचार पोहोचवला पाहिजे या जाणिवेने कार्य केले.

संत एकनाथांच्या काळात सांस्कृतिक आणि राजकीय अराजक होते. लोक आधीच सुलतानी संकटांनी ग्रस्त झालेले, तशात दुष्काळासारख्या आपत्ती दीर्घकाळ टिकलेल्या होत्या. परंपरागत वर्णधर्माचा लोप होत चाललेला, फसवेगिरी, बुवाबाजी ढोंग यांना ऊत आला होता. पोटासाठी नवीन कर्मकांडे उभी राहिली होती. आत्मज्ञान कोणासही नको होते. लुटालूट, जाळपोळ आणि अत्याचार यांनी त्रस्त झालेली

जनता भोंदूच्या भवती अगतिकपणे जमा झालेली होती. क्षुद्र देवदेवतांचा बडेजाव माजून राहिला होता. सात धान्यांचे कडबोळे, काजळ, कुंकू यावर देव संतुष्ट होत होते. फकीर, साधू, बैरागी यांच्या स्वार्थी भटकण्यातून खऱ्या धर्माची ओळख कोणासच होत नव्हती. समाजात ज्या अंधश्रद्धा होत्या, त्यातूनही बाहेर काढण्याचे काम संत एकनाथांना करावयाचे होते. त्यासाठी त्यांच्याच भाषेतून लोकांना शिकविण्याची गरज होती आणि म्हणून त्यांनी त्यांचे सर्व लिखाण लोकांच्या साध्या सोप्या भाषेतून केले. त्यांनी लिहिलेली भारूडे, अभंग, पदे, गौळणी हे सर्व अगदी गावकरी भाषेत लिहिली आहे की सर्वसामान्य जनतेला, अशिक्षित जनतेलाही समजू शकेल. आजही असे लक्षात येते की त्याची, त्या सर्व साहित्याची, मार्गदर्शनाची गरज आहे आणि भविष्यातही तशीच राहणार आहे. यात शंका नाही.

■

संत तुकाराम

(इ.स. १६०८ ते इ.स. १६५०)

वारकरी संप्रदायाचे कळस म्हणून मान्यता पावलेले व समाजातील अनिष्ट रूढ्यांबरोबरच अत्याचारांचा कडाडून विरोध करणारे झुंजार मराठी संत म्हणजे तुकाराम महाराज.

संत तुकाराम महाराजांचे जन्म व बालपण :

संत तुकारामांचा जन्म देहू या गावी इ.स.१६०८ मध्ये झाला. देहू हे गाव पुणे जिल्ह्यात आहे. संत तुकाराम महाराजांचे आडनाव आंबळे किंवा अंबिले होते. पांगारकरांचा निष्कर्ष असा आहे की ते जातीने वाणी होते; पण त्यांनी आपल्या अभंगांतून स्वतःला शुद्र म्हणवून घेतले. तुकारामांचे संपूर्ण घराणे, त्यांचे पूर्वज हे पांडुरंगाचे भक्त असून त्यांच्या घराण्यात पंढरपूरची वारी होती. तुकारामांना विठ्ठल भक्तीचा वारसा वंशपरंपरेनेच मिळाला होता, हे त्यांच्या खालील अभंगावरूनही दिसून येते.

पंढरीची वारी आहे माझे घरी । आणिक न करी तीर्थव्रत ।
व्रत एकादशी करीन उपवासी । गाईन अहर्निशी मुखी नाम ।
नाम विठोबाचे घेईन मी वाचे । वीज कल्पांतीचें तुका म्हणे

(शास २३५१)

घराण्याची धार्मिक उत्सवांची परंपरा तुकारामाच्या वडिलांनी पुढे सुरूच ठेवल्यामुळे बालपणापासूनच तुकारामांच्या मनावर अशाप्रकारचे सुसंस्कार कळत नकळत घडत गेले. अशाप्रकारे भगवद्भक्तीच्या आणि सदाचाराच्या सोज्वळ वातावरणात तुकाराम वाढू लागले.

त्यांचा व्यवसाय महाजनकी व व्यापार होता. प्रेमळ माता-

पित्याच्या सान्निध्यात वयाची पहिली १३ वर्षे आनंदात गेली. १३ व्या वर्षी इ.स. १६२१ मध्ये त्यांचे लग्न झाले. त्यांच्या पत्नीचे नाव रुखमाबाई होते. तिला मुलगा झाला त्याचे नाव संताजी; परंतु दुर्दैवाने ही पहिली पत्नी दमेकरीण निघाली. त्यामुळे वडिलांनी रीतीरिवाजाप्रमाणे जिजाई नावाच्या दुसऱ्या बाईशी पुन्हा लग्न लावून दिले. अवघ्या १३ वर्षांच्या लहान वयात वडलांच्या वृद्धापकाळामुळे संसाराची जबाबदारी आली ती त्यांनी व्यवस्थित पार पाडली. व्यवसाय नेकीने केला व घराण्याची प्रतिष्ठा जोपासली, परंतु दुर्दैवाने आतापर्यंत सुखाने चाललेल्या संसाराला नियतीची दृष्ट लागली. दैवाचे पारडे फिरले आणि तुकारामांवर एका मागून एक असे आपत्ती डोंगर कोसळले व त्यांना अगतिक करून सोडले.

त्यांच्या वयाच्या १७ व्या वर्षी आई-वडील निवर्तले. तुकाराम निराधार झाले. त्यांचा सावजी नावाचा भाऊ विरक्ती पत्करून तीर्थाटनास निघून गेला. संपूर्ण घराची जबाबदारी समर्थपणे झेलून धरली. परंतु, परिस्थिती आणि नैसर्गिक आपत्ती यामुळे त्यांची आर्थिक स्थिती खिळखिळी झाली. आतापर्यंत जोपासलेली अर्थव्यवस्था व प्रतिष्ठा संपुष्टात आली. सावकारांचा ससेमिरा सुरू झाला.

या परिस्थितीतून वाट काढत नाही तोच तुकाराम दुष्काळाच्या दुसऱ्या भीषण आपत्तीत सापडले. इ.स. १६२९ मध्ये तुकाराम २१ वर्षांचे असतील. दुष्काळाने हाहाकार माजविला. त्यांचे दिवाळे निघाले व त्यांची पहिली पत्नी रुखमाबाई आणि लाडका पुत्र संतू या दोघांनीही अन्न-अन्न करीत प्राण सोडला. त्यावेळी तुकारामांवर आकाश कोसळल्यागत आघात झाला. या आघाताचा असह्य आक्रोश त्यांच्या खालील अभंगातून दिसून येतो.

'संवसारे झालो अतिदुःखे दुःखी । मायबापे सेखी क्रमिलिया
दुष्काळे आटिले, द्रव्य नेला मान । स्त्री एकी अन्न-अन्न करीता मेली
लज्जा वाटे जीवा, चालतो या दुःखे । वेवसाय देखे तुटी येता ।

(गाथा - शास - १३३३)

एकामागून एक येणाऱ्या या अकस्मात आपत्तींनी तुकारामाचे हृदय पिळवटून निघाले. या अवस्थेमुळे तुकारामांचे मन अंतर्मुख होऊन चिंतन करू लागले. या चिंतनातून त्यांना असे प्रत्ययास आले की, प्रापंचिक सुखाची साधने नव्हेतच. जीवन सुखात कारणीभूत ठरणाऱ्या अधिक सखोल साधनांचा त्यांच्या मनाने शोध सुरू केला. अखेरीस वैयक्तिक व सामूहिक सुख कोणत्या मूल्यांच्या अवलंबनात साठवलेले आहे, याचा त्यांचे मन उत्कट दृष्टीने शोध घेऊ लागले. याच अवस्थेमध्ये तुकारामांच्या व्यक्तिनिष्ठ जीवनाला आध्यात्मिक जीवनाकडे

नेणारी बीजे आढळतात. परिस्थिती व नैसर्गिक शक्ती यांच्यामुळे उद्ध्वस्त झालेला आपला संसार पाहून त्यांचे मन उदासले. त्यामुळे मनात विरक्ती संचारणे स्वाभाविकच होते. यात त्यांना पंढरीच्या पांडुरंगाची आठवण झाली व त्यांच्या दु:खी अंत:करणाने देवाचा धावा केला.

'संसार तापे तापलो मी देवा । करिता या सेवा कुटुंबाची ।
म्हणवूनी तुझे आठवले पाय । येवो माझे माय पांडुरंगे ।

(साक्षात्कारी संत तुकाराम पृ. २)

आता मात्र तुकारामांना परमार्थाची ओढ लागली. त्यांची देवभक्ती वाढत गेली. त्यांनी देहूपासून काही मैलांवर असणाऱ्या भंडाऱ्या डोंगरावर कडक उपासनेला आरंभ केला. गीता व भागवताची पारायणे केली. दिवस व रात्र नामभक्तीत दंग राहू लागले. ह्या उपासनेचा परिणाम म्हणून त्यांना स्वप्नातच बाबाजी महाराज चैतन्य ह्यांचा स्वप्नसाक्षात्कार झाला. स्वप्नातच गुरुउपदेश मिळाला (इ.स. १६३२) यानंतर संत नामदेवांनी त्यांना दृष्टांत देऊन अभंग रचण्याची आज्ञा केली. ते अभंग रचना करू लागले. ह्याच अवधीत त्यांना पांडुरंगाचा सगुण साक्षात्कारही झाला. ते विरक्त संत बनले. कथा कीर्तनाच्या द्वारे लोकांना भक्तीमार्गाचा उपदेश करू लागले. लवकरच त्यांचा लौकिक एक थोर संत म्हणून महाराष्ट्रात दुमदुमू लागला. त्यांच्या कीर्तनास सहस्त्रावधी लोक जमू लागले.

तुकारामांची साधकावस्था :

साक्षात्कार होण्यापूर्वीच्या साधकावस्थेत त्यांना अनेकदा लोकनिंदा व लोकछळ सहन करावा लागला. उपासमारही त्यांच्या पाचवीला पुजली होती. पत्नी कर्कश, भांडखोर असल्यामुळे सांसारिक समाधानही नव्हते. शुद्र असूनही कवित्व व कीर्तने करतात म्हणून ब्राह्मणाकडूनही निंदा व उपहास सहन करावा लागला. मंबाजी नामक गोसाव्याने त्यांना मारहाण केली. तत्कालीन श्रेष्ठ पंडित रामेश्वर भट्ट ह्यांनी तुकारामांनी आपल्या अभंगांच्या वह्या इंद्रायणीत बुडवाव्या असा आदेश दिला; पण ते अभंग नष्ट होऊ शकले नाहीत. तुकाराम महाराज मान-अपमान, निंदा-स्तुती, सुख-दु:ख ह्याविषयी पूर्णपणे उदासीन होते.

हे सर्व सहन करूनही तुकारामाच्या साधनेत खंड पडला नाही. कवित्व व कीर्तन सुरूच होते. त्यांची नि:स्पृह वृत्ती, लीन पण सडेतोड स्वभाव जनकसोटीला उतरला. त्यांच्या रसाळ व भावोत्कट कीर्तनामुळे लोक वेडे बनले. त्यांच्याभोवती शिष्टमंडळ गोळा झाले. तुकारामाचे अभंग म्हणजे गीताभागवत व उपनिषदे

ह्यातील सूत्रांचे साधे सरळ रूपांतर होय. असे तुकाराम महाराज लोकप्रिय कवी व संत महाराष्ट्रात होऊन गेले म्हणून त्यांना भागवत पंथाचा 'कळस' मानले जातात. असा हा लोकसंत इ.स. १६५० मध्ये सदेह वैकुंठवासी झाला.

तुकाराम महाराजांचे युगप्रवर्तक अभंग वाङ्मय :

संत तुकारामांच्या नावावर आज प्रसिद्ध असलेल्या एकूण अभंगांची संख्या ४५०० इतकी आहे. अनेक अभंग काळाच्या ओघात विस्मृत झाले असावेत हेही स्पष्ट आहे.

तुकारामाचे सारे अभंग हे कीर्तनाच्या निमित्ताने बाहेर पडले आहेत. म्हणजे त्यांचे स्वरूप प्रासंगिक आहे. पण ह्या प्रासंगिक अभंगांत अनेक विषय आले आहेत. वारकरी संतांच्या प्रथेनुसार त्यांनी प्रथम बालक्रीडेचे अभंग केले असावेत. त्यांच्या एकूण अभंगात आत्मचरित्रपर अभंग, उपदेशपर अभंग, चरित्रपर अभंग, नाममहिमा वर्णन करणारे अभंग, सामाजिक प्रबोधन, संत महिमा, विठ्ठल महिमा इत्यादींवरील अभंग असे कितीतरी विषय अनुषंगाने आले आहेत. तसेच तत्त्वज्ञान सांगणारे व संतांचे जीवन कार्य सांगणारे अभंगही आहेतच. काही अभंगांतून त्यांनी केलेल्या साधनांच्या खुणा उमटलेल्या आहेत. त्यांचे बरेच अभंग आजही जनतेच्या जिभेवर नाचत आहेत. ते जीवनव्यवहारात एवढे रुळले आहेत की जीवनाचे अभिन्न अंग बनलेले आहेत.

संत तुकारामांचे कार्य :

१) जुनेच परंतु बहुजनसुलभ भाषेचा प्रभाव :

खरे पाहिले तर संत तुकाराम हे एक साधेसुधे कवी होते. त्यांच्या अभंगांत कोणत्याही प्रकारचे नवे तत्त्वज्ञान नाही. जे जुने व रूढ तत्त्वज्ञान आहे तेच त्यांनी लोकभाषेत सांगितले. त्यांनी कोणताही नवीन आचारमार्ग सांगितलेला नाही, नवीन साधनमार्ग सांगितला नाही. परंपरेने आलेले परमार्थज्ञानच लोकांना शिकविले; परंतु त्यांचा भर उत्कट भक्तीवर होता व भक़्तीचे प्रभावी साधन म्हणून त्यांनी तृतीय भक्तीवर नामभक्तीवर जोर दिला. त्यामुळे लोकांना ते आवडले, लोक त्यांचे झाले हे विशेष. तसेच आचारधर्माबद्दल बोलायचे झाल्यास त्यांनी वेगळा आचारधर्म सांगितला नाही, वेगळ्या परंपरा सांगितल्या नाहीत; परंतु त्यांचे खरे वैशिष्ट्य की, जे जुने तेच त्यांनी बहुजनसुलभ भाषेत सांगितले किंवा जुने तेच नव्याने सांगितले. त्यामुळे लोकांना ते लवकरच समजले, आपलेसे वाटले व त्यांचा बहुजन वर्गांनी इतका स्वीकार केला की, त्यांचे नाव अखिल महाराष्ट्रात दुमदुमले व दुमदुमत आहे. कोणताही कीर्तनकार तुकारामाच्या

अभंगानेच आपल्या निरूपणाला आरंभ करतो.

संत बहिणाबाईंनी 'तुका झालासे कळस' असे उद्‌गार काढले आहेत तर 'अभंगवाणी प्रसिद्ध तुक्याची अशी प्रशस्ती मोरोपंतांनी दिली आहे, ते उगीच नाही.

२) संत तुकारामांचा पचेल असाच उपदेश :

संत तुकारामांनी आपल्या अभंगांतून जनतेला उपदेश करताना पचेल असाच केलेला आहे. ते जनतेला म्हणतात-

नका सोडू अन्न । नका सेवू वन । चित्ती नारायण सर्व भोगी ।
नाम संकीर्तन साधन पै सोपे । जळतील पापे जन्मांतरीची
न लागे सायास जावे वनांतरा । सुखे येती घरा नारायण
विधीने सेवन । विषय त्यागासे समान ।।

किती साधा, सोपा उपदेश, हे त्यांचे वैशिष्ट्यपूर्ण कार्य होते की लोकांना ते लगेच आवडायचे आणि स्वीकारायचे सुद्धा.

३) स्वानुभवपूर्ण वाणीतून केलेले कार्य :

भारतात संतांची उणीव कधीच भासत नव्हती. तुकारामासारखे साक्षात्कारी संतही अनेक आहेत; परंतु तुकारामांना स्वार्थी जनतेकडून जे आघात, जो त्रास सहन करावा लागला तसा फारच कमी संतांनाही सहन करावा लागला. तुकारामांच्या अभंगांत त्यांनी घेतलेल्या अनुभवाचे चित्रण आहे. त्यात दांभिक व ढोंगी लोकांचेही चित्र आले आहे. या चित्रणाच्या मुळाशी त्यांचा जिवंत अनुभव असल्यामुळे त्यांचे अभंग जनतेच्या हृदयापर्यंत जाऊन पोहोचतात. तुकारामाचा अभंग म्हणजेच जिवंत अनुभव होय; पोकळ बडबड नव्हे. तुकारामांच्या वाणीचे खरे सामर्थ्य या स्वानुभवपूर्ण वाणीत आहे.

थोडक्यात सांगावयाचे झाल्यास तुकारामाच्या लोकप्रियतेचे आणि त्यातून लोकांवर होणाऱ्या परिणामाचे रहस्य पुढील गोष्टीतून दिसून येते.

१) त्यांचा त्यागी व विरक्त स्वभाव
२) स्वानुभवाचे बोल
३) सर्वजनसुलभ उपदेश
४) दांभिकांचा दंभस्फोट

या चार कारणांमुळे लोकांवर तुकाराम महाराजांच्या अभंगांचा परिणाम होत असे आणि त्याची रचना ही लयबद्ध राहत असे. त्यामुळे लोकांना रसाळ वाटायचे, आवडायचे. म्हणूनच असे लक्षात येते की त्यांच्या अनेक अभंगपंक्ती,

सुभाषिते म्हणून जनतेच्या जिभेवर नाचत आहे.

४) ढोंगी व वेषधारी साधूपासून वाचविले :

तत्कालीन काळात दांभिक व ढोंगी साधूंचा सर्वत्र सुळसुळाट झाला होता. हे साधू स्वत:ला धर्मज्ञानी समजून लोकांना फसवत. परद्रव्य व परस्त्रिया यांची अभिलाषा बाळगत. लोकांच्या भोळेपणाचा व अंधश्रद्धेचा स्वत:च्या कार्यासाठी उपयोग करीत. या साधुचेही अनेक प्रकार होते. कोणी भगवी वस्त्रे परिधान करून जटा व दाढी वाढवत. काहीजण अंगात भुते आणत, कोणी शकुन व भविष्य सांगत. अशा वेषधारी व ढोंगी साधुंचा खरपूस समाचार तुकोबांनी घेतला होता. त्यांची ढोंगे उघडकीस आणली व लोकांना सावध केले. व त्यांच्यापासून वाचविण्याचे काम केले.

५) जादूटोणा व चमत्कार करणाऱ्यांपासून वाचविले :

तत्कालीन काळामध्ये जादूटोणा व चमत्कार याचे फाजील स्तोम माजले होते. हे कर्माचार म्हणजे कोरडी कसरत होती. त्याच्या मुळाशी भक्ती किंवा श्रद्धा नव्हती. समाजात नवस-सायास, अंगारे-धुपारे, जादूटोणा व चमत्कार यांचे प्रस्थ माजले होते. ते गांजा, अफू व मध सेवन करीत. व्याभिचार कर्मेही करीत. लोकांपासून पैसा लुबाडीत आणि साधी-भोळी परंतु मूर्ख जनता दांभिक लोकांच्या मागे लागत असे.

६) पोकळ वेदांती व भक्तीशून्य पंडितांना धडा :

त्याकाळच्या समाजात आणखी एक वर्ग होता. हा वर्ग शब्दशूर होता. त्यांनी अध्यात्म ग्रंथ वाचले असत. ते प्रवचन, पुराण किंवा कीर्तन करीत. लोकांना आपल्या शब्दज्ञानाने मोहून घेत व लोक त्यांना द्रव्य देत. हे शब्दपंडित अनुभवाच्या नावाने कोरडे असत. त्यांना धार्मिक अनुभव नसत. लोकांना फसवून, झुलवून लोकांपासून द्रव्य उकळणे हाच त्यांचा व्यवसाय होता. मात्र, हे लोक अत्यंत अहंकारी व गर्विष्ठ असून त्यांच्या ठिकाणी दया, माया, क्षमा, शांती हे गुण मुळीच नव्हते, भक्तीचा अभाव होता. अशा लोकांवर तुकाराम महाराजांनी कठोर टीका केली, प्रहार केले.

तुकाराम महाराज म्हणतात की, "केवळ बाह्य भगव्या कपड्यांवरून व दाढी-जटावरून एखाद्याला साधू म्हणणे चुकीचे आहे." ते पुढे उपहासाने म्हणायचे "काही कुत्री, भगव्या रंगाची असतात, कोल्हे केसाळ असतात, तर उंदीर साधुप्रमाणेच आपल्या बिळात राहतो. त्यांना साधू का म्हणू नये? अशा ढोंगी साधूंकडून जनता फसविली जाते, पण खरे ज्ञानी व अनुभवी लोक त्यांना

ओळखून असतात. ज्याप्रमाणे गारगोटी व हिरा यातील फरक खरा रत्नपारखी ओळखतो, तोच संत खरा व खोटा साधू यातील फरक ओळखतो. पण, सामान्य माणसे मात्र मूर्ख असल्यामुळे फसतात.'' तुकाराम महाराज म्हणतात की, ''लोकांना फसविणारे, झुलविणारे हे लोक दुष्ट असतात, त्यांच्या ठिकाणी परमार्थ मुळीच नसतो.''

आणि म्हणून संत तुकारामांनी अशा व्यक्तींना धडा शिकविला अशा साधू ढोंगी व्यक्तींपासून वाचविण्याचे कार्य संत तुकारामांनी केले.

७) धर्माविषयीचा संभ्रम दूर केला :

धर्मान्धतेच्या त्याही काळात संत तुकारामांनी दान-धर्माविषयीचा दर्शविलेला विचार डोळस स्वरूपाचा होता. 'दया' देखील धर्मच होय. परंतु, दया कोणावर आणि कोणत्या प्रसंगी दाखवावी याचे तारतम्य जर मनुष्याने ठेवले नाही, तर तो स्वत:च गोत्यात येतो म्हणून संत तुकाराम स्पष्टच सांगतात-

दया तिचे नाव भूतांचे पाळण । आणिक निर्दालण कंटकांच

(गाथा - शास - २६४)

सज्जनांचे संरक्षण हा जसा दयाधर्म तसेच दुष्टांचे निर्दालन हेही धर्माचे लक्षण आहे आणि या धर्मलक्षणाला अनुसरूनच- 'मऊ मेणाहुनी आम्ही विष्णुदास । कठीण वज्रास भेंदु ऐसे' असा त्यांचा कणखर बाणा होता. एकंदरीत दया, दान, धर्म यांचा खरा अर्थ स्पष्ट करून लोकांच्या मनातील धर्माविषयीचा संभ्रम त्यांनी दूर केला. रावणासारख्या दुष्टाची लंका जाळल्याबद्दल त्यांनी हनुमंताला 'धन्य' मानले आहे. यावरून तुकारामांनी समाजाला दुर्जनाचे निर्दालन करणे, अत्याचार सहन न करता त्याचा प्रतिकार करणे, स्त्रियांची अब्रू सांभाळणे इत्यादी गोष्टी धर्मानुकूलच असल्याचे सांगितले आहे.

८) परमार्थप्राप्तीचा मार्ग सांगितला :

संत तुकाराम महाराज म्हणतात, ज्याला परमार्थ साधावयाचा आहे त्याने प्रपंचाची आसक्ती सोडली पाहिजे. ज्याला प्रपंचाची आसक्ती सोडणे शक्य नाही, त्याने परमार्थाची इच्छा करू नये. आसक्तीमुळे तुकारामांना संसार 'दु:ख बांदव्रडी' वाटतो, ती आसक्तीच ते सोडायला सांगतात. म्हणजे परमार्थ प्राप्तीसाठी अन्न वर्ज्य करण्याची किंवा संसार सोडून रानावनात जाण्याची आवश्यकता त्यांना वाटत नाही. संसारातील सर्व प्रकारचे भोग भोगत असताना नारायणाचे चिंतन करावे असे ते सांगतात.

परमार्थप्राप्तीसाठी त्यांनी प्रपंच सोडण्याचा उपदेश कधीच कोणाला केला

नाही. त्यांनी एवढेच म्हटले की, संसाराचे दास बनू नका, म्हणजे दु:ख भोगण्याची पाळी तुमच्यावर येणार नाही आणि याच बुद्धीने त्यांनी स्वत:चा संसार केला होता.

मनुष्याच्या मनात सदैव वासना-विकारांचा धुडगूस सुरू असतो हा धुडगूसच परमार्थाच्या मार्गातील धोंड होय. म्हणूनच ते म्हणतात, 'तुका म्हणे धरा सोय । वासनेची फोडा डोय' असे सांगून मनोनिग्रहाने कामक्रोधादि-विकार शुद्ध व संयमित करायला ते सांगतात.

९) स्त्री व संपत्तीविषयक सामाजिक तत्त्वबोध :

संत तुकाराम स्वत: संसारी पुरुष होते. त्यांनी प्रापंचिक जीवनाच्या दृष्टीने स्त्री व संपत्ती जरी आवश्यक बाबी मानल्या, तरी त्यांचा हव्यास निषेध मानला आहे. संत तुकारामांवर अनेकदा असा गैरसमज पसरविण्यात येतो की, त्यांनी स्त्री जातीची व धनद्रव्याची निंदा केली आहे. परंतु, स्त्रीला 'माउली' म्हणून मान देणारे आणि 'जोडोनिया धन उत्तम वेव्हारे' असे सांगणारे तुकाराम तसे करणे संभवनीय वाटत नाही. त्यांनी स्त्री विषयीचे व संपत्तीविषयीचे आपल्या काही अभंगांतून काढलेले उद्‌गार हे स्त्री-द्रव्याची अनासक्तीविषयी उपदेश करणारे आहेत. त्यांनी परस्त्री व परद्रव्य निषिद्ध मानले. स्वत:चा संसार योग्यरीतीने करणारी स्त्री व प्रामाणिकपणे मिळविलेला पैसा निषिद्ध मानला नाही. स्त्रीच्या भूमिकेबाबत तुकाराम महाराज म्हणतात-

'तुका म्हणे मायबापे । अवघे देवचि स्वरूपे'

आणि

'तुका म्हणे पतिव्रता । तिची देवावरी सत्ता'

अशाप्रकारे स्त्रीलंपटता सोडून देऊन उत्तम व्यवहाराने पैसा मिळविला की संसार सुखाचा होऊ शकतो, असे विचार त्यांनी मांडलेले आहेत. जर याप्रकारे केले नाही तर कशी परिस्थिती होऊ शकते हेही ते सांगतात-

'परद्रव्य परनारीचा अभिलास । तेथोनिया ऱ्हास सर्व भाग्या ।
घटिका दिवस मास वर्षे लागेतीन । बांधले पतन गाठोडीस ।

(गाथा - शास - १६४१)

असे ते स्पष्टच सांगतात. म्हणूनच परनारी व परद्रव्य यांची अभिलाषा टाळून मनुष्याने सदाचारसंपन्न व्हावे अशी त्यांची स्त्री व संपत्तीविषयीची मुख्य शिकवण होती आणि त्या काळात त्यांच्या या शिकवणुकीचा फायदा झालेला आहे असे लक्षात येते.

१०) दुष्ट व अधम लोकांना धडा :

समाजात सज्जनांपेक्षा दुष्ट लोकच अधिक असतात. ज्याप्रमाणे कुत्र्याचे

शेपूट कधीही सरळ होत नाही, त्याचप्रमाणे ह्या दुष्ट लोकांचा मूळ स्वभाव बदलत नाही. कुत्र्याला पालखीत बसविले तरी ते भुंकतेच किंवा गाढवाला तीर्थाच्या ठिकाणी धुतले तरी गाढवाचा श्यामकर्ण होत नाही. त्याचप्रमाणे दुष्टांच्या स्वभावात परिवर्तन होत नाही. अशा दुष्ट लोकांना कोणताही उपदेश करू नये.

खरा साधू हा रंजल्या गांजल्या लोकांना आपले म्हणतो. तो पुत्र व दास यावर सारखीच दया करतो.

पैशाची किंवा स्वार्थाची इच्छा करून भक्ती करणे हे अज्ञानाचे लक्षण आहे. त्यामुळे त्या व्यक्तीचे अध:पतन होते. त्यांना देव प्राप्त होत नाही. सकाम भक्ती करणारे लोक हे खरे भक्त नव्हेत.

वक्ता जर लोभी असेल तर श्रोताही त्याला घाबरतो. असे वक्ते व श्रोते दोघेही अज्ञानी समजावे. दोघेही ज्ञानाच्या दृष्टीने रिते असतात. काही माणसे कपाळावर, एका बोटाने गंध लावून स्वत:ला वैष्णव म्हणून घेतात, पण ते खरे वैष्णव नसतात. अशांना, स्वार्थी, दुष्ट व अधम लोकांना त्यांनी आपल्या अभंगांतून व उपदेशातून धडा शिकविण्याचा प्रयत्न केलेला दिसून येतो.

११) क्षुद्र दैवतोपासनेला विरोध :

संत तुकारामांच्या काळातील काही लोक सेंदरी-हेंदरी दैवतांची पूजा करीत. त्यांना कोंबडा-बकरी बळी देत. 'सेंदरी हे देवी दैवते । कोण ती पुजी भूतेकेते' असे हे लोक अगदी खालच्या स्तरातील, दरिद्री व अज्ञानी असत. तुकोबांनी अशा लोकांना मार्गदर्शन केले आहे. त्या काळात अशा क्षुद्र व हिंसाचारी देवतांचा सुळसुळाट झाला होता. कधी-कधी अशा सेंदरी दैवतांचा एखादा धर्मपंथ निर्माण होत असे. तुकाराम महाराजांनी क्षुद्र दैवतांच्या उपासनेला कडाडून निषेध केला, विरोध केला. पोटासाठी रक्त-मांस मागणारी ही दैवते माणसाचे कल्याण करू शकत नाहीत, असे त्यांनी स्पष्टपणे बजावले.

त्या काळात ब्राह्मण व क्षत्रिय हे दोन्ही उच्च वर्ग अध:पतित झाले होते. त्यांना आपल्या धर्माचा, धर्माचरणाचा, स्वत्वाचा विसर पडला होता. त्यावेळच्या संपूर्ण समाजाला अर्थ व काम या दोनच पुरुषार्थाचे महत्त्व वाटत होते. अशावेळी धर्म आणि मोक्ष या दोन पुरुषार्थाचे महत्त्व संत तुकारामांनी पटवून दिले. जे काही सुशिक्षित थोडे फार शैक्षणिक बाबी समजणारे होते त्यांना पटले आणि त्याचे अनुसरण केले.

१२) धर्मरक्षणाचे कार्य :

संत तुकाराम महाराज म्हणतात की, अस्तित्वात असलेल्या धर्मात सुधारणा

स्वत:ला धर्मसुधारक म्हणवून घ्यावे ही तुकारामांची नव्हे तर कोणत्याच मराठी संताची भूमिका नव्हती व स्वत: तुकारामांनीच ते आपल्या अभंगाद्वारे जाहीर केले आहे. ते म्हणतात-

आम्ही वैकुंठवासी, आलो याचि कारणासी
बोलिले जे ऋषी, साच भावे वर्ताया ।।

म्हणजे ऋषि-मुनींचा जो मार्ग होता, तोच आमचा मार्ग आहे. संतांचे मार्ग झाडण्यासाठीच आमचा अवतार आहे.

धर्म रक्षाया कारणे । करणे आटी आम्हासी ।।

हेच आमचे कार्य आहे व जो धर्म आम्हाला रक्षण करावयाचा आहे तो जुनाच वैदिक धर्म आहे.

वाचा बोलू वेदनीती । करू संती केले ते ।।

अशी त्यांची स्पष्ट कबुली आहे. म्हणून नवे तत्त्वज्ञान, नवा पंथ, नवे धर्ममत प्रस्थापित करण्यासाठी तुकारामांचा अवतार नव्हता, तर जे जुने आहे, जे वेद-उपनिषदे-गीतादी ग्रंथांनी सांगितले पण त्यांच्या शब्दज्ञानामुळे अर्थलोप झाला आहे, तेच पुन: अगदी साध्या व प्राकृत भाषेत सांगण्यासाठी तुकारामांचा अवतार झाला आहे व त्यांनी धर्मरक्षणाचा प्रयत्न केलेला आहे.

संत तुकारामांच्या अभंगांतून प्रसंगानुरूप ब्रह्म, माया, प्रकृती, पुरुष, जीव, जगत, जगदीश्वर, बंध, मोक्ष, पंचीकरण, द्वैत-अद्वैत या विषयींचे विचार व्यक्त झाले आहेत व हेच त्यांचे तत्त्वज्ञानही आहे. तसेच त्यांनी म्हटले आहे की,

'अवघ्या वाटा झाल्या क्षीण । कळी न घडे साधन ।।
उचित विधी विधान । न कळे न घडे सर्वथा ।।

म्हणजे बाकीची धर्मसाधने (उदा. यज्ञ, याग, योग, तप इत्यादी) आचरणात आणणे तत्कालीन परिस्थितीत अशक्य झाल्यामुळे 'भक्ती पंथ बहु सोपा' हा मार्ग - हा उपदेश त्यांना करावा लागला म्हणजे इतर साधने अथवा मार्ग त्यांना अमान्य होते असे नव्हे.

अर्थातच संत तुकारामांनी भक्तिमार्ग व्यवस्थित समजून देऊन धर्मरक्षणाचे कार्य केले.

१३) महाराष्ट्राची अस्मिता जागविण्याचे कार्य :

इस्लामी राजवटीमुळे निर्माण झालेली धार्मिक व मानसिक संभ्रमावस्था, श्रद्धाशून्यता त्यांनी नष्ट केली. ज्यात भारतीयांची अस्मिता साठविलेली आहे. त्या

धर्मावरील निष्ठा जागृत केली. लोकांचे मन तेजस्वी व शुद्ध करण्याचा प्रयत्न केला. एकदा मन कणखर बनले की त्यातून शौर्याच्या कृतीला प्रेरणा मिळतेच. म्हणून त्यांनी प्रथम मनाला धर्मनिष्ठ, शुद्धचरणी व तेजस्वी बनविण्याची शिकवण दिली. ह्यालाच जर सुधारणा म्हणावयाचे असेल तर त्याला कोणीच हरकत घेणार नाही. निष्कर्ष हा की तुकारामांनी ज्ञानेश्वर-नामदेवाप्रमाणे महाराष्ट्राची धर्मनिष्ठा म्हणजेच महाराष्ट्राची अस्मिता जागविण्याचे मूलभूत कार्य केले व याच जागृतीचा उपयोग शिवाजीच्या स्वराज्य कार्यालाही झाला. कारण, शिवाजींच्या सैनिकात सहस्त्रावधी वारकरी होते. महाराष्ट्रात आलेले जडत्व जाऊन नवचैतन्य आले. महाराष्ट्र जागा झाला. म्हणून महाराष्ट्र त्यावेळी स्वतंत्र झाला.

तुकोबांच्या या कार्याची जाणीव शिवाजी महाराजांना होती. तुकोबांचे हे वीर रसप्रधान स्फूर्तिदायक निरूपण ऐकण्यासाठी शिवप्रभू त्यांच्या कीर्तनास वारंवार येत. केवळ भजन ऐकण्यासाठी नव्हे.

१४) आत्मपरीक्षण करून प्रपंच भक्तिवृत्तीने करण्याचा उपदेश :

'चित्तचैतन्यी पडतां मिठी । दिसे हरिरूप अवघी सृष्टी'

सकल विश्वात विश्वंभर भरलेला आहे म्हणून ईश्वरप्राप्तीकरिता संसार त्यागून, समाजापासून दूर रानावनात, तीर्थस्थळी जायची आवश्यकता नाही, असे तुकाराम महाराज म्हणतात. त्यांनी सुद्धा संन्यास वृत्तीचा स्वीकार न करता भक्तिपंथाची वाट धरली. ते निवृत्तीमार्गी नव्हते. ते स्वत: प्रपंचात राहिले आणि अवघ्या महाराष्ट्राचा प्रपंच नेटका केला. केवळ कोरडा उपदेश केला नाही. त्यांचा भगवंत केवळ देव्हाऱ्यात किंवा तीर्थक्षेत्रात पाषाणरूपे ठाकला नाही, तर सर्व भूतमात्रे, रंजले गांजले यातच तो आहे.

जे का रंजले गांजले । त्यासी म्हणे जो आपुले
तोचि साधु ओळखावा । देव तेथेचि जाणावा ॥

याप्रमाणे स्वत: आत्मपरीक्षण करा, प्रपंच नीट करून सदाचरणाने वागा, रंजल्या-गांजल्यांना मदत करा, मन सदा प्रसन्न ठेवा, गृहस्थाश्रम हाच परमार्थाला पोहोचविणारा आहे.

मन करा रे प्रसन्न । सर्व सिद्धीचे कारण ॥

आजच्या व भविष्याच्या संदर्भात संत तुकारामांचे युगप्रवर्तक विचार :

संत तुकारामांनी कोणतेही नवीन तत्त्वज्ञान, नवा उपदेश, नवीन साधनमार्ग असे काहीच सांगितले नाही, तर पूर्वापार चालत आलेले परमार्थज्ञान आपल्या शब्दांत सांगितले. तरीही बहिणाबाईंनी म्हटले 'तुका झालासे कळस' आणि मोरोपंतांनी

सांगितले, ‘अभंगवाणी प्रसिद्ध तुकयाची’ असे प्रशस्तीपूर्ण उद्‌गार काढले, याचे मर्म काहीतरी असेलच ना!

तर त्याचे असे की, संत तुकाराम हे संसारी संत होते. प्रपंचाचा सोपान चढून परमार्थावर आरूढ कसे व्हावे हे त्यांनी शिकविले. खरे याला महत्त्व आहे. कारण, आजच्या प्रापंचिक माणसाला जर काही परमार्थविषयक मिळवायचे असेल तर त्याचा मार्ग संत तुकारामांच्या वाङ्‌मयातून, अभंगांतून, उपदेशातून मिळतो हे इथे महत्त्वाचे आहे.

तसे पाहिल्यास त्यांचा प्रपंच हा ‘प्रपंच’ नव्हताच. ‘जाळोनी संसार बैसलो अंगणी’ असे उद्‌गार आपल्या प्रपंचाबाबत त्यांनी काढले आहेत. या शिवाय

देवाची ते खून, आला ज्याच्या घरा ।
त्याच्या पडे चिरा संसाराशी ।।

अशी त्यांच्या संसाराची स्थिती होती. अक्षरश: त्यांच्या संसाराचे वाटोळे झाले होते. परंतु, त्यांची स्वत:ची स्थिती अशी असली तरी सामान्य लोकांना ही पराकोटीची विरक्ती शक्य नाही हे त्यांना माहिती होते. म्हणून सामान्य जनतेला उपदेश केला.

१) नाम संकीर्तन साधन पै सोपे । जळतील पापे जन्मांतरीची ।।
२) न लगे सायास जावे वनांतरा । सुखे येती घरा नारायण ।।
३) विधीचे सेवन । विषय त्यागाचे समान ।।
४) नका सोडू अन्न, नका सेवू वन । चित्ती नारायण सर्व भोगी ।।
५) नाम घेता न लगे मोल । नाममंत्र नाही खोल ।।

असा जो उपदेश केला, त्याचा प्रभाव आजही कायम आहे आणि म्हणून त्यांचे अभंग आजही काय भविष्यातही चिरस्मरणीय राहणार आहेत.

तुकारामांसारखे साक्षात्कारी संत पूर्वीही झाले व आजही आहेत; पण तुकारामांना दांभिक व स्वार्थी जगाचे जे आघात सहन करावे लागले, तसे व तितके आघात चोखोबांसारख्या व अन्य काही संतांना सहन करावे लागले; परंतु ह्या आघातात तुकाराम महाराज मात्र शुद्ध व परिपक्व बनले. तुकारामांचे अभंग म्हणजे त्यांनी घेतलेल्या अनुभवाचे चित्रण आहे. त्यामुळे हे जिवंत अनुभव जनतेच्या ह्रदयापर्यंत जाऊन पोहोचतात. अनुभवाची त्यांची भरभक्कम शिदोरी असल्यामुळेच आपल्या पूर्वायुष्यात लीन व नम्र असणारे तुकाराम आपल्या जिवंत अनुभवाचे गाठोडे जनतेसमोर मांडू शकले. त्यांची वाणीही अनुभवाच्या भट्टीतून पक्व बनल्यामुळे तीक्ष्ण व परखड बनली. आणि म्हणून तुकारामाचे खरे सामर्थ्य त्यांच्या ह्या जिवंत व स्वानुभवाच्या बोलात आहे. म्हणूनच ती लोकह्रदयाचा भेद करू शकते. आजच्या

परिस्थितीतही अशा व्यक्ती (परमार्थी) असाव्यात असे वाटते.

संत तुकारामांच्या अभंगांचे आणखी एक वैशिष्ट्य म्हणजे आजही लोकांच्या तोंडी बसणारी व लोकांना आचरणाकडे प्रवृत्त करणारी तसेच उपनिषदे, गीता, भागवत यातील सूत्रे, अभंग, सुभाषितवजा पंक्तीतून व्यक्त करण्याचे कौशल्य, त्याची शेकडो उदाहरणे देता येतील की ती आजही कायम आहेत.

१) मन करा रे प्रसन्न । सर्व सिद्धीचे कारण

२) वृक्षवल्ली आम्हा सोयरे वनचरे । पक्षी सुस्वरे आळविती

३) पुण्यपर उपकार । पाप तें परपीडा

४) शुद्ध बीजापोटी । फळे रसाळ गोमटी

५) सुख पाहता जवापाडे । दुःख पर्वताएवढे

६) ऐरावती रत्न थोर । त्यासी अंकुशाचा मार

७) वर्ण अभिमाने कोण झाले पावन

८) मऊ मेणाहुनि आम्ही विष्णुदास । कठीण वज्रास भेंदू ऐसे

९) चणे खावे लोखंडाचे । तेव्हाच ब्रह्मपदी नाचे

१०) नाम घेता वाया गेला । ऐसा नाही आइकला

अशाप्रकारे ही सुभाषिते म्हणून साडेचारशे वर्षे झाले तरी जनतेच्या तोंडी खेळत आहेत आणि भविष्यातही तसेच कायम राहणार आहे.

संत तुकारामांच्या लोकप्रियतेचे आणखी एक कारण म्हणजे त्यांनी केलेला दंभस्फोट! ढोंगी व दांभिक लोकांवर केलेला मर्माघात. त्यांनी आपल्या भेदक वाणीने धर्माच्या भांडवलावर जनतेला लुबाडणाऱ्या वेषधारी साधुसंन्याशांवर कठोर टीका केली व त्यांची पापकृत्ये जाहीर केली. वर्णाभिमानी लोकांचा खरपूस समाचार घेतला. आजच्या परिस्थितीतही आपल्याला अशा व्यक्ती समाजात भरपूर दिसतात आणि म्हणून त्यांच्या साहित्याची व विचारांची गरज वाटते.

आज लोक भजने म्हणत असताना ज्ञानदेव-तुकाराम असाच गजर करतात. लक्षावधी वारकरी मंडळी आषाढी पौर्णिमेला जेव्हा पंढरपूरला जातात तेव्हा एकही मंडळ असे दिसत नाही की जे ज्ञानदेव-तुकारामांचा गजर करीत नाही आणि याच अर्थाने ते खरंच वारकरी पंथाचे कळस होत. त्यांचे कळसाचे स्थान उद्या भविष्यापर्यंतही राहील हे निर्विवाद सत्य होय.

नम्रता, नीती, सदाचरण, एकमेकांच्या पाया पडून लीन होणे ही वैष्णवांची आचारसंहिता असते. वैष्णवांचं निर्मळ चित्त तर पाषाणाला पाझर फोडणारं असतं. आकाशही निनादून जावे आणि त्यामुळे तर वैष्णवांना विठ्ठलाच्या नामाचे जणू भरते

चढते आणि हरिनामाच्या गजरात वैष्णव न्हाऊन निघतात. लौकिकाची सर्व बंधने सैल पडतात आणि आनंदाच्या कल्लोळात वैष्णव अलौकिकानुभव घेतात. ती मग सर्वसामान्य माणसं राहत नाहीत तर ते संत होतात. म्हणूनच संत हे वैष्णव असतात आणि वैष्णव हे वारकरी असतात आणि वारकऱ्यांनी संतमार्ग अनुसरून संत झालं पाहिजे. भक्तीचा हा खेळ हुशारीने खेळा असा नामी सल्लाही तुकाराम महाराज लोकांना देतात. संत म्हणजे संत ज्ञानेश्वर, संत नामदेव, संत एकनाथ असेच अगदी संत झाले पाहिजे असे नाही तर ती त्यागी, संतुष्ट , लोकोपयोगी, सहअस्तित्वाची, परोपकाराची भावना निर्माण व्हावी असे आहे आणि याच भावनेची आज अधिक गरज जाणवते आणि भविष्यातही जाणवणार आहे.

आज माणूस माणसाशी माणसासारखा वागत नाही, त्याच्यामध्ये भूतदया उरली नाही, करुणा उरली नाही, निसर्गाशी असलेले नाते दुरावले आणि म्हणून ते म्हणतात की, व्यक्तीमध्ये भक्तिभाव महत्त्वाचा आहे. भक्तीशिवाय माणसाचं जीवन व्यर्थ आहे. कारण भक्ती हीच मनुष्याच्या सर्वांगीण प्रगतीची शिडी आहे. भक्तीमुळे माणसाचं अंत:करण शुद्ध होते. जगाकडे पाहण्याची दृष्टी निखळ होते. भक्तीच्या संस्कारांमुळे माणसाच्या अंत:करणात ममत्व आणि करुणेचा उदय होतो. रंजल्या-गांजल्यात तो देव पाहतो. भूतदया निर्माण होते, भक्तीने समृद्ध झालेल्या माणसाला जगण्याचे परमोच्च बळ मिळते.

रात्रंदिन आम्हा युद्धाचा प्रसंग । अंतर्बाह्य जग आणि मन ।।

ही अवस्था प्राप्त होते. दुर्जनांशी दोन हात करून सज्जनांचे संरक्षण करण्याची शक्ती बळावते. भक्तिमार्गाचे निरूपण करताना तुकाराम महाराज म्हणतात-

भक्तिभाव आम्ही बांधिलसे गाठी ।
सादावितो हारी घ्या रे कोणी ।।
सुखाचे फुकाचे सकळांचे ।
तारावया पार भवसिंधू ।।
खोटे कुडे नाही घातपात ।
करी युद्ध चित्त तुका म्हणे ।।

भक्तिभाव जगाच्या कल्याणाची प्रेरणा निर्माण करतो. म्हणून तुकाराम महाराज लोकांकडून ही मागणी करतात व त्याच प्रेरणेची गरज आज आहे. उद्याही भविष्यात राहणार आहे. कारण त्याशिवाय समाजात चैतन्य राहूच शकत नाही.

■

संत सावता महाराज

(इ. स. १२५० ते इ. स. १२९५)

'प्रपंची असोनि परमार्थ साधावा' हे सूत्र स्वत:च्या आचरणाने सिद्ध करणारे, हृदयात विठ्ठलाला लपविणारे गृहस्थाश्रमी मराठी संत सावता महाराज होय.

संत शिरोमणी सावता :

संत शिरोमणी सावता महाराजांच्या विचारांचा झरा घराघरात तर सोडाच पण त्यांच्या वंशाच्या घरात किंवा सामान्य माणसापर्यंत पाझरलाच नाही. म्हणून एवढा मोठा संत त्यांच्या योग्यतेच्या मानाने प्रसिद्धीला पावलेला नाही. परंतु, संत नामदेवांना त्यांचे मोठेपण पटलेले होते. ते म्हणतात-

धन्य ते अरण रत्नाची खाण ।
जन्मले निधान सावता तो ॥

असे म्हणून संत नामदेवांनी त्यांना 'संत शिरोमणीत्व' बहाल केले.

संत सावता महाराजांचा जन्म व बालपण :

सावताचा जन्म सांगली-मिरजजवळील औस्ये नावाचे गाव. पंढरपूरजवळ हे गाव आहे. तिथे परसू आणि नंगिता या दाम्पत्याच्या पोटी जन्म झाला. तो छोटा असताना त्याला मळ्यात घेऊन जात असत. परसू हाताने काम करीत असताना ते अखंड 'पांडुरंग हरी, वासुदेव हरी' असा जप सुरू राहायचा तसेच नंगिता सुद्धा पांडुरंगाचा जप करायची आणि याचा परिणाम सावत्यावर झाला व तो अध्यात्मवादी बनला.

हळूहळू सावता मोठा झाला. आईबाबांना कामात मदत

करू लागला. परंतु, सावताने एकदा ऐकले की, पांडुरंगाला आवतन द्यायला जावं नाई लागत. हाक मारली, 'पांडुरंग हरीचा' घोष चालवला की हाक पोचतिया. झाले बस सावता रात्रंदिवस टाळ कुटू लागला, आईला मदत करीत नव्हता. त्यानं सारी कामं सोडून दिली, भाजी खुडत नव्हता, भाजी विकत नव्हता. चार मित्र जमून दूर कुठेतरी झाडाखाली बसत. त्यांचे सारखे नामस्मरण चाले. 'पांडुरंग हरी, वासुदेव हरी' नंगिताने सांगून पाहिले, रागावून पाहिले पण त्याचं एकच उत्तर "धन्याला पाहिल्याबिगर मला चैन पडत न्हाई."

सावत्याचे कर्मव्रत :

तेव्हा त्याच्या वडिलांनी परसूनी सांगितले की, "कर्म सोडून धर्म घडत नाही. काम न करता निस्तं नाम घेतलं तर तो चिडतो."

नंतर सावता मळ्यात खपू लागला व म्हणायचा, "धनी! देवा पांडुरंगा, बघा हं! अंग मोडून मी तुमचं काम करतोय!"

प्रत्येक काम करताना त्याला वाटायचे की देव आपल्याला पाहतो आहे. सावता छान मळा फुलवू लागला. अरण गावाशेजारीच भेंडी नावाचं गाव होतं. तिथे भानवसे कुटुंब राहत असे. त्यांची मुलगी जना. तिच्याशी सावत्याचे लग्न लावून दिले. आई-वडील खूप प्रसन्न होते. काही दिवसांनंतर ते आजारी पडले अन् त्या आजारात मरण पावले. सावता एकाकी झाला. जनी आणि तो सतत काम करीत 'मुखी नाम हाती काम' असे त्याचे वर्तन होते. सावत्याला लोक महाराज म्हणू लागले. महाराजांच्या घरात एक आनंदाची घटना घडली. पाळणा हालला. जनाबाई आई झाली. मुलगी झाली. तिचं नाव नागू ठेवले. सावता मळ्यात कीर्तन करू लागला. लोकांची ये-जा वाढली. पण कामाजी माळ्याला नि ओंकार स्वामींना राग आला.

आपण हीन जातीत जन्माला आलो याचं दुःख सावतोबांना कधीच वाटलं नाही. कारण एका भक्तीच्या आधारानं आपण आपली समस्त जातच उद्धारू असा आत्मविश्वासच त्यांना वाटत होता. शिवाय उच्च वर्णात आपण जन्म घेतला असता उगाच अहंकारानं ग्रस्त झालो असतो आणि देवाला मुकलो असतो. अशीच त्याची श्रद्धा झाली होती. हाच विचार त्यांनी एका अभंगात व्यक्त केला आहे.

भली केली हीन याती । नाही वाढली महंती ।
जरी असता ब्राह्मण जन्म । तरी हे अंगा लागते कर्म ॥
स्नान नाही संध्या नाही । मातिकुळ संबंध नाही ।

सावता म्हणे हीन याती । कृपा करावी श्रीपती ॥

पारमार्थिकानं वृत्ती कितीही उन्नत करून घेतल्या तरी प्रपंचाचे चटके त्याला मुळीच बसत नाहीत, असे मुळीच नाही. प्रपंचाचे चटके त्यालाही असतात. पण ते सहन करण्याची, पचवण्याची ताकद त्यांच्यात परमार्थामुळेच निर्माण झालेली असते. सावतोबाला प्रपंचाचे असे चटके बसले असतील आणि म्हणूनच त्यांना काकुळतीने देवाला सांगावं लागलं-

ऐकावे विठ्ठल धुरे । विनंती माझी हो सत्वरें ॥
करी संसाराची बाहेरी । इतुके मागतो श्रीहरी ॥
कष्ट करिता जन्म गेला । तुझा विसर पडला ॥
माळी सावता मागे संतान । देवा करीगा नि संतान ॥

सावता माळ्याने अष्टसात्त्विक भावाची फुले देवाला वाहिली. त्यांचा सुगंध महाराष्ट्रात दरवळला. सदान्‌कदा तो आपल्या काळ्या आईच्या सेवेत मग्न असायचा. ते नेहमी नित्यनेमानं पंढरपूरला जायचे.

एके दिवशी त्यांचे मन उफाळून आले आणि वाटायला लागले की माझ्या मळ्याचा माळी तो विठ्ठलच आहे. मळ्यातील ही हिरवी रोपं दोन्ही हातांनी टाळ्या वाजवत त्याचंच भजन करीत आहेत. एक बी रोवावं आणि पाटीपाटीनं पदरात पडावं ही त्याचीच लीला आहे. माझ्या विहिरीला त्या दयाधनाच्याच कृपेने अमृताचे झरे फुटले आहेत. या गूढ अनुभवातून त्यांना आपोआप एक अभंग स्फुरला आणि तो म्हणू लागला.

कांदा मुळा भाजी । अवघी विठाबाई माझी ॥
लसूण मिरच्या कोथिंबिरी । अवघा झाला माझा हरी ॥
मोट, नाडा, विहीर, दोरी । अवघी व्यापिली पंढरी ॥
सावता म्हणे केला मळा । विठ्ठल पायी गोविला गळा ॥

सावताला आज काहीसचं वाटू लागलं होतं. कसल्या तरी अनामिक आनंदाच्या उर्मी आतून उफाळून येत होत्या. ते अगदी स्तब्ध झाले. मोट ओढत असताना बैलांना इशाऱ्याची गरजच वाटत नव्हती. मोट ओढीत ते आपोआप थांबत व मोटेचं पाणी डबऱ्यात सांडल्यावर आपोआप मागं-मागं येत होते. लिंबाच्या झाडावर बसलेला कावळा कोकत होता.

सावता एकदम भानावर आला, आत अंतःकरणात पडलेला प्रकाश त्याला बाहेरही दिसू लागला. आतबाहेर एक झालं होतं. दुजं असं काही राहिलंच नव्हतं आणि तरीसुद्धा दोन होऊन एक एकाला हाक मारीत होतं. दुसऱ्याच्या

तोंडून स्वागत होत होतं.

या, देवा.

अरे, मला फार तहान लागलीय रें

मग प्या ना पोटभर पाणी

देव पाटाचं पाणी प्यायला खाली वाकले. ओंजळी भरभरून देव पाणी पीत होते. सावता पाहतच राहिला. मध्येच तो एकदम दचकला. त्याच्या पाटाच्या पाण्यात या देवाचे प्रतिबिंब दिसलं.

डोईवर मुगुट, कानी कुंडल, शंख, चक्र, गदा, पद्मधारी चतुर्भुज, गळा वैजयंतीमाळा अशा पेशात पीतांबर नेसलेलं सावळे रूप त्याला त्या पाण्यात प्रतिबिंबित झालेलं दिसले. सावत्यानं सारं काही ओळखलं, लिंबावर ओरडणाऱ्या कावळ्यानं दिलेला शकुन त्याला समजला. साक्षात् श्रीहरी त्याला भेटायला आले होते. त्यानं ओळखलं आणि धावत जाऊन त्याच्या पायाला मिठी मारली. विठ्ठलानं त्याला आपल्या उराशी कवटाळलं. सावत्याला बोलवेना. जिथं लौकिक वाचा खुंटते, तिथं कविता अभंग रूपानं जन्म घेते. सावत्याला एक अभंगच स्फुरला. त्यानं देवाला विनवलं-

विकासिला नयन स्फुरण आले बाही ।
दाटले ह्दयी करुणा भरिते ।।
आतां मागी भक्त सावता तो माळी ।
आला तया जवळी पांडुरंग ।।
नामा ज्ञानदेव राहिले बाहेरी ।
माळिया भीतरी गेला देव ।।
माथां ठेऊनी हात केला सावधान
दिले आलिंगन चहू भुजी ।।
चरणी ठेऊनी माथा विनविती सावता ।
तैसा पंढरीलागी करीन पूजा ।।

देव म्हणाले, ''सावत्या, मी थकून गेलो असलो तरी मला स्वस्थ बसता येणार नाही.''

''कां बरं देवा?''

''अरे, काय सांगू? माझ्या पाठीमागे दोन चोर लागलेत.''

''मग मी काय करू म्हणता?''

देव म्हणाले, ''सावत्या, कुठेतरी लपव रे मला.''

"देवा, कुठं लपवायचं तुम्हाला?"

"मला अन्य कोणीही पाहणार नाही अशा ठिकाणी लपव."

"देवा, तुम्ही सर्वव्यापी, सर्वसाक्षी, सर्वस्पर्शी आहात. तुम्हाला कुठं लपवता येईल? देवा, आकाश लपवायला कुठली संदुक आणायची? त्रिभुवनात अशी कुठली जागा आहे की तिथे लपला असता तुम्ही दिसणार नाही? तुम्ही त्रिभुवनाला व्यापून राहिला आहात."

"सावत्या, मला अध्यात्म सांगतोस? आणि ही का वेळ अध्यात्म सांगण्याची आहे. चल, लवकर लपव मला कुठेतरी."

"देवा, वायुला पिंजऱ्यात कोंडायला कसं सांगती? आकाशाला घागरीत साठवायला कसं लावता मला?"

"अरे, जे कशातच मावत नसतं ते पोटात साठवता येतं ना!"

"अं! होय देवा, बरोबर आहे तुमचं म्हणणं."

"मग मला तुझ्या पोटात लपव. वेळ दवडू नकोस उगाच."

"देवा, किती छान बोललात! जे डोळ्यांत मावत नाही. कानांना ऐकू येत नाही, वाणीला सांगता येत नाही, जे काही घरात मावत नाही, देवळातही मावत नाही; फार काय विश्वालाही व्यापून उरलेलं त्याच्या पोटात मावतं, देवा तुझं खरं स्थान माझ्या हृदयात आहे. हे तूच मला शिकवलंस!"

देवानं सस्मित नजरेनं सावत्याकडं पाहिलं.

"पण देवा, तुला मी हृदयात ठेवलं तरी तुझा ठाव चोरांना लागणारच की, कस्तुरी डबीत ठेवली तरी सुगंध लपणार आहे थोडाच? परीस लोखंडाच्या पेटीत ठेवला तर ती पेटीच सोन्याची होऊन गुपित फुटणार नाही का?"

"सावता, अरे किती बोलशील? जे अध्यात्म माझ्या प्राप्तीसाठी तेच मला शिकवतोस? आटप आटप लवकर. प्रसंग बाका आहे. ते चोर मला गाठतील आणि हा हा म्हणता पळवून नेतील."

"ठीक आहे देवा, लपवतो मी तुला माझ्या हृदयात; पण मला वाटतं तुझा पाठलाग करणारे ते चोर साधेसुधे नसावेत."

"बरं, बरं बघून घेईन, तुला काय करता येईल ते कर माझ्यासाठी."

देवाचा फारच आग्रह पाहून सावत्यानं खुरपं घेतलं आणि आपलं पोट फाडलं आणि रचना त्या परब्रह्मात अणुरूप होऊन सावत्याच्या पोटात शिरले. पोट आपोआप बंद झालं.

सावत्यानं खांद्यावरचं कांबळं पोटाला गुंडाळलं.

जिथं तिथं सावत्याला सावळा हरी दिसत होता आणि त्याच्या वाणीतून अभंग आपोआप आकार घेऊ लागला.

आमुची माळीयाची जात । शेत लावू बागाईत
आम्हा हाती मोट नाडा । पाणी जाते फुलझाडा ।।
शांती-शेवंती फुलली । प्रेम जाई जुई व्याली
सावताने केला मळा । विठ्ठल देखियला डोळा ।।

पिकलेल्या फळासारखं त्याचं मीपण गळालं होतं. उरली होती ती फक्त उत्कट भक्ती! अंत:करणात तिचा सदैव वास होवो म्हणून सावता भारल्या अंत:करणानं देवाला विनवू लागला-

नको तुझे ज्ञान, नको तुझे मान । माझे आहे मन वेगळीच
चरणी ठेऊनी माथा विनवितो सावता । ऐका पंढरीनाथा विज्ञापना ।।

सावत्यानं डोळे मिटून घेतले आणि शांत, प्रशांत मनानं आतला आवाज ऐकत राहिला.

या घडलेल्या कथेचा अर्थ :

सावता माळ्याच्या या कथेतून आपण अद्‌भुततेला आणि चमत्कारांना बाजूला ठेवून काय घेऊ शकतो? ईश्‍वरावरील अतूट निष्ठा आणि त्या निष्ठेतून पालवलेली समर्पित भक्ती हेच जीवनमूल्य त्यातून हाती लागतं. समर्पणात जीवनातला श्रेष्ठ आनंद सामावलेला आहे. आत्मविस्मृतीत अद्वैताचे आश्‍वासन आहे. समर्पणात मी पण विसरल्याने साऱ्या सुखदु:खांचा लय आहे. सुखदु:खापलीकडील श्रेष्ठ आनंदाची लय त्यात सापडते हेच सारभूत तत्त्व आपल्या मनावर परिणाम करून गेल्याशिवाय राहत नाही. दुसरे असे की देव केवळ मूर्तीत नाही, तीर्थक्षेत्रातच केवळ त्याची वस्ती नाही, तो चराचराला व्यापून राहिलेला आहे. जो निर्गुण-निराकार आहे, त्यालाच परमात्म तत्त्व म्हणतात. त्याच परमात्म्याचा अंश प्रत्येक प्राणिमात्रात आहे. त्यालाच आत्मतत्त्व म्हणतात. हे आत्मतत्त्व एका भक्तिप्रेमानं फुलवलं. जागृत केलं म्हणजे त्या आत्म्याला परमात्म्याची ओळख पटते आणि जिवाशिवाचं मीलन होतं. अद्वैताची प्राप्ती होते. हाच ईश्‍वराचा साक्षात्कार! या साक्षात्कारातच जगातील श्रेष्ठ आणि सुख-दु:खापलीकडील निर्मळ आनंद सामावलेला आहे. या आनंदाला ब्रह्मानंद म्हणतात.

सावता महाराजानं पोट फाडलं व त्याच्या पोटात परमेश्‍वर लपला. याचा अर्थ हाच की, त्याच्या हृदयरूपी गाभाऱ्यातील आत्मतत्त्व जागृत झालं. परमात्मप्रीतीचा

प्रकाश त्यात पडला आणि या प्रकाशात आत्म्याला परमात्म्याचं दर्शन झालं. आत्मा परमात्मारूप झाला. जसा पाण्याचा थेंब समुद्रात पडल्यावर त्याचं अस्तित्व नाहीसं होऊन तो समुद्र बनतो, तसा आत्मा परमात्म दर्शनानं परमात्मरूप होतो व भक्ताला या विश्‍वात्मक चराचरात परमात्मा दिसू लागतो. राधेला जिथे जिथे श्याम मुरारी दिसू लागला तसा त्याला ईश्‍वर सर्वत्र दिसू लागतो. हा या कथेचा अन्वयार्थ.

यानंतर सावता मळ्यामध्ये काम करू लागला. पत्नी जनी आणि मुलगी नागू त्या मळ्यामध्ये काम करून पोट भरत असतानाच 'हाती काम अन् मुखी नाम' याप्रमाणे कार्य करीत असतानाच लोक त्रास द्यायला लागले. शेतीची नासधूस करणे, पिकात जनावरे सोडून त्रास देणे, मारणे इत्यादी. परंतु, सावता कधी रागावलाच नाही अन् देवाला ते अज्ञानी आहेत त्यांना क्षमा कर असं म्हणून भजन-कीर्तन करू लागले. पटकीची साथ आली तर लोकांची सेवा केली.

आपले हे शरीर म्हणजे आता कलेवर होऊन उरले आहे. अशाच भावनेने ते राहत होते. प्रपंचातील सर्व कर्तव्यकामे करीतच होते. परंतु, त्याचा सारा प्रपंचच विठ्ठलरूप झाला होता. आपण प्रपंचातील सारी कर्मे आपली म्हणून करीत नसून ते विठ्ठलाचे काम करीत आहोत या भावनेने ते प्रपंच करीत होते.

संसार-तपाला आयुष्यभर तोंड देऊन भक्ती प्रेमाच्या आधारे आपल्या जीवनात शांति-शेवंती फुलविणारा सावता वयाच्या ४५ व्या वर्षी इ.स. १२९५ मध्ये नवज्वरानं आजारी पडला. त्यानं ओळखलं आता आपले शरीर आपल्याला साथ देणार नाही. तेव्हापासून त्यानं अखंड नामस्मरणाचा उपक्रम चालू ठेवला. अन्न नाही, पाणी नाही. प्रायोपवेशनच आरंभिले होते. सावतोबा सिद्ध लोकांच्या सहवासात योगविद्याही शिकला होता. आता त्यांनी योगप्रक्रियेने हा देह देवाला अर्पण करायचं ठरवलं आणि-

उठोनि प्रात:काली करूनिया स्नान । घालूनि आसन यथाविधी
नवज्वरे देह झालासी संतप्त । परि मनी आर्त विठोबाची
प्राणायाम करूनि कुंभ साधीला । वायु निरोधिला मूळतत्वी
शके बाराशे सतरा शालीवाहन शक । मन्मथ नाम संवत्सर
ऋतू ग्रीष्म कृष्ण आषाढ चतुर्दशी । आला उदयासी सहस्रकर
सावता पांडुरंगी स्वरूपी मिळाला । देह समर्पिला ज्याचा त्यासी

अशारीतीने सावता माळी हे भागवत भक्त शके १२१७ मन्मथ नाम १२ जुलै १२९५ मध्ये त्यांचे निर्वाण झाले.

संत सावता महाराजांचे कार्य :

१) कर्मप्रधान व प्रवृत्तीमार्गी शिकवण :

संत सावता महाराजांनी श्रम (काम) हीच पूजा आहे, कर्तव्य हा परमेश्वर आहे. अशा सुभाषितांनी श्रमाचे व कामाचे महत्त्व विशद केले होते तेही इ.स. १३ व्या शतकामध्ये. आपल्या अभंगांतून व वर्तनातून जनसामान्यांसमोर मांडले होते. सावता महाराजांनी विठ्ठल भक्तीचेच एक पावन साधन म्हणून अभंगाची रचना केली. या अभंगातून त्यांनी कर्तव्य आणि कर्म सतत करीत राहणे हीच खरी ईश्वरभक्ती आहे, असा उपदेश केला आणि स्वत: त्या उपदेशाचे पालन केले. अशाप्रकारची कर्मप्रधान व प्रवृत्तीमार्गी शिकवण देणारे सावता महाराज हे महाराष्ट्रीय संत परंपरेतील आद्य संत आहेत.

२) परमेश्वर प्राप्तीचा मार्ग सांगितला :

परमेश्वर प्राप्तीसाठी योग, याग, तप, तीर्थ, व्रत यांसारख्या वरपांगी दिखाऊ गोष्टींची अजिबात आवश्यकता नाही. हे स्पष्ट करताना सावता महाराज म्हणतात-

योग, याग, तप, धर्म ।
सोपे वर्म नाम घेता ।।
तीर्थ, व्रत, दान अष्टांग ।
याचा पांग आम्हा नको ।।

संसारी माणसाला आपल्या कुटुंबाच्या पोषणासाठी सतत काबाडकष्ट करावे लागतात. अशा सर्वसामान्य कष्टकरी माणसांना परमार्थ साधण्याचा सोपा मार्ग सावता महाराजांनी सांगितला. त्यांचा असा विश्वास होता की, सतत केवळ परमेश्वराचे नामस्मरण केले तरी परमार्थ साधता येतो. त्यासाठी संसार सोडून संन्यास घेण्याची आवश्यकता नाही. आपली पत्नी, जनीस उद्देशून लिहिलेल्या अभंगात सावता महाराज म्हणतात,

प्रपंची असूनी । परमार्थ साधावा ।
वाचे आठवावा । पांडुरंग ।।
उच-नीच काही । न पाहे सर्वथा ।
पुराणीच्या कथा । पुराणीच ।।
घटका आणि पळ । साथी उतावीळ ।
वाउगा तो काळ । जाऊ नेदी ।।
सावता म्हणे कां ते । जपे नामावली ।
हृदयकमळी । पांडुरंगा ।।

३) मोक्षाचा मार्ग सांगितला :

आपल्या भारतीय धर्माने व संस्कृतीने मानवी जीवनाचे अंतिम उद्दिष्ट मोक्ष मिळविणे हे मानले आहे. हा मोक्ष आपले कर्तव्य-कर्म केल्याने सहजासहजी मिळतो. अशी सावता महाराजांना खात्री आहे. आत्मनिवेदनपर पुढील अभंगात सावता महाराज म्हणतात-

'आमुची माळियाची जात ।
शेत लावू बागाईत ।।
आम्हा हाती मोट नाडा ।
पाणी जाते फुलझाडा ।।
शांती-शेवंती फुलली ।
प्रेम जाई-जुई व्याली ।।
सावताने केला मळा ।
विठ्ठल देखियेला डोळा ।।
स्वकर्मात व्हावे रत ।
मोक्ष मिळो हातोहात ।।

अशाप्रकारे मोक्ष आपण आपले काम अगदी निष्ठेने, सतत करीत राहिल्यास मिळते. त्यांच्या मते नामसंकीर्तन करणाऱ्याने भुक्ती (भोग) व मुक्ती (मोक्ष) यांची पर्वा करण्याचे कारण नाही.

४) नामसंकीर्तनाच्या बळावर वैकुंठाची वाट सापडण्याचा मार्ग सांगितला :

तत्कालीन सर्व संत नित्य, नेमाने पंढरीची वारी करणारे. पण, सावता महाराजांनी नित्य नेमाने वारी केल्याचा उल्लेख नाही. बहुतेक सर्व संतांनी परमेश्वराकडे अशी विनवणी केली आहे की, आम्हाला पंढरीचा वास, चंद्रभागेचे स्नान आणि विठ्ठलाचे दर्शन घडावे. पण सावता महाराजांना असा आत्मविश्वास होता की, पंढरीची वारी केली नाही तरी देखील केवळ नामसंकीर्तनाच्या बळावर वैकुंठाची वाट सापडू शकते. हे सांगताना सावता महाराज म्हणतात-

'न लगे सायास, न पडे संकट
नामे सोपी वाट वैकुंठाची ।।'

सावता महाराजांनी एकेश्वर वादाचा पुरस्कार केला होता. त्यांची अशी श्रद्धा होती की, पंढरीच्या पांडुरंगामध्ये शिव, ब्रह्मा व विष्णू हे तिन्ही देव एकरूप झाले आहेत. ते म्हणतात,

'शिव, ब्रह्मा, विष्णू तिन्हि देव एक ।
जे निराकार सम्यक, विठ्ठल माझा ।।

सावता महाराज पंढरपूरला गेले असता त्यांना विठ्ठलाचे दर्शन झाले असेलच पण आपल्या नित्याच्या कामात त्यांना सर्वत्र विठ्ठलाचा व पंढरीचा साक्षात्कार होत असे. किंबहुना आपला बहरलेला मळा हाच त्यांच्या लेखी विठ्ठल होता. हे सावता महाराजांच्या पुढील अभंगावरून स्पष्ट होते.

'कांदा, मुळा, भाजी ।
अवघी विठाबाई माझी ।।
लसुण, मिरची, कोथिंबिरी ।
अवघा झाला माझा हरी ।।
मोट, नाडा, विहीर, दोरी ।
अवघी व्यापिली पंढरी ।।
सावता म्हणे केला मळा ।
विठ्ठल पायी गोविला गळा ।।

५) श्रमाला प्रतिष्ठा मिळवून दिली :

कृषिप्रधान देशात श्रमाला प्रतिष्ठा मिळवून देण्याचे महान कार्य त्यांनी केले. आदर्श शेतकरी हा आदर्श संत होऊ शकतो हे संत सावतांनी दाखवून दिले. श्रमाची शरम वाटणाऱ्या समाजाला हा आदर्श निश्चितच उपकारक ठरेल.

आपण जे काम करतो ते सर्व पांडुरंगाचे कार्य आहे. हे जेव्हापासून आईने सांगितले तेव्हापासून ते कार्य करावयास लागले आणि हा मळा, त्यातील फुले झाडे, कांदा, मुळा, भाजी हे जे सर्व काही आहे ते पांडुरंगाचेच स्वरूप आहे आणि त्याची सेवा करणे हे आपले काम आहे. भगवद्गीतेत सांगितल्याप्रमाणे 'योग: कर्मसु कौशलम्' याप्रमाणे कर्माला स्थान देत त्यांनी कार्य केले आणि लोकांनी त्रास दिला तरी त्यांचे कार्यही करण्यासाठी त्यांनी कमी केले नाही.

६) लोकांतील अंधश्रद्धा घालविण्याचा प्रयत्न केला :

तेराव्या शतकात होऊन गेलेला हा संत शिरोमणी परंतु विचाराने एकविसाव्या शतकात होता. त्यांच्या जीवनात त्यांनी अंधश्रद्धेला अजिबात थारा दिला नाही. शेतीच्या कामाला अडथळा आणणारा 'म्हसोबा' उपटून त्यांनी बांधावर आणला व सांगितले, 'नरसोबा, म्हसोबा, तुकाई, मरीआई हे माणसांनी स्वत:च्या स्वार्थासाठी निर्माण केलेले देव आहेत. कोणताही देव माणसाकडे कोंबडं, बकरं मागत नसतो. देव इतका भिकारी नाही किंवा इतका हीनही नाही. पण सातशे-

साडेसातशे वर्षांपूर्वीच्या, रूढीच्या व जुन्या परंपरांच्या गुलामगिरीत जीवन जगणाऱ्या तत्कालीन समाजाला हे विचार पटले नाहीत. त्यांनी सावता महाराजांना खूप त्रास दिला. त्यांच्या शेतीची नासधूस केली. घर जाळलं, पीक जाळलं, सगळ्या पिकांत जनावरे सोडली. इतकंच नव्हे तर मरीआईला बकरी कापू नका म्हणून सावता आडवे गेले तर त्यांना काट्यांनी बेदम मारून जखमी केले. पण,

क्षमाशास्त्र जया नराचिये हाती
दुष्ट तयाप्रती काय करी

एवढे त्यांनी मारले परंतु सावत्याला काहीच लागले नाही आणि त्यांचे लोकांमधील अंधश्रद्धा घालविण्याचेही कार्य झाले.

७) सहनशीलतेचे प्रत्यंतर घडवून दिले :

वरील मुद्यातील उदाहरणाचा विचार केल्यास लक्षात येते की, संत एकनाथासारखी सहनशीलता संत सावत्यामध्ये होती. त्यांना लोकांनी बेदम मार दिला. त्यांच्या पिकांचे नुकसान केले तरी पण त्यांनी सर्वांना क्षमा केली. विठाई माउलीजवळ मागणं मागितलं, ''हे माउली, हे अज्ञानी लोक आहेत, चूक त्यांची नाही. त्यांच्या अज्ञानाची आहे. त्यांना क्षमा कर. त्यांचं अज्ञान घालविण्याचं सामर्थ्य मला दे. त्या ज्ञानप्रकाशात मी त्यांचे अज्ञान, अंधकार जाळून, डोळस ज्ञानाचा प्रकाश त्यांच्यापर्यंत पोचवीन. त्यांची आर्त हाक त्या दयाळू दयाघनानं ऐकली आणि चमत्कार घडला. एक माळी सात्त्विक शेतकरी कीर्तन करीत उभा राहिला. सर्व ग्रामस्थ चकित झाले. सावता महाराज कीर्तन करू लागले. त्यांच्या हृदयातून भक्तीचे उमाळे सहजच उचंबळून येऊ लागले. भक्तिरसातून ज्ञानरस पाझरू लागला. लोक कीर्तन ऐकून धन्य झाले. सावतांचे मोठेपण लोकांना पटू लागले. लोक कीर्तनाला येऊ लागले. ज्ञानाची व भक्तीची गंगा अरणगावातून अखंडपणे वाहू लागली.

८) वैद्य बनून लोकांची सेवा केली :

गावात पटकीची साथ आली. लहान मुलांपासून तर वृद्धांपर्यंत सर्वजण पटकीच्या साथीने हैराण झाले. सावतांच्या शत्रूंनी योग्य संधी साधून गावात बोभाटा केला. हा म्हसोबाचा कोप आहे. या सगळ्या विनाशाला सावता माळी जबाबदार आहे. तोपर्यंत सावता महाराजांचे मोठेपण, त्यांची शिकवण लोकांना इतकी पटली होती की शत्रूपक्षाच्या ओरडण्याचा लोकांवर काहीच परिणाम झाला नाही. या पटकीच्या काळात महाराज वैद्य बनले, आई झाले, दाई झाले. जातीने माळी असल्याने त्यांना झाडापाल्याची, औषधांची चांगलीच माहिती होती.

जे का रंजले गांजले ।
त्यासी म्हणे जो आपुले ।।
तोची साधु ओळखावा ।
देव तेथेची जाणावा ।।

तुकारामांच्या अभंग व वचनाप्रमाणे महाराज घरोघरी फिरले. रोगपीडितांची सेवा केली. त्यांना औषध दिले. दुःखितांचे अश्रू पुसले. ज्यांनी त्यांना काठीने मारले अशा विरोधकांच्या घरी जाऊन त्यांना प्रेमाने औषध दिले. त्यांना धीर दिला. शत्रूंना आणि त्यांच्या मुलाबाळांना साथीपासून बरे केले.

९) कुटुंब नियोजित ठेवण्याचे कार्य व महत्त्व समजून देणे :

ज्या काही मोजक्या संतांनी प्रपंच व परमार्थ केला त्यात सावता माळीच आपल्यास 'आदर्श संत' दिसतात. सातशेसाडेसातशे वर्षांपूर्वी त्यांना छोट्या कुटुंबाचे महत्त्व पटले होते. ज्या काळात कुटुंब नियोजनाची काहीही साधने नव्हती त्या काळात त्यांनी एकाच मुलीवर समाधान मानून संसार केला. वंशाला कुलदीपक हवा म्हणण्याचा तो काळ असताना मुलगा काय किंवा मुलगी काय यात तीळमात्र भेद न मानता स्वतः आत्मसंयमाने कुटुंब नियोजित ठेवून सर्व समाजाला आदर्श दाखवून दिला. आज या एकविसाव्या शतकातही मुलगाच हवा म्हणून मुलींची रांग लावणाऱ्या समाजाला सावता महाराजांचा हा आदर्श दीपस्तंभासारखा मार्गदर्शक झाल्याशिवाय राहत नाही.

१०) दुःख, दारिद्र्यावर मात करणारा - परमार्थ मार्ग सांगितला :

सर्वत्र विठ्ठलाची प्रचिती आणि सदा समाधानी वृत्ती यांचा सुंदर संगम त्यांच्या व्यक्तिमत्त्वात झाला होता आणि त्यामुळेच भक्तिप्रेमातून त्यांनी आपल्या अंतःकरण वृत्ती उन्नत करून घेतल्या होत्या. पारमार्थिक वृत्ती उन्नत करून घेतली तर प्रपंचाचे चटके त्याला मुळीच बसत नाहीत, असे मुळीच नाही. प्रपंचाचे चटके त्यालाही बसतात. पण ते सहन करण्याची, पचवण्याची ताकद त्याच्यात परमार्थामुळेच निर्माण झालेली असते. संसारातील दुःखमयतेवर आणि कष्टमयतेवर मात करण्याकरिता संतांना सामाजिक अथवा आर्थिक क्रांतीचा आश्रय घेण्याची मुळीच आवश्यकता वाटली नाही. याला कारण त्यांचं द्रष्टेपण. त्यांना दिसत होतं की, कितीही सामाजिक क्रांती घडून आली तरी माणसामाणसातील द्वैत, संघर्ष मिटणार नाहीत. कितीही आर्थिक क्रांती झाली तरी सामान्यांचे, सत्प्रवृत्तीचे, सज्जनांचे दारिद्र्य फिटणार नाही. उलट ती अधिक तीव्र होतात. म्हणून या दुःख, दारिद्र्यावर मात करणारा निराळाच मार्ग शोधावा लागला आणि तो म्हणजे परमार्थ.

ईश्वरावरील अनन्य निष्ठा आणि मानवतेवरील अतूट प्रेम, नि:स्वार्थ प्रेम, भक्तिप्रेम हे साधन आणि त्यातून प्राप्त होणारी शांती हे साध्य असेच त्यांनी आपल्या जीवनाचे समीकरण मांडलं होतं. ते त्यांनी यशस्वी रीतीनं सोडवून दाखविलं होतं.

११) जनतेमध्ये भावभक्तीचा मळा फुलविला :

सावता महाराजांच्या कर्मप्रधान व नामसंकीर्तनाच्या शिकवणीचा परामर्श घेतला असता असे दिसून येते की, त्यांची जीवनदृष्टी पुरोगामी होती तर शिकवण कर्तव्यनिष्ठेला व सामाजिक नैतिकतेला पोषक होती. सावता महाराजांच्या जीवन कार्याचा गौरव करताना संत धुंडा महाराज देगलुरकर लिहितात. "लोकांची मने सफल व्हावीत आणि भक्तीच्या सुगंधी पुष्पांनी गंधीत व्हावीत म्हणून त्यांनी लोकमनाची मशागत केली. भक्तीज्ञानाची बीजे त्यांनी पेरली. त्या बीजांना त्यांनी विवेकाचे खतपाणी घातले. सात्विक आचारविचारांची त्यांनी खुरपणी केली. नंतर त्यांनी एकविश्वभावाचे कुंपण घातले." अशा प्रकारे असेही म्हणता येईल की सावता महाराजांनी भावभक्तीचा मळाच फुलविला. जीवन कसे जगावे याचा आदर्श सावता महाराजांनी लोकांसमोर ठेवला.

संत सावता महाराजांची युगप्रवर्तक अभंग रचना :

संत सावता महाराजांचे अभंग अल्प आहेत. ते असे विशिष्ट मथळा देऊन वगैरे मिळाले नाहीत. परंतु जे वास्तवात, वाचण्यात आहेत ते अतिशय अर्थभरीत व महत्त्वपूर्ण आहेत. त्यांच्या कवितेचा मूळ स्वभाव शांत व समाधानी आहे. त्यामुळे त्यांचे अभंग म्हणजे लहानशी भावगीतेच वाटतात असे म्हटले जाते. त्यांची वर्णनशैली अगदी साधी, सोपी, सुटसुटीत व सहजसुंदर अतिशय हृदयस्पर्शी आहे. त्यांच्या अभंगात गोडवा आहे. वाणीत गोडवा आहे. शब्दांत मार्दवता आहे. वाणी प्रासादिक आहे. मनात परमेश्वराविषयीची आंतरिक ओढ आहे. संत सावता महाराजांच्या अभंगांतून तत्कालीन समाजाचे अंधुक का होईना पण थोडेसे दर्शन घडते, आपले कर्म करण्यात आनंद मानला पाहिजे कारण, सर्व कामे परमेश्वराला सारखीच असतात.

आजच्या व भविष्याच्या युगाच्या संदर्भात विचार :

संत सावता महाराज हे त्यांच्या समकालीन व उत्तरकालीन संतांपेक्षा अनेक बाबतीत वेगळे होते. सावता महाराजांचा वेगळेपणा त्यांच्या वृत्तीतून व अभंगांतून दिसून येतो.

त्याकाळात कोणाला तरी गुरू करण्याचा सांप्रदायिक शिरस्ता होता. उदा.- संत नामदेवांनी विठोबा खेचरांना तर संत ज्ञानदेवांनी आपले वडील बंधू निवृत्तीनाथांना

गुरू केले होते. मात्र सावता महाराजांनी कोणालाही गुरू केल्याचा उल्लेख मिळत नाही (ते प्रत्यक्ष पांडुरंगालाच गुरुस्थानी मानीत) यावरून गुरू करण्याचा सांप्रदायिक शिरस्ता सावता महाराजांनी मानला नव्हता. हा विचार आजच्या घाईगर्दीच्या जीवनात फार महत्त्वाचा आहे असे वाटते.

पंढरीचा पांडुरंग सावता माळी या एकनिष्ठ, श्रेष्ठ, प्रिय भक्ताच्या भेटीसाठी आपले राऊळ सोडून अरण येथे सावता माळ्याच्या मळ्यात गेले. सध्या दरवर्षी सर्व संतांच्या पालख्या पंढरपूरला जातात मात्र पांडुरंगाची पालखी आषाढ वद्य १४ ला अरण येथे नेली जाते. ही प्रथा लक्षात घेतल्यास सावता महाराज हे भक्तीच्या क्षेत्रात उच्च स्थान प्राप्त केलेले ज्येष्ठ व श्रेष्ठ वैष्णव होते, हे स्पष्ट होते. तसेच त्यांचे स्थान किती श्रेष्ठ होते हे संत नामदेव महाराज आणि संत एकनाथांनी त्यांचा कसा उद्धार केला हे लक्षात येते. संत नामदेव महाराज अभंगात म्हणतात-

'सावता सागर, प्रेमाचा आगर ।
घेतला अवतार माळ्या घरी ।।
धन्य त्याची माता, धन्य त्याचा पिता ।
साठविला दाता त्रैलोक्याचा ।।
नामा म्हणे त्याचा जन्म सफल झाला ।
वंश उद्धरीला माळियाचा

तर एकनाथ महाराज म्हणतात,

'माळियाचे वंशी सावता जन्मला ।
पावन तो केला वंश त्यांचा ।।

सावता महाराजांच्या कार्याविषयी संत नामदेव महाराज व संत एकनाथ महाराज यांनी अनुक्रमे माळियाचा वंश उद्धारीला व माळीयाचा वंश पावन केला असे म्हटले असले तरी २१ व्या शतकात जो मानव सावता महाराजांनी दिलेली नाम संकीर्तनाची व कर्मप्रधान शिकवण निष्ठापूर्वक अंगीकारील त्याचा निश्चितपणे आध्यात्मिक दृष्टीने उद्धार होईल व त्याचे जीवन पावन बनेल, मग तो कोणत्याही वंशातील असो अशी निश्चित खात्री आहे व भविष्यासाठीही ती गरजेची आहे.

संत सावता महाराज कांदा, मुळा, भाजी, फुले, फळांचा तर मळा फुलवतच असे परंतु त्यासोबत त्यांनी अरण गावात जो भावभक्तीचा मळा फुलविला ते अतिशय महत्त्वाचे आहे. निसर्गसृष्टी तशीही सजीवच असते परंतु संत सावतांनी त्या मळ्याला किती सजीव केले की ते म्हणतात रोपं डुलतात तरते दोन हातांनी

टाळ्या वाजवतात. तो मळा म्हणजे जणूकाही विठ्ठलच या भूमिकेतून त्याची निगा राखतात आणि बायको जनी व मुलगी नागू यांनाही ते तसच सांगून वागायला लावतात तेव्हा त्यांची ही भावना किती महत्त्वाची आहे. त्यामुळे जनतेच्या मनावर हे बिंबविण्याचा प्रयत्न केला की कोणतेही करीत असलेले काम हे विठ्ठलाचे काम आहे. परमेश्वराचे काम आहे. 'हाती काम अन् मुखी नाम' हा जो विचार मंत्र त्यांनी जनतेला दिला तो अतिशय महत्त्वाचा आहे.

सोळाव्या शतकात मराठी भाषेत संत साहित्याची पताका डौलाने फडकविण्याऱ्या संत एकनाथांनीही सावता माळ्याची दखल घेतली आहे. संत सावताच्या श्रमाचे, भक्तीचे वर्णन करत ते म्हणतात,

एका जनार्दनी सावता तो धन्य
तयाची महिमा न कळे काही

त्यांचा महिमा हा अपरंपार आहे. त्यांचे एक वैशिष्ट्य की, विठ्ठलाचे परमभक्त असूनही सावता महाराज पंढरपूरला कधीच गेले नाहीत आणि तरीसुद्धा इतर कोणत्याही भक्ताकडे न जाता पांडुरंग सावता महाराजांच्या भेटीला आला. हा आश्चर्याचा अलौकिक प्रश्न सर्वांच्या दृष्टीने महत्त्वाचा आहे.

संत सावता महाराजांना एवढे लोकांनी मारले, त्यांचे घर जाळले, पिके जाळली तरी त्यांनी लोकांना, विरोधकांना, मारणाऱ्यांना त्यांच्या घरी जाऊन औषध दिले. त्यांना धीर दिला व सर्वांना साथीपासून बरे केले. परमेश्वराला सांगितले की, चूक त्यांची नाही त्यांच्या अज्ञानाची आहे. असे म्हणण्यासाठी किती उदार अंत:करण पाहिजे याची जाणीव आपल्याला येते. एवढेच नाहीतर शत्रूवर प्रेम करा, क्षमा करा हेच ईश्वराचे भूषण आहे. अज्ञानाला ज्ञानाने जिंका तर इष्टांना प्रेमाने जिंका. सूडाने सूड वाढतच जातो हे मौलिक विचार आजही प्रेरणादायी वाटतात आणि म्हणून २१ व्या शतकातही त्यांच्या विचारांची गरज वाटते.

साडेसातशे वर्षांपूर्वी संत सावता महाराजांनी जो एक मौलिक आणि स्पृहणीय स्वरूपाचा विचार दिला की तत्कालीन काळात मुलगा हवाच, वंशाला कुलदीपक हवा म्हणणाऱ्याचा तो काळ असताना मुलामुलीमध्ये त्यांनी अजिबात फरक केलानाही. एवढेच नाही तर लोकांना त्यांचे महत्त्व समजून दिले स्वत:चे कुटुंब आत्मसंयमाने नियोजित ठेवून आदर्श घालून दिला हा विचार एकविसाव्या शतकातही मुलासाठी मुलींची रांग लावणाऱ्या समाजाला, गर्भलिंगाची चाचणी करून मुलीचा असलेला गर्भ काढून टाकणाऱ्या समाजाला आदर्श आहे. मुलगा झाला की

आनंदाने पेढे वाटणाऱ्या आणि मुलगी झाली की घरात कुणीतरी मेल्यासारखे चेहरे करून बसणाऱ्या कुटुंबाला, आजच्या प्रगत समाजाला सावता महाराजांचा हा पुरोगामी विचार अंतर्मुख करायला लावतो आणि म्हणूनच आजच काय तर यापुढे अनेक शतकातही त्यांच्या विचारांची गरज भासेल.

■

संत गाडगेमहाराज

(इ.स. १८७६ ते इ.स. १९५६)

ग्रामस्वच्छता मोहिमेचे जनक, या शतकाच्या आरंभापासूनच नि:स्पृहपणे अनिष्ट प्रथांच्या उच्चाटनाचे, जनसुधारणेचे व दीनसेवेचे बहुविध कार्य सतत करीत असलेले वऱ्हाडचे सत्पुरुष वैराग्यमूर्ती गाडगे महाराज होय.

गोपाला गोपाला, देवकीनंदन गोपाला असे म्हणत सतत रामनाम आणि काम यांची सांगड घालून कीर्तने व भजने यांच्या माध्यमातून ज्ञानामृत पाजणारा हा संत

संत गाडगे महाराजांचा जन्म बालपण व कौटुंबिक परिस्थिती :

संत गाडगेबाबांचा जन्म अमरावती जिल्ह्यात शेणगाव या गावी त्यांचे अठरा विश्व दारिद्र्य असलेल्या परटाच्या घरी झिंगराजी व सखुबाई या दाम्पत्याच्या पोटी २३ फेब्रुवारी १८७६ रोजी झाला. त्याचे नाव डेबू ठेवले. त्यांचे पूर्ण नाव डेबूजी झिंगराजी जानोरकर झिंगराजी खूप दारू प्यायचा. घरदार, शेतीवाडी सर्व दारूच्या व्यसनापायी घालवले अन् वरून कर्जबाजारी पण झाला. त्याला त्यामुळे आजार चढला आणि तो आजार जास्त होऊन झिंगराजी मरण पावला. सखुबाईचा भाऊ चंद्रभानजी यांनी आपली बहीण सखुबाई व डेबू यांना स्वत:च्या गावी नेले. डेबूच्या मामाच्या घरी भरपूर शेती होती, परंतु तिथे या दोघांना घरी ठेवणे मामीला पसंत पडले नाही. म्हणून आई सखुबाईने मंत्रच दिला डेबूजींना. ''मामाच्या घरी आयतोबा म्हणून होऊन राहायचे नाही. फुकटचे खायचे नाही डेबूराया! अशा जागी बसावे कुणी ऊठ म्हणू नये, असे बोलावे की कुणी झूठ म्हणू

नये.'' आईने दिलेला मंत्र डेबूने लक्षात ठेवला अन् दुसऱ्या दिवशी दावणीची गुरे घेऊन रानात चरण्यासाठी घेऊन गेला आईला समाधान वाटले. आई अगदी सकाळपासून तर संध्याकाळपर्यंत भरपूर कामे करायची. दळण, कांडण, दिवसभर शेतातील कामे इतर बाया एवढीच.

डेबूला काही दिवसांनंतर मामाने आपल्या हाताखाली कामे करायला घेतले व एक जाणता शेतकरी बनविले. हळूहळू शेतीचा एकेक व्यवहार डेबूजीरावाकडे सोपवू लागला आणि स्वत: गावकीच्या कारभाराकडे लक्ष देऊ लागला. सावकाराला याची जमीन हडपायची असल्यामुळे छोट्या छोट्या गोष्टीला सावकार पैसा द्यायचा अन् एकदा गुपचूप शेतीचे तारण सावकाराला करून दिले. हे डेबूजीच्या लक्षात आले आणि ते घरातील व्यवहाराकडे तेव्हापासून लक्ष देण्यास सुरू केले. चंद्रभानजीचा मुलगा बळीराम डेबूच्या हाताखाली तयार होत होता. डेबूने सावकाराने हडप केलेली जमीन मिळविली अन् डेबूजीच्या घरात पाळणा हालला. सगळीकडे आनंद, बारशासाठी बकरे कापायची प्रथाही डेबूजीने मोडीत काढली. डेबूजीच्या मुलीचे नाव आलोकी ठेवले, आलोकी मोठी होऊ लागली. सावकारही आता घाबरू लागले होते. हंबीरराव आता पिकले पान झाले होते. ते सतत डेबूडेबू म्हणायचे.

मध्ये एक नि:संग बाबा त्यांना भेटले. ते म्हणाले, ''माझे, माझे, भ्रांतीचे ओझे.'' बस्स डेबूजी त्याचाच विचार करायला लागले. परोपकार करावा, लोकांचाही विचार करावा, परोपकार करावा आणि हे प्रभूने दिलेले जीवन सार्थकी लावावे या विचारामुळे बाबांनी घराबाहेर पडण्याचा व समाजजीवनात उडी घेण्याचा निर्णय घेतला.

'देह जाईल जाईल
यासी काकोबा खाईल ॥

आणि एके दिवशी पहाटे-पहाटे घराबाहेर पडले. ते घरी वापस न येण्यासाठीच. हातात एक गाडगे, अंगात फाटके धोतर, वर फाटका सदरा अशा वेषात ते बाहेर पडले. असा वेष घेऊन पोटाची खळगी भरण्यासाठी जेव्हा डेबूजी भाकरी मागायचे तेव्हा मात्र लोक त्यांना भाकरी कधी द्यायचे कधी द्यायचे नाहीत. परंतु अपशब्द बोलायचे अन् कधी-कधी तर लोक खूप मारायचे, परंतु तरीही डेबूजी सतत सहन करायचे. सतत फिरायचे, निरीक्षण करायचे. त्यांची ती भ्रमणगाथा त्यांना अनुभव देत होती.

बालपण, तरुणपण नष्ट होऊन वृद्धावस्था येते आणि प्रत्येकाला हे जग

सोडून जावे लागते म्हणून आपण ह्या नर देहाचे चीज करावे हा उद्देश त्यांनी निश्चित केला. त्यांना समजले होते की, भोवतालचा समाज दारिद्र्याने पिंजून गेला आहे, तो अडाणी आहे म्हणून तो मरीआईला बकरा कापतो, लंगड्या, बहिऱ्याची दया त्याला येत नाही. डेबूजी मात्र यांना मदत करायचे.

बुडती हे जन देखवेना डोळा
येतो कळवळा म्हणूनिया ॥

लोकसेवेचे व्रत घेऊन डेबूचा प्रवास सुरू झाला. डेबूने मनाशी ठरविलं. 'फुकट खायचं नाही, शिष्य करायचा नाही. जास्तीत जास्त प्रदेश पिंजून काढायचा, डेबूनं झाडाच्या फांद्या काढून त्याचा खराटा बनविला. पाणवठे, देवळं, पटांगण, बखळी जिथं घाण दिसेल तिथं खराटा फिरवावा. डेबूनं पाहिलं, लोक जत्रेला येतात, जत्रेत पोटभर खातात. ढीगभर घाण करतात. छे! छे! अरे, या घाणीनं रोग पसरणार म्हणून आधी हातात झाडू घेतला. फुलं, सुकलेले, फेकलेले हार, कागद, खरकटं, सारं झाडून साफ करू लागला. लोक विचारू लागले. "बाबा, तुमचं नाव काय?" "नाव? कुणी चोर म्हणतं, कुणी लफंगा म्हणतं, कुणी भिकारी म्हणतं, काय करावं बाबा?"

"तुमचं गाव कोणतं?"

"गाव आठवत नाही बाबा?"

आता या माणसाला म्हणावं काय? अंगावर पाहवं तर चिंध्याचा सदरा कसलीही चिंधी तरी पण ती चिंधीही स्वच्छ, घोंगडीचा, लुगड्याचा तुकडा, कसाही तुकडा असला तरी साफ-स्वच्छ, मग चिंधी बाबा म्हणावं का? हां पण याच्या हातात नेहमी गाडगं असतं, याला गाडगेबाबा म्हणू या. आणि डेबूचा गाडगेबाबा झाला.

गाडगेबाबा झाल्यानंतर त्यांनी बरेच कार्य केले. परंतु त्यांनी कधीच शिष्यवर्ग तयार केले नाही, तर कोणाशी भांडणही केले नाही. त्यांना बोलले, मारले पण त्यांनी कधी ब्र शब्द त्यांना उच्चारला नाही. परंतु लोक बाबांच्या वाणीला भुलून त्यांच्या कामाकडे पाहून लोकच त्यांच्याकडे ओढले गेले. महाराष्ट्र राज्याचे पहिले मुख्यमंत्री यशवंतराव चव्हाण हे बाबांच्या कामाने प्रभावित झाले. गाडगेबाबांनी कीर्तन करून पैसा कमावला आणि वृद्धाश्रम, सदावर्ते, धर्मशाळा, पूल, घरे बांधून लोकांना दिली, दारूवर बहिष्कार आणला. बकऱ्यांचे बलिदान टाळले. नवसायास कमी झाले. अशा काळातच दोन शिक्षणमहर्षी बाबांना भेटले. एक होते कर्मवीर भाऊराव पाटील व दुसरे बाबासाहेब आंबेडकर.

बाबा कीर्तनातून शिक्षणाचा प्रसार करीत. अस्पृश्यता पाळणे कमी केले. बाबांनी बाबासाहेब आंबेडकरांना धर्मशाळा चालविण्यासाठी सांगितले.

बाबा आता थकले होते. ते नेहमी म्हणत असत की, मी दवाखान्यात राहून मरणार नाही, मरीन ते रस्त्यात' असे बाबा म्हणत असतानाच त्यांना मृत्यू जवळ आल्याची चाहूल लागली असावी. ते म्हणाले, "मला सातपुड्यातील माझ्या गोरक्षण आश्रमास भेट दयायची आहे." हा आश्रम नागरवाडीस आहे. सोबतचे लोक दवाखान्यात भरती होण्यासाठी आग्रह करीत होते. तब्येत बिघडत चालली होती. परंतु ऐकत नव्हते गाडी नागरवाडीच्या दिशेने धावतच होती तर २०-१२-१९५६ रोजी रात्री १२ वाजून २० मिनिटांनी गाडीतच बाबांची प्राणज्योत मालवली.

गाडगेमहाराजांची युगप्रवर्तक ग्रंथरचना :

संत गाडगेबाबांची ग्रंथरचना ठराविक अशी उपलब्ध नाही. त्यांनी कीर्तनातूनही संत तुकाराम, संत नामदेव, संत कबीर यांचे अभंग, दोहे, जनतेला समजून सांगितले. स्वत:चे विचार प्रत्येक क्षेत्रातील त्यांनी समजून दिले जसे की, शिक्षण, अंधश्रद्धा, निरक्षरता, ग्राम स्वच्छता, कुटुंब विस्तार अशा बऱ्याचशा विषयावर त्यांनी कीर्तनातून लोकांना उपदेश केला परंतु तो ग्रंथस्वरूपात मिळाला नाही.

संत गाडगेबाबांचे कार्य :

१) परिसर स्वच्छतेचे कार्य :

संत गाडगेबाबा स्वच्छतेचे पुजारी होते. घाण, कचरा यामुळे रोगराई फोपावते हे ते लोकांना सांगत होते. व जेथे केरकचरा आहे ते रस्ते, गाव, रस्त्यातील घाणेरडा परिसर स्वत: खराटा घेऊन साफ करीत असत. झाडाच्या फांद्या तोडायच्या अन् त्याचा खराटा बनवायचा आणि पाठवडे, देवळं, पटांगणं, बरवली, जिथे-जिथे म्हणून घाण दिसेल तिथे खराटा फिरविणे हे गाडगे बाबांचे नित्याचे कार्य. कीर्तन ज्या देवळात असेल तिथली पूर्ण स्वच्छता करून ठेवत. देवळाचे पटांगण झाडू लागले की लोक विचारीत, "इथ काय हाये आज?"

गाडगेबाबा म्हणत, "इथ रात्री कीर्तन आहे."

"केव्हा?"

"९ वाजता"

लोक रात्री देवळाजवळ जमत. पण कीर्तनकार कोण? केंव्हा येईल! कुठं असतो? लोकांची चर्चा रंगात येई आणि बाबा लोकांमधून येत. आवाज देत

'गोपाळा, गोपाळा, देवकीनंदन गोपाळा' लोक त्यांच्याकडे बघू लागत. अरे हा तर सकाळचा झाडणारा माणूस. आणि बस्स, सुरू बाबांचे कीर्तन! बाबांचा गळा गोड, ते भजन म्हणू लागले की लोक डोलू लागत आणि कीर्तनात रंगून जात. कीर्तनातूनही ते स्वच्छतेचं महत्त्व समजून सांगत. तुमची राहण्याची, खाण्या-पिण्याची, झोपण्याची जागा स्वच्छ ठेवायला सांगत.

त्यांच्या अंगावरचे वस्त्र चिंध्या-चिंध्यांचे असायचे, परंतु प्रत्येक चिंधी स्वच्छ आणि चांगली राहायची. दीनदुबळ्यांना, गोर-गरिबांना वस्त्र मिळत नाही म्हणून ते स्वत: गोधडी व चिंध्याचा वेष घालीत असत. पण कसे सर्व स्वच्छ! ते नेहमी म्हणायचे- गाव कसं आरशासारखं नि मन कसं सागरासारखं व्हावं आणि म्हणून त्यांनी गावाची सफाई खराट्याने केली अन् समाजाच्या मनाची धुलाई कीर्तनाने केली.

२) जनजागृती-समाज सुधारणा :

जनजागृती-समाजसुधारणा या उद्दिष्टपूर्तीसाठी त्यांनी 'कीर्तन' या लोक मनोरंजन माध्यमाचा प्रभावीपणे वापर केला. देवाधर्मासंबंधीच्या खुळचट समजुतीचे उच्चाटन करून खरा मानव धर्म अंगीकारून त्याचा प्रसार आणि प्रचार केला. ते कीर्तनात म्हणायचे, ''कोणी देव... देव... म्हणत कल्पना मनात आनत असील. देव कसा असील...? देव कधी भेटील...? देव कधी पाहू...? अशा कल्पनेचा माणूस 'भ्रमिष्ठ'! पुर्थई (पृथ्वी) पैदा झाली तेव्हापासून देव कोणी पाह्यला नाई...! देव कोणाले दिसला नाई...! दिसणार नाई... देव पहायची वस्तू नाही देवळात देव, नदीवर देव, इकडे देव, तिकडे देव, रामेश्वर देव, ब्रदीनारायण देव, हा बाजार आहे देवाचा...! जत्रेत देव कश्याचा आहे...? बोला... 'दगडा ऽचा! हा शाब्बास अन् गंगेच्या पाण्याचं? तीर्थ याची जोडी जमली' असे म्हणून कबिराचा दोहा उदाहरणादाखल म्हणायचे.

जत्रामे फत्रा बिठाया
तीरथ बनाया पा ऽ नी!
दुनिया भई दिवानी,
पैसे की धूल धा ऽ नी!

अरे, ज्या देवाले आंग धुवायची अक्कल नाही, धोतर नेसता येत नाही. देवापुढे निवद ठेवला अन् कुत्र भिडलं तर कुत्र हाणता येत नाही... त्याले देव म्हणता...? देवळात देव नाही, देव 'जनता जनार्दनात' आहे. दीनदुबळ्याची, गोर गरिबाची, आंधळ्या-लंगड्याची सेवा करा म्हणजे देव भेटील. अशा प्रकारे

देवासंबंधीची कल्पना अगदी साध्या पद्धतीने गाडगेबाबा कीर्तनातून स्पष्ट करीत असत. त्यांच्या शब्दांत 'देव भावाचा भुकेला, धरा बळकट भाव, आपोआप भेटे देव.''

३) अंधश्रद्धा दूर करण्याचे कार्य :

अंधश्रद्धा दूर करण्याचे माध्यमही कीर्तनच असे. त्यांनी कीर्तनातून सत्यनारायणाच्या पूजेवर कडाडून हल्ला केला. ते म्हणायचे, 'सत्यनारायण देवाची भक्ती नाही...! सत्यनारायणाच्या पोथीमध्ये असं आहे की, साधूवान्यानं परसाद नाही घेतला अन् सत्यनारायण नाही केला म्हणून करोडो रुपयाची नौका पाण्यात बुडाली अन् अडीच रुपयाचा सत्यनारायण केला, परसाद घेतला तर बुडालेली नौका वर आली.

नाही ऽऽऽ नाही हे खरं नाही...!

सत्यनारायण करणाऱ्या महाराजाले हे म्हणावं, अडीच रुपये घेऊन कशाला बडबड करता– अडीच लाख रुपये घ्या– अडीच कोटी रुपये घ्या. समुद्राच्या किनाऱ्यावर एक सत्यनारायण करा अन् एक आगबोट आणा वर जमंल का...'

''नाही.''

लोकांचे राहणीमान स्वच्छ राहत नसे. त्यांना कॉलरा, प्लेग यासारखे रोग व्हायचे. त्यांना बाबा समजावून सांगत असत. ते लोकांना विचारीत,

''नारू, ढाळ, उलट्या सतावतात की नाही!''

''छळत्यात, लई तरास होतो!''

''मग तुम्ही काय करता?''

''मरी आईचा गाडा ओढतो! देवाला उरुस करतो.'' त्यावर बाबा चिडून संतापानं म्हणतात, ''ओढा गाडा, त्याहिच्या मागं चौघांच्या खांद्यावर तुमची बी मिरवणूक होऊ द्या.''

सर्व लोक मान खाली घालून सगळे चूप बसत.

गावातील पायऱ्याची विहीर आहे. तिच्यात आंघोळ करता, तिथंच भांडी, कपडे धुता आणि पाणीही त्याच विहिरीचं पिता? मग काय शेकडो गाडे ओढलेत तरी मरी आईचे रोग गावात येणार. ढाळ-उलट्या होणार. बाबांनो! रोग देवीच्या कोपानं होत न्हाईत, आपल्या घाणेरडेपणानं, अस्वच्छतेनं होतात, समदी घाण काढा, रोग पळून जात्याल. ''आरोग्याकडं विशेष लक्ष द्या'' आणि हे खरं आहे जेथे स्वच्छता असते, तेथे लक्ष्मीचा वास असतो. जिथे स्वच्छता नाही,

तिथे केवळ बाबा नुसते सांगत नसत, तर स्वत: झाडू घेऊन साफ करीत आणि सारे त्यांची मरीआईची असलेली अंधश्रद्धा काढून टाकीत.

लोकांच्या मनात आणखी एक अंधश्रद्धा होती की, बाबा देव माणूस आहे, तो एकदम नाहीसा होतो व मनात येईल तेथे जाऊ शकतो, तो कुठे जातो हे सांगता येत नाही. यासाठी बाबांनी त्यांची कानउघाडणी केली. बाबा म्हणत, तुमचे केवढे अज्ञान. कोणताही माणूस एका ठिकाणाहून नाहीसा होऊन दुसऱ्या ठिकाणी प्रकट होऊ शकत नाही, वाहनानेच जावे लागते. त्याशिवाय त्याला कोठेही जाता येत नाही. अरे बाबा! जो नाहीसा होतो तो परत येत नाही. अशा गायब होण्याच्या गोष्टीवर कधीही विश्वास ठेवू नका.

अशा अनेक गोष्टींसंबंधी, बाबींसंबंधी असलेली अंधश्रद्धा गाडगेबाबांनी दूर करण्याचा प्रयत्न केला. अंधश्रद्धेवर टीका करताना त्यांनी सांगितले,

मेल्या माणसाची हाडे तीर्थास नेतात तो मूर्खपणा! घरचा म्हातारा मेला, तर त्याला फाटक्या कपड्यात गुंडाळून न्या; पण उधार कपडा आणून मढे साजरे करू नका.

मेल्या माणसाचा दशक्रियेचा दिवस साध्या वरण-भाकरीने साजरा करा, पण कर्ज काढून व उधार माल आणून मिष्टान्न भोजनाच्या पंगतीच्या पंगती उठवू नका.

खेडेगावातील लोक देव-देव करून करून मेले व मरतील, आजारी झालेल्या मनुष्याकरिता सगुणवाल्यास बोलवतात, सगुणवाले दीड शहाणे! देवाचे म्हणून जाते उभे करतात व बकरे कोंबडे मारण्यास सांगतात. शेवटी बकराही मरतो व रोगीही मरतो.

दगडाच्या मराईच्या अंगावर पाणी टाकतात व हळदीकुंकू लावून लुगडे नेसवून बांगड्या भरतात. नंतर त्या दगडाच्या देवीपुढे हजारो बकरे, डुकरे, गाभन मेंढी, रेडी यांचा बळी दिला जातो. गाडगेबाबांनी या चालिरीती दूर करण्यासाठी तुकोबांच्या अभंगाद्वारे समाजजागृती केली.

तुकोबा म्हणतात - *तुका म्हणे कैसे आंधळे हे जग ।*
गेले विसरून खऱ्या देवा ।

४) जातीभेद मिटविण्याचे कार्य केले :

गाडगे महाराजांना जातीभेद मान्य नव्हता. गाडगे महाराजांच्या मते देवाने फक्त दोनच जाती बनवल्या आहेत. एक स्त्री आणि दुसरी पुरुष. याशिवाय ज्या जाती, धर्म निर्माण झाले, स्पृश्य-अस्पृश्य निर्माण झाले, ते सर्व मानवाने निर्माण

केले आहेत.

गाडगेबाबा आपल्या कीर्तनात विचारीत की, पाटलाला किती हात, पाय, डोळे व नाक आहे. तसेच ते विचारतात की अस्पृश्याला किती हात, पाय व डोळे आहेत. तेव्हा लोक सांगायचे की, दोघांना सारखे आहेत. मग ते पुन्हा प्रश्न करतात की,

"जेव्हा दोघांचेही शरीर सारखे आहे तेव्हा आपण हा भेदाभेद का पाळायचा?"

त्याकाळात शिवा-शिव लोक पाळीत असत, ही प्रथाही फार शिगेला पोहचली होती. त्याबद्दल बाबा म्हणायचे–

"हिंदुस्थानाले डाग आहे शिवा शिवीचा, विलायतेमध्ये शिवाशिव म्हणते कां कोणी?..."

"नाही."

"मग रशियाच्या राज्यात?"

"नाही."

"मग जपानमध्ये?"

"नाही."

"पारशी, ख्रिश्चन, मुसलमानात नाही - मग हिंदू धर्मातच कां? मांगा-महाराला हात लागला, तांब्या बाटला. एका गाडीत बसला तर गाडी बाटते कां? मग का नाही म्हणत मोटार बाटली, मांग बसलाय आम्ही नाही बसत! पोकळ उंदीर कुठे उकरते पोकळ जागा! खडक लागला की उंदीर पलटला म्हणून म्हणतो. शिवाशिव सोडा सरळ शहाणे व्हा! अन् माणूसपणा पैदा करा! या शिवाशिवीनेच हिंदू धर्माचा घात केला."

अशी अनेक उदाहरणे देऊन जातीभेद मिटविण्यासाठी प्रयत्न केले.

५) व्यसनाधीनतेला विरोध :

आजकाल तरुण पिढी किती व्यसनाधीन झाली हे आपण पाहतो आहे. याचे दुष्परिणाम पन्नास वर्षांअगोदरच संत गाडगे महाराजांनी सांगितले होते. भजनातून व्यसनाचे दुष्परिणाम संत गाडगे महाराज लोकांना पटवून देत ते म्हणतात, 'दारू, जुगार इत्यादी व्यसनापासून दूर रहा, दारू आणि व्यसनापायी लाखो संसार उद्ध्वस्त झाले आहेत. देवधर्माच्या नावावर दारू पिऊन आणि हिंसा करून माणसानं माणुसकी सोडली आहे. यातून जुगार वृत्ती बळावते व माणूस अधोगतीकडे वाटचाल करू लागतो हे महाराजांनी आपल्या भजनातून पटवून

दिले आहे.

महाराज म्हणायचे, "बाप पिऊन सापडला, असा बडवा आणखीन पोलिसाच्या ताब्यात द्या! लाखो धन्यात आपल्या आण्याच्या बापाच्या हातच्या जमिनी पार गमावल्या आणि हमाली करून राहिले हमाली. हे दारू पिणारे मुर्दाड पहेलवान, मराठे, माळी, तेली, न्हावी, धोबी, चांभार, कोष्टी, कुंभार, लोहार, बेलदार, कैकाडी, गोंड, गवारी, इतकर, धनकर, मांग आणि महार, गुजराती, मारवाडी, बामण दारू पिऊन मुंबईत पडला पाहिला कां?"

"ना ऽ ही."

"जे जे दारू पितील त्यांचे शरीर खराब झाल्याविना कधी राहणार नाही."

६) शिक्षणाचे महत्त्व समजून सांगणे :

गाडगेबाबा स्वत: निरक्षर होते. निर्धन व जातीनेही उच्च नव्हते. असे असताना त्याकाळी त्यांच्या मागे जनसमुदाय झपाटल्यागत धावत असे. त्यांचा जनतेवर एवढा जबरदस्त विश्वास होता की ते जे काही सांगत होते ते अगदी खरेच होते. असेच त्यांचे शिक्षणाबाबतचे विचार होते.

शिक्षणावर महाराजांचा खूप भर असायचा. ते म्हणायचे- "शिक्षणाशिवाय माणूस म्हणजे केवळ धोंडा होय. मुलाला शिक्षण जरूर द्या," ते लोकांना विचारायचे "बंबईत जास्त लक्ष्मी कोणाजवळ आहे? मारवाडी, गुजराती, भाट आणि बामण! खाना खराब कोणाचा झाला बंबईत मराठे, माळी, न्हावी, धोबी, चांभार इत्यादींचा... हे लोक कां गरिबीत राहिले? 'विद्येमुळे'. ज्याले विद्या नसेल त्याला खराट्याचा बैल म्हटले तरी चालेल.

आता तरी सुधारा, मुलाला शिक्षण द्या. पैसा नाही म्हणाल तर जेवणाचे ताट मोडा. हातावर भाकरी खा. बायकोले लुगडं कमी भावाचं घ्या, इव्हायाले पाहुणचार करू नका, मोडक्या घरात रहा; पण मुलाले शाळेत घातल्याविना राहू नका."

प्रत्येकाने साक्षर व्हावे. स्वत: साक्षर व्हा, इतरांनाही साक्षर बनवा, आपल्याला वाचता यायला लागले की आपण काही चांगले वाचतो व नकळत का होईना, त्या सुविचारांप्रमाणे आपले वागणे कृती, सात्त्विक बनत जाते.

शिक्षण नसले की कशी स्थिती होते हे सांगताना ते उदाहरण देत– एक साक्षर महाराचा मुलगा नोकरी करीत होता. त्याने आपल्या वडिलाला पत्र पाठवले. ते पत्र त्याला वाचता येत नव्हते. त्याने एका कुलकर्णी महाराजांना वाचून दाखविण्यास सांगितले. त्या कुलकर्णींनी सांगितले की, "ही माझी लाकडे

फोडून दे आधी, मग तुला पत्र वाचून दाखवितो.'' दोन-तीन तास लाकडे फोडल्यानंतर म्हटले, तर पुन्हा म्हणाला, ''आधी लाकडं फोड गाढवा!'' जेव्हा ते गाडगेबाबा पाहतात व म्हणतात, ''बाबा, तू नि मी दोघेही गाढव आहोत. चार अक्षर शिकलो असतो तर ही अवस्था झाली नसती.''

हा दृष्टिकोन त्यावेळी गाडगेबाबांनी समाजामध्ये प्रस्तुत केला.

७) हुंडाबळी :

समाजामध्ये हुंडा घेणे, प्रतिष्ठेचे मानले जाते. तसेच हुंडा देणेही प्रतिष्ठेचे आहे असे मानले जाते. परंतु याच्या पाठीमागे स्त्रियांचा होणारा छळ आहे. ह्यांची पिळवणूक केली जाते. स्त्री आपल्या सासरच्या मंडळींच्या त्रासास कंटाळून आपली जीवनज्योत संपवते. हे दूर करण्यासाठी गाडगेबाबांनी आपल्या कीर्तनातून विचार मांडले व स्त्रीमध्ये जागृती निर्माण केली. आपण स्त्रियाच स्त्री जातीच्या कशा गुन्हेगार आहोत हे समजावून सांगितले.

८) महान व्यक्तीचा आदर्श ठेवून उपदेश :

गाडगे महाराजांना नेहमीच महात्मा गांधी, संत कबीर, डॉ. बाबासाहेब आंबेडकर, संत तुकाराम, पंजाबराव देशमुख यांच्याबद्दल आदर होता. ते नेहमी कीर्तन करीत असत तेव्हा कीर्तनामध्ये यांची उदाहरणे अभंग, दोहे सांगायचे. जसे गांधीजीबद्दल बोलताना म्हणायचे, ''गांधीजीले देव म्हणा, इंग्रजाने शेकडो वर्ष राज्य केले; पण गांधीजीने 'चले जाव' म्हटलं तर गेले का राहिले म्हणून बडे प्रेमसे महात्मा गांधी की जय बोलो.'

''महात्मा गांधी की जय.''

''जब तक सूरज-चाँद है पुर्थईपर तब तक गांधीजी मरते नही. मरनेवाले, आनेवाले-जानेवाले हम है, गांधीजीकू मरणच नही.''

कबीराचा पुरावा देत,

सूरतसे किरत बडी
बिन पंख उड जा ऽ य
सुरती तो जाती रही
कीरती कबू ना जा ऽ य

म्हणून तुकाराम महाराज म्हणतात,

तुका म्हणे एक मरनचि खरे
उत्तमचि उरे किर्ती मागे!

अशाप्रकारे गाडगेमहाराज स्वत:च्या म्हणण्याला पुरावा देत अशा महान

व्यक्तींचा.

९) पशुहत्याबंदीचे उल्लेखनीय कार्य :

गाडगेबाबा अहिंसेचे पुजारी होते. त्यांना अहिंसेचा शब्दकोषातील अर्थ ठाऊक नव्हता? पण मानवी मनातील संवेदना त्यांना जाणवत होत्या, भारतीय संस्कृतीतील अद्वैताचा आवाज त्यांच्या कानात घुमत होता. भारतीय ऋषींचा तो महामंत्र त्यांच्या डोळ्यांसमोर होता. 'आपणांस चिमोटा घेतला । तेणे कासाविस जीव झाला । आपणावरून दुसऱ्याला । ओळखीत जावे । हा समर्थ रामदासांचा उपदेश त्यांच्या रोमारोमांत भरला होता. आपणाला कोणी मारले तर आपल्याला दुःख होते, आपल्याला अन्नपाणी मिळाले नाही तर आपला प्राण कंठात येतो. आपल्याला जसे मन आहे, बुद्धी आहे, हृदय आहे, भावना आहे तसे इतरांनाही आहे, याची पुरेपूर जाणीव गाडगेबाबांना होती. म्हणूनच ते सर्वांना आत्मवत् समजू लागले. माझाच आत्मा इतरांच्या शरीरात आहे, याची आठवण त्यांना क्षणोक्षणी होत होती.

धर्मशाळेचे काम चालू असताना एखाद्या वेळेस साप निघाला तर बाबा त्यांना मारू देत नसत. साप मातीत किंवा बिळात गेल्यावर पोत्यामध्ये खोऱ्याने भरून बांधून लांब सोडायला लावीत. कधी एखादी गोम निघाली आणि तिला कुणी दगडाने मारीत असला, तर ताबडतोब त्याला अडवीत. साफसफाई सुरू असताना मुंग्यांच्या रांगा बसल्यावर त्या मरू नये म्हणून बाबा ते काम थोडावेळ थांबवून दुसरीकडे माणसे कामाला लावीत. तेवढ्या वेळात त्या मुंग्या दुसरीकडे निघून जात, नंतर परत तेथे काम करायला लावीत असत.

गाडगे महाराजांनी शंकरपट बंद करण्याचा आग्रह धरला. जेथे शंकरपट भरत, तेथे बाबा कीर्तनाला जात नसत, ते म्हणत 'अरे मलाही बोलावता आणि शंकरपटही ठेवता. जेथे शंकरपट तेथे मी जात नसतो.' "बाप हो! ज्या बैलाकडून काम घेता त्या बैलांना आरूने टोचून रक्तबंबाळ करता, शंकरपट भरविता. त्यापेक्षा माणसांचा पट भरवावा."

पशु हिंसाबंदीची मोहीम सतत ५० वर्षे बाबा व त्यांची भजनीमंडळी चालवीत होते. प्रथम सुरुवात त्यांनी १९३० साली धुळे जिल्ह्यात शेंगोळे पीर देवाची यात्रा भरली होती तेथे केली.

१०) सर्वधर्मसमभाव प्रस्थापित करण्याचे कार्य :

गाडगे महाराज जन्माने परीट जातीचे आणि हिंदूधर्माचे, परंतु त्यांच्या कीर्तनाला जातीधर्माची मर्यादा नव्हती. त्यांच्या कीर्तनात महारमांगापासून ब्राह्मणापर्यंत

सारे येत. हिंदू, मुसलमान, पारशी, ख्रिश्चन, बौद्ध, जैन सर्वच जण येत असत. सर्वांना बाबा आपलेच वाटायचे, हिंदू म्हणायचे, भगवदगीतेचे सार बाबा सांगतात, मुसलमान म्हणत-कुराण मजीद मधील सदाचरण व समाज व्यवहार या प्रकरणातील आयते बाबा सांगतात. ख्रिश्चन म्हणत, आम्हास तिथे ख्रिस्तच दिसतो. ख्रिस्ताचा आत्मा दिसतो, आमचा येशुराया दिसतो. बौद्ध लोक मोठ्या आवेशाने सांगत भगवान बुद्धानंतर माणसामाणसाशी माणुसकीने वागविण्यास शिकविणारा फक्त गाडगेबाबाच दिसला.

गाडगेबाबांनी परधर्मावर कधीही टीका केली नाही. कुणाची निंदा केली नाही, अपमान केला नाही. परंतु परखडपणे बोलण्यास मागेपुढे पाहिले नाही, कुणाची मुर्वत केली नाही. ते सर्वांकडे जायचे. हिंदू, मुसलमान, ख्रिश्चन, बौद्ध सर्वांकडे जायचे. सर्वात ते ईश्वर पाहात होते. ईश्वराला तीर्थात, यात्रेत, जत्रेत, देवळात पाहू नका. परमेश्वर सर्वत्र आहे असे म्हणत. गाडगेबाबांनी वेद, गीता, उपनिषदे कधी वाचली नाहीत परंतु त्यांचे सार ते सांगत; नव्हे तसे ते वागत. विचारापेक्षा आचारावर त्यांचा अधिक भर होता. उक्तीपेक्षा कृती त्यांना अधिक प्रिय होती.

बाबांना सर्वधर्मीयांचा सखा, 'सर्व धर्मीयांचा संत' लोक म्हणत असत. याला कारण गाडगेबाबा केवळ टाळ कुटे नव्हते, ते कथा पुराणातील गोष्टी, भाकड कथा, प्रवचने करीत नव्हते. संसाराचा त्याग करा, जग मिथ्या असून ब्रह्म सत्य आहे हे तरी ते कुठे सांगत होते? बाबांच्या तोंडून व्यवहारी माणूसच बोलत होता.

गाडगेबाबांच्या कीर्तनात श्रीमंत लोकांपेक्षा गरीब लोक असायचे. सुशिक्षितापेक्षा अशिक्षित, ब्राह्मण जातीच्या लोकांपेक्षा अस्पृश्य जातीचे, मध्यम वर्गाचे, शेतकरी व मजूर हे लोक जास्त यायचे.

गाडगेबाबा हिंदूबुवाच्या माळेत बसत नव्हते तरी सुधारकांच्या अग्रणी लोकांना ते दिसले, कुणाला ते ज्योतिबा फुले दिसले, कुणाला ते सॉक्रेटीस दिसले, कुणाला ते कार्लमार्क्स तर कुणाला ते तुकाराम महाराज दिसले. ते सर्वांचे होते. त्यांचे ठायी सर्वधर्मसमभाव काठोकाठ भरलेला होता आणि त्यांनी पूर्ण धर्मातल्या लोकांसाठी कार्य केले.

११) भजनाचे महत्त्व समजून दिले :

गाडगेमहाराजांचे आवडते भजन होते. 'गोपाला गोपाला, देवकीनंदन गोपाला' कीर्तनात त्यांनी भजन सुरू केले की, सर्व लोक कसे गुंग होऊन मान

डोलवून कीर्तन ऐकत असत. त्यामुळे त्यांना कळून चुकले होते की लोकांवर प्रभाव भरपूर आहे आणि म्हणून त्यांनी त्याचे महत्त्व आणखी समजून दिले. त्यांनी जनतेला सांगितले, आपला नवरा, आपल्या मुली, आपली मुलं

सारा इळ करा कामधंदा
घडीभर भजावे गोविंदा ॥

संध्याकाळी सर्व आटोपल्यावर टाळ नको, मृदंग नको, बाजाची पेटी नको सर्वांने बसून ज्या मार्गाने तुम्हाले देवाचं नाव घेता येईल, दहा मिनिटं भजन करा देवाचं भाग्यवान ज्या घरात भजन असेल त्या घराच्या दरवाज्यावर परमेश्वराची राखण आहे. दरवाजावर गुरखा आहे गुरखा. ज्या घरात निंदा असतील, फुकट गप्पा असतील, कमी जास्त गोष्टी असतील त्या घराच्या दरोज्यावर यमराज आहे यमराज! मोठी गोष्ट आहे देवाचं भजन ।

गोपाला गोपाला, देवकीनंदन गोपाला ।

१२) कुष्ठरोग्यांची सेवा :

'माणूस जणू उशीची खोळ वरून पाहिल्यास उशी एखादी लाल तर एखादी काळी, पण साऱ्यांच्या आत तो एकच कापूस भरलेला. माणसे दिसायला कुणी सुरूप तर कुणी कुरूप, कुणी साधू तर कुणी असाधू, परंतु सर्वांच्याच आत तोच एक परमेश्वर विराजमान आहे.' असे रामकृष्ण परमहंस सांगून गेले. गाडगेबाबांनी रामकृष्ण परमहंसांचे हे उदगार कुठे वाचले नसतील परंतु त्यांच्या हृदयात सुरूप आणि कुरूप, साधू आणि असाधू या दोन्हीही प्रकारच्या लोकांवर अतिशय प्रेम होत सुरूपाकडे कुणाचेही लक्ष जाते सुंदरतेने माणूस भाळून जातो, पण गाडगेबाबा कुरूपतेने भाळून गेले. कुष्ठरोग्याची कुरूपता दैविक असो वा नसो त्याविषयी वाद घालत बसण्यापेक्षा त्या कुरूपतेचे रूपांतर सुंदरतेत करणाऱ्याकडे बाबांचे लक्ष गेले. म्हणूनच अमरावतीला आले की गाडगेबाबांचे पाय वळत डॉ. शिवाजीराव पटवर्धनांच्या तपोवनाकडे. वर्ध्याला आले की ते निघत नागपूर रोडने मनोहर दिवाणांच्या दत्तपूर कुष्ठधामाकडे नाशिकच्या परिसरात बाबांनी स्वत: कुष्ठ धाम काढले. त्यांनी कुष्ठरोग्यांची सेवा तेथे केली. तो कुष्ठरोगी प्रथम माणूस आहे. या नजरेने ते पाहत असत.

पंढरपूरच्या यात्रेत, नाशिकच्या रामनवमीच्या उत्सवात येणाऱ्या कुष्ठरोगांनी पिडीत असलेल्या, लंगड्या, थोटक्या लोकांजवळ बाबा जात, त्यांच्या अंगावर ब्लँकेट पांघरून देत, कुणाला सदरा घालून देत. त्या साऱ्यांना गोडधोड खायला देत. आळंदीच्या इद्रायणीच्या पाण्याने त्यांनी कुष्ठरोग्याची आंघोळ घालून दिली तर

पंढरपूरच्या भीमेच्या वाळवंटात त्यांनी मेहेरबाबा सोबत महारोग्यांना स्नान घातले. महारोग्यांच्या कॉलनीत गेले.

तुकाराम महाराजांनी म्हटल्याप्रमाणे.

जे का रंजले गांजले । त्यासी म्हणे जो आपुले ॥
तोचि साधू ओळखावा । देव तेथेचि जाणावा ॥

याप्रमाणे गाडगे महाराज रंजल्या गांजल्या लोकांतच देव पाहत होते आणि म्हणूनच त्यांनी त्यांची सेवा केली.

१३) श्री गाडगे महाराज मिशनने केलेले शैक्षणिक व सामाजिक कार्य :

गाडगे महाराजांनी केवळ भजन कीर्तनाच्या माध्यमातून जनतेला उपदेशच केला नाही तर कृती कार्यक्रमही राबविला. काही संस्था काढून विविध समाजातील विद्यार्थ्यांसाठी शाळा, आश्रमशाळा, वसतिगृह काढले आणि व्यवस्थित चालविले.

परिशिष्ट - चार

गाडगेबाबा मिशन आणि न्यास यांच्या सर्व कार्यरत संस्थांची यादी

श्री गाडगे महाराज मिशन, मुंबई संचलित शाखा व स्थापना काळ

अ.नं.	शाखेचे नाव	विद्यार्थी स्कॉलर	डे स्कॉलर	कर्मचारी संख्या	स्थापना
१.	श्री गाडगे महाराज मिशन, मुंबई-४	-	-	६१	१९५२
२.	श्री. गा. म. आदिवासी आश्रमशाळा राहुरी, जि. नगर	२८०	१०५	१५	१९५४
३.	श्री. गा. म. परधाम वृद्धाश्रम, वलगाव, जि. अमरावती	३०	-	२	१९५७
४.	श्री. गा. म. विमोचित जाती आश्रमशाळा, गोंदवले, सातारा	१२०	५०	१०	१९५८
५.	श्री. गा. म. विद्यार्थी वसतिगृह, गोंदवले, सातारा	१५०	-	३	१९५८
६.	श्री गा. म. वसतिगृह, भुसावळ, जि. जळगाव	५०	-	२	१९५८
७.	श्री. गा. म. विद्यार्थी वसतिगृह, कुर्ला, मुंबई	१००	-	३	१९५६

८.	श्री. गा. म. कन्या छात्रालय, मिरज, सांगली	४०	-	२	१९५९
९.	श्री. गा. म. आदिवासी आश्रमशाळा, भिवाळी, ठाणे	२८०	७५	१५	१९६०
१०.	श्री. गा. म. आदिवासी आश्रमशाळा,	२८०	५००	२५	१९६०
११.	श्री. गा. म. वसतिगृह, ओतूर, पुणे	१००	-	३	१९६०
१२.	श्री. गा. म. कन्या छात्रालय, ओतूर, पुणे	४५	-	२	१९६०
१३.	श्री. गा. म. जनता विकास विद्यार्थी वसतिगृह, ओतूर, पुणे	१००	-	३	१९६०
१४.	श्री संत गा. बाबा वसतिगृह, चौसाळा, बीड	५०	-	३	१९६०
१५.	श्री संत गा. बाबा विद्यार्थी, सातारा	३०	-	२	१९६१
१६.	श्री. गा. म. आदिवासी आश्रमशाळा, चालतवाड, ठाणे	२८०	७०	१५	१९६२
१७.	श्री मातोश्री कन्या छात्रालय, जुन्नर, पुणे	४०	-	२	१९६२
१८.	श्री गा. म. आदिवासी विद्यार्थी वसतिगृह, जुन्नर, पुणे	६०	-	२	१९६२
१९.	मातोश्री कन्या प्रा. शाळा, पंढरपूर, जि. सोलापूर	-	७००	२१	१९६२
२०.	श्री गा. म. आदिवासी आश्रमशाळा, नागरवाडी, अमरावती	२८०	२५०	१५	१९६३
२१.	श्री गा. म. आदिवासी आश्रमशाळा, उमरी, यवतमाळ	२८०	२५०	१५	१९६३
२२.	श्री गा. म. भटक्या जाती आश्रमशाळा, बह्मपुरी, सातारा	१२०	५०	१०	१९६३
२३.	श्री. गा. म. आदिवासी आश्रमशाळा, सिताखंडी, नांदेड	२८०	७०	१५	१९६४
२४.	श्री गा. म. आदिवासी आश्रमशाळा, वाशिंद, ठाणे	२८०	१००	१५	१९६५

२५.	श्री. गा. म. कन्या छात्रालय, पंढरपूर, सोलापूर	४०	-	२	१९६५
२६.	श्री गा. म. विद्यालय, दहिगाव, बुलढाणा	-	१२००	२१	१९६७
२७.	श्री गा. म. विद्यालय, ओतूर, पुणे	-	२०००	३१	१९६८
२८.	श्री गा. पो. बे. विद्यालय, भिवाळी, ठाणे	१२०	२५	९	१९७०
२९.	श्री गा. म. पो. बे. वसतिगृह, भिवाळी, ठाणे	१२०	-	२	१९७०
३०.	श्री गा. म. बालक मंदिर, ओतूर, पुणे ओतूर, पुणे	४०	-	२	१९७०
३१.	श्री गा. म. बालक मंदिर, राजूर, पुणे	४०	-	२	१९७०
३२.	श्री गा. म. पो. बे. विद्यालय, राहुरी, नगर	१२०	१००	११	१९७२
३३.	श्री गा. म. पो. बे. वसतिगृह, राहुरी नगर	१२०	-	२	१९७२
३४.	श्री गा. म. पो. बे. विद्यालय, उमरी, यवतमाळ	१२०	१००	९	१९७२
३५.	श्री गा. म. पो. बे. वसतिगृह, उमरी, यवतमाळ	१२०	-	२	१९७२
३६.	श्री गा. म. नवमहाराष्ट्र वसतिगृह, राहुरी, नगर	६०	-	२	१९७२
३७.	श्री. गा. म. कन्या छात्रालय, राहुरी, नगर	४०	-	२	१९७२
३८.	श्री. गा. म. विद्यालय, कुर्ला, मुंबई	-	३०००	४१	१९७२
३९.	श्री. गा. म. वि. जाती आश्रमशाळा, साखरवाडी, सातारा	१२०	१००	१०	१९७३
४०.	श्री. गा. म. विद्यालय, ओतूर, पुणे	१२०	१५०	९	१९७३
४१.	श्री गा. म. पो. बे. वसतिगृह,	१२०	-	२	१९७३

	ओतूर, पुणे				
४२.	श्री. गा. म. पो. बे. विद्यालय, चालतवाड, ठाणे	१२०	१५०	९	१९७३
४३.	श्री. गा. म. पो. बे. वसतिगृह, चालतवाड, ठाणे	१२०	-	२	१९७३
४४.	श्री गा. म. पो. बे. विद्यालय, नागरवाडी, अमरावती	१२०	२००	९	१९७३
४५.	श्री गा. म. पो. बे. वसतिगृह, नागरवाडी, अमरावती	१२०	-	२	१९७३
४६.	श्री. गा. म. पो. बे. विद्यालय, सिताखंडी, नांदेड	१२०	३०	९	१९७३
४७.	श्री गा. म. पो. बे. वसतिगृह, सिताखंडी, नांदेड	१२०	-	२	१९७३
४८.	श्री. गा. म. पो. बे. विद्यालय, गोंदवले, सातारा	१२०	५०	९	१९७३
४९.	श्री. गा. म. पो. बे. वसतिगृह, गोंदवले, सातारा	१२०	-	२	१९७३
५०.	श्री गा. म. पो. बे. विद्यालय, भातसई, ठाणे	१२०	५०	९	१९७४
५१.	श्री. गा. म. पो. बे. वसतिगृह, वाशिंद, ठाणे	१२०	-	२	१९७४
५२.	श्री गा. म. पो. बे. विद्यालय, ब्रह्मपुरी, सातारा	१२०	५०	९	१९७४
५३.	श्री गा. म. पो. बे. वसतिगृह, ब्रह्मपुरी, सातारा	१२०	-	२	१९७६
५४.	श्री गा. म. विद्यार्थी वसतिगृह, ब्रह्मपुरी, सातारा	४०	-	२	१९७६
५५.	श्री. गा. म. निराधार बालकाश्रम, दर्यापूर, अमरावती	३०	-	२	१९८१
५६.	श्री गा. म. निराधार बालकाश्रम, ओतूर, पुणे	१००	-	२	१९८२

५७.	श्री गा. म. भटक्या वि. जाती आश्रमशाळा, ताथवडा, सातारा	१२०	१२५	१०	१९८२
५८.	श्री गा. म. भटक्या वि. जा. आश्रमशाळा, वरवंडी, नगर	१२०	२००	१०	१९८३
५९.	श्री. गा. म. विरोबा विद्यालय, पांगरी, सातारा	-	२५०	१५	१९८४
६०.	श्री गा. म. वृद्धाश्रम, दहिगाव, बुलढाणा	३०	-	२	१९८५
६१.	श्री गा. म. पाळणाघर, दहिगाव, बुलढाणा	५०	-	२	१९८५
६२.	श्री गा. म. बालकमंदिर, दहिगाव, बुलढाणा	४०	-	२	१९८५
६३.	श्री गा. म. मिशन धर्मशाळा, दादर, मुंबई	-	-	११	१९८५
६४.	श्री. गा. म. मिशन धर्मशाळा, ब्रह्मपुरी, चंद्रपूर	-	-	२	१९८६
६५.	श्री. गा. म. विद्यार्थी वसतिगृह, दहिगाव, बुलढाणा	६०	-	२	१९८६
६६.	श्री गा. म. कन्या छात्रालय, दहिगाव, बुलढाणा	४०	-	२	१९८६
६७.	श्री गा. म. आदिवासी आश्रमशाळा, दाभोण, ठाणे	२८०	५०	१५	१९८७
६८.	श्री गा. म. आदिवासी आश्रमशाळा, अकोली, यवतमाळ	२८०	५०	१५	१९८७
६९.	श्री गा. म. भटक्या वि. जा. आश्रमशाळा, भानसहिवरे, नगर	१२०	१००	१०	१९८७
७०.	श्री. गा. म. विमुक्त जाती आश्रमशाळा, जुनगड, वर्धा	१२०	५०	१०	१९८७
७१.	श्री. गा. म. हनुमान विद्यालय, इंजबाब, सातारा	-	२५०	१५	१९८८
७२.	श्री. गा. म. आदिवासी आश्रमशाळा,	२८०	१००	१५	१९८९

	वळण, नगर				
७३.	श्री. गा. म. पो. बे. विद्यालय, ताथवडा, सातारा	१२०	१२५	९	१९८९
७४.	श्री गा. म. पो. बे. वसतिगृह, ताथवडा, सातारा	१२०	-	२	१९८९
७५.	श्री गा. म. पो. बे. भैरवनाथ विद्यालय, तोंडले, सातारा	-	२५०	१५	१९८९
७६.	श्री गा. म. निराधार बालकाश्रम, गोंदवले, सातारा	१००	-	२	१९८९
७७.	श्री गा. म. भटक्या वि. जा. आश्रमशाळा, टाकळीकाझी नगर	१२०	५०	९	१९८९
७८.	श्री गा. म. पो. बे. विद्यालय, वरवंडी नगर	१२०	१००	९	१९९०
७९.	श्री गा. म. पो. बे. वसतिगृह, वरवंडी नगर	२०	-	२	१९९०
८०.	श्री गा. म. मागासवर्गीय वसतिगृह, ताथवडा, सातारा	५०	-	२	१९९०
८१.	श्री गा. म. मागासवर्गीय वसतिगृह, साखरवाडी, सातारा	५०	-	२	१९९०
८२.	श्री गा. म. वसतिगृह, सावेडी, नगर	५०	-	२	१९९०
८३.	श्री गा. म. कन्या छात्रालय, भानसहिवरे, नगर	३०	-	२	१९९०
८४.	श्री गा. म. आदिवासी आश्रमशाळा, ढाकरमल, अमरावती	२८०	३०	१५	१९९२
८५.	श्री. गा. म. आदिवासी आश्रमशाळा, मुलवड, नाशिक	२८०	२५	१५	१९९२
८६.	श्री गा. म. आदिवासी आश्रमशाळा, बेलवड, नाशिक	२८०	२५	१५	१९९२
८७.	श्री गा. म. विद्यालय, वीरपूर, नगर	-	३००	१५	१९९३

८८.	श्री गा. म. वृद्धाश्रम, वडगाव, बुलढाणा	४०	-	२	१९९३
८९.	श्री गा. म. मुलींचे वसतिगृह, दहिगाव, बुलढाणा	३०	-	२	१९९४
९०.	श्री गा. म. पो. बे. विद्यालय, वळण, नगर	१२०	५०	९	१९९४
९१.	श्री गा. म. पो. बे. वसतिगृह, वळण, नगर	१२०	-	२	१९९४
९२.	श्री गा. म. बालसदन, भानसहिवरे, नगर	३०	-	२	१९९४
९३.	श्री गा. म. वृद्धाश्रम, पहूर, जळगाव	३०	-	२	१९९५
९४.	श्री गा. म. वि. जा. आश्रमशाळा, येळेवाडी, सातारा	१२०	२०	१०	१९९६
९५.	श्री गा. म. विद्यालय, दान्दवलेवाडी, सातारा	-	२५०	१५	१९९६
९६.	श्री. गा. म. विद्यालय, सस्तेवाडी, सातारा	-	२५०	१५	१९९६
९७.	श्री गा. म. बालसदन, भुसावळ, जळगाव	२०	-	२	१९९६
९८.	श्री गा. म. वृद्धाश्रम, जागजई, यवतमाळ	३०	-	२	१९९७
९९.	श्री गा. म. कन्या छात्रालय, देहू, पुणे	३०	-	२	१९९७
१००.	श्री गा. म. कन्या छात्रालय, गोंदवले, सातारा	२४	-	२	१९९७
१०१.	श्री गा. म. विद्यालय, पर्वती, सातारा	-	४०	३	१९९७
१०२.	श्री गा. म. विद्यालय, होळीचागाव, सातारा	-	३२	३	१९९७
१०३.	श्री गा. म. विद्यालय,	-	३५	३	१९९७

	सेवरी, सातारा				
१०४.	श्री गा. म. आदिवासी आश्रमशाळा, मिरपूर, नगर	४०	२	२	१९९७
१०५.	श्री गा. म. वसतिगृह, मूर्तिजापूर, अकोला	३५	-	२	१९९७

संकलन : रा. सु. घोंगटे

श्री गाडगे महाराज ट्रस्ट सेवाकार्य

१) श्री गाडगे महाराज धर्मशाळा, नाशिक
२) श्री गा. म. मराठा धर्मशाळा, पंढरपूर (जि. सोलापूर)
३) श्री गा. म. चोखामेळा धर्मशाळा, पंढरपूर (जि. सोलापूर)
४) श्री गा. म. परीट धर्मशाळा, पंढरपूर (जि. सोलापूर)
५) श्री गा. म. धर्मशाळा, भायखळा,मुंबई ८
६) श्री गा. म. धर्मशाळा, दादर, मुंबई
७) श्री गा. म. स्मारक धर्मशाळा, नागपूर
८) श्री गा. म. अकुल धर्मशाळा, पुणे
९) श्री. गा. म. भागेश्वर धर्मशाळा, आळंदी (पुणे)
१०) श्री गा. म. परीट धर्मशाळा, आळंदी (पुणे)
११) श्री गा. म. धर्मशाळा, देहू (पुणे)
१२) श्री गा. म. परीट धर्मशाळा, त्र्यंबकेश्वर (नाशिक)
१३) श्री गा. म. (कल्हईवाले) धर्मशाळा, त्र्यंबकेश्वर (नाशिक)
१४) श्री गा. म. धर्मशाळा, मूर्तिजापूर, जि. अकोला
१५) श्री गा. म. धर्मशाळा, आमला (जि. अमरावती)
१६) श्री गा. म. लक्ष्मीनारायण संस्था, ऋणमोचन, जि. अमरावती
१७) श्री गा. म. धर्मशाळा, अमरावती
१८) श्री गा. म. धर्मशाळा, उमरी (यवतमाळ)
१९) श्री गा. म. धर्मशाळा, अचलपूर (अमरावती)
२०) श्री. गा. म. धर्मशाळा, कुर्ला (मुंबई)

अंधपंगु सदावर्त -

१) श्री गा. म. अंधपंगु सदावर्त, नाशिक
२) श्री गा. म. अंधपंगु सदावर्त, मूर्तिजापूर (अकोला)

३) श्री गा. म. अंधपंगु सदावर्त, अमरावती

४) श्री गा. म. अंधपंगु सदावर्त, ऋणमोचन (अमरावती)

गोरक्षण संस्था -

१) श्री गा. म. गोरक्षण, मूर्तिजापूर (अकोला)

२) श्री गा. म. गोरक्षण, नागरवाडी (अमरावती)

नदीवरील घाट -

१) ऋणमोचन, जि. अमरावती

२) दोनद, जि. अकोला

पाठोरी -

१) श्री गा. म. पाठोरी, मूर्तिजापूर (अकोला)

२) श्री गा. म. पाठोरी, अमरावती

३) श्री गा. म. पाठोरी, परतवाडा (अचलपूर), जि. अमरावती

४) श्री गा. म. पाठोरी, दर्यापूर, जि. अमरावती

५) श्री गा. म. पाठोरी, ऋणमोचन, जि. अमरावती

६) श्री गा. म. पाठोरी, नाशिक

समाधी मंदिर -

१) श्री गा. म. समाधी मंदिर, अमरावती

शांतिधाम -

१) श्री गा. म. शांतिधाम, भुसावळ (जळगाव)

दवाखाना -

१) श्री गा. म. कमळाना औषधालय, नाशिक

शिक्षण संस्था -

१) श्री गा. म. बालमंदिर/माँटेसरी/विद्यालय/महाविद्यालय, मूर्तिजापूर, जि. अकोला

आजच्या व भविष्याच्या युगाच्या संदर्भात संत गाडगेमहाराजांचे विचार :

सामान्यातले असामान्य व्यक्तिमत्त्व असलेले गाडगेमहाराज जन्माने परीट, हाडाने शेतकरी आणि वृत्तीने संत पण टाळकुटे संत नव्हते तर अनुभवाचे भजन करणारे, भोजनाची व्यवस्था लावणारे देव देव करीत न बसता जनता जनार्दनाच्या सेवेत देव पाहणारे, रंजल्या-गांजल्यांना आत्मवत् समजणारे एक आगळे-वेगळे

वऱ्हाडी लोकजीवनातून आलेले सामान्यासारखे दिसणारे; परंतु-

मार्गाधारे वर्तावें । विश्व हें मोहरें लावावें ।
अलौकिक नोहावे । लोकांप्रति

(ज्ञानेश्वरी अध्याय तिसरा ओवी १७१)

असेच हे असामान्य, साधेभोळे संत होते.

गाडगेमहाराजांनी प्रथमतः जगाचे खूप निरीक्षण केले, शहरातील, गावातील रस्त्यारस्त्यातून हिंडले, फिरले. निरीक्षणानंतर चिंतन केले. यातून त्यांनी या आधारावर सिद्धान्त मांडले. चिंतन नसेल तर विचाराला परिपक्वता येत नाही आणि परिपक्वता नसेल तर दूरगामी परिणाम करणारे उपाय सुचत नाहीत.

गाडगेबाबांच्या जीवनात चिंतनातून परिपक्वता आली होती. अनुभवातून उपाय सुचले होते. म्हणून शेकडो-हजारो वर्षांपासून चालत आलेल्या रुढींना धक्का देण्याचे नव्हे त्यांना नाहीशा करून टाकण्याचे सामर्थ्य त्यांच्या वाणीत होते. हजारो वर्षांपासून वेदमंत्र घोकत असणाऱ्यांना जे दिसले नाही ते गाडगेबाबांना दिसले.

'अहिंसा अहिंसा', 'अद्वैत अद्वैत' याचा पाढा घोकणाऱ्यांना पशुबळी दिसले नाहीत, देवाच्या नावावर बोकड-कोंबडे कापून त्यावर ताव मारणारे दिसले नसतील काय? स्वतःला दीनाचे कनवाळू म्हणणाऱ्यांनी त्यासाठी काय केले? काही संतांनी केलेले आहे असेच महत्त्वाचे कार्य. तेच कार्य गाडगेबाबांनी केले. अतिशय निर्भयपणे. हिमालयासारखे ध्येयपथावर अचल होते.

गाडगेबाबा शिस्तीचे भोक्ते होते. शिस्त तेथे सुंदरता आणि सुंदरता रमणीयता, शिस्तच नसेल तर सारा गोंधळ होईल म्हणून बाबांनी आयुष्यभर शिस्त पाळली आणि इतरांना शिकवली. चालताना, बोलताना, उठताना, बसताना सर्व स्थळी शिस्त हवी. बाबांच्या नामसप्ताहात, भंडाऱ्यात शिस्तीला आद्य स्थान होते. जेवणाचे वेळी रांग सरळ असली पाहिजे, थोडीशी कुठे वाकडी झाली अथवा एखादा मनुष्य तिरसट बसला तर बाबा एखाद्या सेनापतीसारखे त्यांचेजवळ जाऊन पाठीवर धाडा मारीत, अथवा जोराने बोलून त्याला सरळ करीत. दहा-दहा, पाच-पाच नव्हे नव्वद-नव्वद हजार लोक एका-एका दिवशी जेवू घातले बाबांनी. परंतु, कुठे इतकीशी घाण दिसली नाही, पात्रे इकडे-तिकडे पडलेली आढळलेली नाहीत. सर्व रांगा सरळ, सर्वांच्या समोर रांगोळ्या, सर्वांना यथेच्छ भोजन, बाबा भोजनाच्या पंगतीतून वाघासारखे धावत, सूचना देत, गर्जत, ते सर्व बाबांचे कार्य वाचले की वाटते 'ऐसे पुन्हा होणे नाही' असेच म्हणावे लागते आणि

म्हणावेसे वाटते की 'होतील बहु, आहेतही बहु, परंतु या सम हे असेच.'

हिशोबाच्या बाबतीतही बाबा चोख होते. वर्गण्या, देणग्या, वस्तू यांचा पाऊस पडत होता. ज्या कामासाठी जी वस्तू मिळाली असेल तेथे ती ताबडतोब रवाना करीत. ज्या बांधकामासाठी देणगी मिळाली असेल त्याच कामी ते खर्च करीत. इतर ठिकाणी खर्च झालेली त्यांना मुळीच आवडत नसे. त्यांच्या गळ्यात एक छोटीशी थैली अटकवलेली असे. त्या थैलीत असे एक चोपडी. त्या चोपडीत देणग्या, हिशोब लिहिलेले असत ते कुणाकडून तरी लिहून घेत. सुंदर अक्षर त्यांना फार आवडे. त्या कामासाठी पगारी नोकर ठेवून प्रत्येक धर्मशाळेचे वहीखाते त्यांनी अलग ठेवले.

आजच्या परिस्थितीत काय दिसते हिशोब, व्यवस्था चोख तर सोडाच जाणून-बुजून व्यवहारात गोंधळ निर्माण केला जातो.

सगळीकडे पैसे खाण्याचेच धंदे दिसून येतात. मंदिराची व्यवस्था पाहतात आणि देवाच्या अंगावरील दागिने चोरून नेले जातात अशा परिस्थितीत असेच वाटते की गाडगेबाबा सारख्या व्यक्ती निर्माण व्हाव्यात.

गाडगेबाबांनी स्वत:चे वर्णन 'आम्ही परीट चोखट' असेच वर्णन केलेले आहे. त्यांनी स्वत:स कधीच संत, महात्मा म्हणवून घेतले नाही. मी तुम्हाला धर्म शिकविण्यासाठी आलो आहे, उपदेश करण्यासाठी आलो आहे असे म्हटले नाही, मी अवतार आहे अशा भ्रामक कल्पनेत कुणाला नेले नाही तर ते म्हणत की, मी परीट आहे, संत कृपेने तुमचे दर्शन झाले.

त्यांनी नेहमी अनुभवाचे बोल सांगितले, कुणाला अहंकारी वाटू नये म्हणून त्यांनी कीर्तनात संत तुकारामांचे अभंग, कबिरांचे दोहे, महात्मा गांधीजींचे, डॉ. बाबासाहेब आंबेडकरांची उदाहरणे सांगितली.

यातून आपल्या काय लक्षात येते की, लोकांना जे काही सांगतो आहे ते त्यांनी पाळायला पाहिजे. केवळ मीच एकटा सांगत नाही तर बाकीच्यांच्या म्हणण्याचेही ते जोड द्यायचे. जग नीतीच्या मार्गाने चालावे म्हणून बाबांनी परमेश्वर भक्तीची वाट धरली.

संत गाडगेमहाराज व्यवहार कुशल होते. जीवन जगत असताना व्यवहाराचा उपयोग करावयास पाहिजे केवळ अध्यात्म नाही आणि त्यांना फारसे अध्यात्मही कळत नव्हते. परंतु भ्रामक कल्पनांचा आधार घेऊन लोकांनी जीवन जगू नये असे ते म्हणायचे जन्म आणि मृत्यू या दोन्ही गोष्टी जीवनांसाठी आवश्यक आहेत. जो जन्मतो तो मरतोच असे म्हणायचे आणि म्हणूनच त्यांची आई १ मे १९२३

रोजी वारली तरी तिच्या शवाला खांदा देण्यासाठी ते तिथे गेले नाहीत. तिची राख जमा करण्याची त्यांना आठवण झाली नाही की त्यांचे डोळे अश्रूंनी भरून आले नाहीत. त्यांचा एकुलता एक पुत्र गोविंदा लगेच ४ दिवसांनी ५ मे १९२३ रोजी मरण पावला. त्याच्या मरणाची तार बाबांना पोहचली. त्यादिवशी ते रत्नागिरी जिल्ह्यातील खारेपाटण या गावात कीर्तन करीत होते. बाबांना तार वाचून दाखविण्यात आली. सोबतचे लोक, गावचे लोक, दु:खी झाले. परंतु बाबांनी दु:ख मानून घेतले नाही, उलट बाबांनी सर्वांसमक्ष गावातून भाकरी मागून आणून जेवण केले आणि निर्विकार मनाने कीर्तनाला उभे राहिले. कीर्तनात बाबांनी म्हटले-

असे गेले कोट्यान कोटी ।
काय रडू एकट्यासाठी ।

बाबांच्या डोळ्यांत अश्रू आले नाहीत की त्यांच्या चेहऱ्यावर दु:खाची छाया दिसली नाही. 'राम राम राम । रघुपति राघव राजाराम' या रामनामाच्या गजरात ते कीर्तनात नाचू लागले. ते म्हणायचे 'मरण का कोणाच्या स्वाधीन आहे'- 'जन्मता मृत्यू निश्चये' हे ते जाणून होते. परंतु अशी स्थित प्रज्ञाची लक्षणे गाडगे महाराजांमध्ये होती. अशीच व्यक्ती अशा प्रकारचे कार्य करू शकते.

आजच्या स्थितीमध्ये आपण पाहतो की कोणत्याही संस्था या स्वत:च्या फायद्यासाठी काढल्या जातात, मग ती धार्मिक संस्था असो की शिक्षणसंस्था असो आणि त्या संस्थेमध्ये आपले जेवढे नातेवाईक विशिष्ट पदावर ठेवता येतील तेवढे ठेवण्याचा प्रयत्न केला जातो. कारण त्या पदाचा फायदाही आपल्या घरातच आला पाहिजे, हा उद्देश असतो आणि जेवढे अधिक मिळविता येईल तेवढे मिळविण्याचा प्रयत्न केला जातो. परंतु, गाडगेमहाराज अगदी त्याविरुद्ध होते ते मुख्य पदे काय? तर साधी नोकरीही ते आपल्या धर्मशाळेत, वसतिगृहात देत नसत. कारण काय तर हो म्हणायचे की, एकदा का हे लोक इथे घुसले की ते आपला हक्क सांगतील आणि म्हणून त्यांनी जवळच्या नातेवाईकांना कोणताच हक्क दिला नव्हता.

■

संत बहिणाबाई

(इ.स. १६२८ ते इ.स. १७००)

विवाहिता, प्रपंच करणारी स्त्री आणि गुरूंच्या किंवा आध्यात्मिक परिवाराच्या दीर्घ सहवासाला वंचित झालेली; परंतु अध्यात्माची विलक्षण ओढ असलेली अशी एक महान साधिका, एक महायोगिनी बहिणाबाई.

संत बहिणाबाईंचा जन्म व बालपण :

मराठीचे माहेरघर वैजापूर (रंगाऱ्याचे) येथे बहिणाबाईचा जन्म इ.स. १६२८ मध्ये झाला.

बहिणाबाईंच्या आईचे नाव जानकी आणि पित्याचे नाव आऊजी. घराणे कुलकर्ण्यांचे मौनस गोत्रातील यजुर्वेदी ब्राह्मणाचे.

ही मुलगी बरोबर आऊजीला अरण्यात जाताना पीतांबराच्या गाठीस बांधलेली मोहोर मिळाली. म्हणून कुंडली पाहिली असता ज्योतिषाने सांगितले की ''ही देवलसी भाग्याची होईल. या मुलीच्या योगाने तुमचे कल्याण होईल. तिची देवभक्तीकडे विशेष प्रवृत्ती होईल व ती दीर्घायुषी ठरेल.'' आऊजींनी बहिणाबाईचा विवाह तिच्या वयाच्या तिसऱ्या वर्षी ३० वर्षांच्या एका प्रौढ, कर्मठ बिजवराशी लावून दिला! त्यामुळे तिचं बालपण हरवलं गेलं. म्हणून ती आत्मकथेत म्हणते,

द्वितीय संबंधी वरुषा तिसाचा
नोवरा भाग्याचा ज्ञानवंत

नवरा ३० वर्षांचा असला तरी तो भाग्याचा व ज्ञानवंत आहे असा अभिमान ती बाळगते. पतीचे नाव रत्नाकर पाठक. शिवपूर गावचा आऊजीच्या भाऊबंदकीच्या भांडणामध्ये शेतीवाडी गेली,

वृत्ती गेली आणि बंदिवास मात्र वाट्याला आला. तेव्हा त्यांनी जावयाला बोलवता बरोबर जावई आला. तो साहसी, व्यवहारकुशल आणि चतुर होता. त्यानं एकूण परिस्थितीचा अंदाज घेतला आणि ठरवलं की एका रात्रीत गुपचूप पळून जाणं हा एकच उपाय शिल्लक आहे आणि त्याचाच अवलंब करायचा आणि ते तेथून कुटुंबानिशी बंदीतून पळाले व प्रवरा संगमावर आले. प्रवरासंगमावर सिद्धनाथाचं दर्शन घेतलं तेव्हा तिच्या मनाची अवस्था कशी झाली याचं स्मरण तिला प्रौढ वयात होतं आणि ती आत्मकथेमध्ये लिहिते.

गंगा देखोनिया सिद्धेश्वर देव । तेथोनिया जीव निघों नेणे ॥
आवडीचा हेतु पूर्वील संस्कार । श्रवणी आदर कीर्तनाचे ॥
पुराण श्रवण पूजा देवस्थान । ब्राह्मण पूजन प्रीती यांची ॥
संन्यासी सजन संत महानुभाव । यांचे पायी जीव लागलासे ॥
निघता येथून थोर वाटे दुःख । अदृष्ट करंटे काय कीजे ॥
बहिणी म्हणे पुढे महादेवा जावे । भ्रतार गौरवे नेत आम्हां ॥

यावरून बालवयातच तिचं मन परमार्थप्रवण कसं झालेलं होतं हे स्पष्टपणे दिसून येते. त्यानंतर हे कुटुंब पंढरपुरास आले तिथे पाच रात्र राहिले. नंतर शिंगणापूरला आले. कोरान्नाची भिक्षा मागून ते उदरनिर्वाह करीत होते. त्याविषयी ती म्हणते.

कोरान्नाचे कण सहज मिळवू । तेणे सुखी जीऊ होय माझा
अमृताचे परी वाटे गोड अन्न । पाप जळे जाण भक्षिलिया ॥

भिक्षावृत्तीनं जीवन जगताना प्राप्त होणाऱ्या विरक्तीचं तत्त्वज्ञान तिनं या उद्‍गारांतून व्यक्त केलं आहे.

यानंतर हे कुटुंब कोल्हापूरला राहावयास आले. तेथील हिरंभटानं रात्री पडलेल्या स्वप्नानुसार रत्नाकर पाठकाला गोवत्स दान दिले. त्या धेनूने बहिणाबाईच्या घरी प्रवेश केला नि सारं भावविश्व बदलून गेलं. वासरू बहिणाबाईची सावलीच बनून राहिलं आणि त्याच्याशी गूढ असं भावनिक नातं निर्माण झालं. जयराम स्वामींच्या कीर्तनाला बहिणाबाई जात तर ते वासरूही जात असे आणि माणसासारखं कान टवकारून कीर्तन ऐकत आणि आरती झाल्यावर नमस्कार करीत असे. सर्वजण म्हणत की, वासरू कोणीतरी पूर्व जन्मीचा योगभ्रष्टच असला पाहिजे.

एकदा कीर्तनात गर्दी होती म्हणून वासराला बाहेर काढलं तर ते फार ओरडत असे आणि बहिणाबाई पण रडत होत्या. जेव्हा जयराम स्वामींनी कीर्तन थांबवून त्याला आत घेतलं तेव्हा त्याचे ओरडणे थांबले. कीर्तन झाल्यावर तिने

नमस्कार केला तसा नमस्कार त्या वासरानेही समोरचे दोन पाय खाली टेकवून केला.

या घटनेचा वृत्तांत रत्नाकर पाठकाला एका स्त्रीने अगदी तिखट मीठ लावून सांगितला आणि त्याला चीड आणली रत्नाकर पाठक हा स्वभावाने कोपिष्ट, रागीट होता. बहिणाबाईने त्याचे वर्णन पुढील प्रमाणे केले आहे-

भ्रतार क्रोधाचा पुतळा सर्वही । एकान्त तो पाहे केवी साधे ।।
जमदग्नीचा क्रोध ऐकियेला कानी । भ्रतार तो जनी तेची रूप ।।

रत्नाकर पाठक फार चिडला आणि त्याने बहिणाबाईला बेदम मार दिला. हिरभटानं सांगितलं, तुम्ही हे माझं घर सोडून जा. बहिणाबाईला भयंकर वेदना झाल्या होत्या. ती काही दिवस बेशुद्धीतच होती. वासराची व गाईची ताटातूट झाली. त्यांनी अन्नपाणी घेण्याचं सोडलं आणि त्या घरात एक प्रकारची मरणकळाच पसरली होती.

काही दिवसांतच वासराचा अंतकाळ जवळ आला व माणसासारख सत्वरच आणि समर्पित जीवन जगलेलं बहिणाबाईचं वासरू रामरूपात विलीन झालं!

बहिणा तीन दिवस अचेतन पडली होती. मध्यरात्री एक ब्राह्मण तिच्या स्वप्नात आला आणि सांगू लागला. 'मुली, सावध हो, विवेक करायला शीक. विवेक आणि सावधानता कधी सोडू नकोस. तुझं त्यामुळे कल्याण होईल.'

समर्थ जयराम स्वामींनी सांगितले, 'मुली, सावधानतेचा आणि विवेक बुद्धीचा उपदेश करणारे ते रामदास स्वामी होते. तुझे भाग्य थोर. परमार्थात हा विवेक आणि सावधानता पाळलीस तर तो 'आत्माराम' तुला भेटल्याशिवाय राहणार नाही.' त्या दिवसापासून बहिणाबाईला सर्वत्र पांडुरंग दिसू लागला होता. याचं वर्णन त्यांनी असं केलं आहे.

तेथूनिया मन करूनी सावध । स्मरणी स्वत: सिद्ध चित्त केले ।।
बहिणी म्हणे देह सर्वही विकल । परि ते निश्चल चित्त माझे ।।
उघडोनिया नेत्र पाहे जंव पुढे । नवं दृष्टीपुढे पांडुरंग ।।

यानंतर तिला रात्रंदिवस सदगुरुच्या भेटीची उत्कंठा लागून राहिली होती. ती म्हणते -

बोलवे शब्द अंतरीचा धावा । नाइके तुकोबा काय की ज ।।
अदृष्ट करंटे साह्य नव्हे देव । अंतरीची हाव काय करू ।।
तेरा दिवस ज्याने वहया उदकांत । घालुनिया सत्य वाचलिया ।।
महाराष्ट्र शब्दात वेदांतीचे अर्थ । बोलिला लोकांत सर्वद्रष्टा ।।
अंतर साक्ष आहे निरुपणी हेत । जडे परी चित्त ओळखेना ।।

बहिणी म्हणे मीच असेन अपराधी । अन्याय त्रियुद्धी काय त्याची ।।

शेवटी गुरुभेटीची पहाट तिच्या आयुष्यात फुटली आणि वासरू इहलोक सोडून गेल्यानंतर सातवे दिवशी रविवारी कार्तिक वद्य पंचमीस (शके १५६९) तुकोबा तिच्या स्वप्नात आले आणि तिच्या मस्तकावर हात ठेवून तिला त्यांनी गुरुमंत्र दिला प्रसंगाचं वर्णन करताना बहिणा म्हणत-

'बहुत अंतरी शोक आरंभिला । कां मज विठ्ठला मोकलिले ।।
त्रिविध तापाने तापले मी बहु । जाईना का जीऊ प्राण माझा ।।
तव अकस्मात सातविया दिनी । नामसंकीर्तनी घोषयुक्त ।।
तुकारामरुपे येऊनी प्रत्यक्ष । म्हणे पूर्व सांभाळिजे ।।
नको करू चिंता आहे मी तुजपाशी । घेई अमृताशी हातिचिया ।।
गाय केले वत्स मुखी निघे धारा । अमृत हे सार सेवी हेचि ।।
ठेवोनि या कर मस्तकी बोलीला । मंत्र सांगितला कर्ण रंध्री ।।
म्याही पायांवरी ठेविले मस्तक । दिधले पुस्तक मंत्रगीता ।।
कार्तिकात वद्य पंचमी रविवार । स्वामीचा विचार गुरूकृपा ।।
आनंदले मन चिद्रूप कोंदळे । कुठोनी बैसले चमत्कारे ।।
मंत्र आठवती तुकोबां स्वरूपें । स्वप्नामाजी कृपा केली पूर्ण ।।

बहिणाबाईच्या जीवनातील यशस्वीतेची पहिली पायरी होय. त्यांचं सारं जीवन या गुरुबोधामुळं बदलून गेलं. परमसुखाचा आनंद झाला यातच तिचं आत्मिक यथार्थ दर्शन होतं आणि अंगप्रत्यंगात पांडुरंग भरून राहिल्याचं भावू लागलं आणि म्हणून ती त्याचं वर्णन करू लागते.

यानंतर जयरामस्वामीस आणि बहिणाबाईस एकाचवेळी स्वप्नात तुकोबांनी भेट दिली. स्वामींनी आत्यंतिक भक्तिभावानं त्यांना वंदन केलं. इकडे बहिणाबाईही अत्यंत आनंदित झाली होती. बहिणाबाई प्रपंचात फारशी रमू शकली नाही. परंतु प्रपंच टाकून देण्याचीही भाषा तिनं कधी काढली नाही.

बहिणाबाई विषयी लोकांना जिव्हाळा वाटू लागला. त्यामुळे तिच्या घरी लोकांची वर्दळ वाढू लागली. परंतु अभिमानी रत्नाकरला ती मानवली नाही. त्याला तिचा तिरस्कार वाटू लागला. तो तिच्या आई-वडिलांनाही फार बोलला आणि तो घरातून निघून जाण्याची भाषा बोलू लागला. पतीचा राग शमविण्यासाठी ती म्हणते-

भ्रतार गेलिया वैराग्य घेऊनी । जीव हा निर्धारी देईन मी ।।
प्राणेवीण देह काय पावे शोभा । रात्रीवीण प्रभा चंद्राचिया ।।

भ्रतार तो जीव देह मी आपण । भ्रतार कल्याण सर्व माझे ।।
भ्रतार जीवन मी मत्स्य तयात । कैसेनि वाचत जीव माझा ।।
भ्रतार तो रवी मी प्रभा तयाची । वियोग हा त्यासी केवी घडे ।।
बहिणी म्हणे माझ्या जीवाचा निर्धार । बोले पै विचार हरि जाणे ।।
रत्नाकर आतल्या आत धुसमसत राहिला. तो एके दिवशी म्हणाला,
'भ्रतारे निश्चय केला मनामाजी । जावे उद्या आजी टाकू निया ।।'

पण विधिलिखित काही निराळंच होतं.

रत्नाकराच्या शरीरास अचानकपणे व्यथा जडली. त्याच्या शरीराचा दाह होऊ लागला. सर्व प्रकारचे उपाय केले परंतु कशानेही आराम पडला नाही. शेवटी आपला मृत्यूच जवळ येऊन ठेपला आहे असं त्याला वाटू लागलं.

शेवटी रत्नाकरने म्हटले की, तुकारामांची आपण निंदा केल्यामुळे आपल्याला ही व्यथा प्राप्त झाली असेल तर त्याचा दाखला म्हणून काहीतरी चमत्कार करून दाखव अशी प्रार्थना रत्नाकरानं पांडुरंगाला केली आणि काय आश्चर्य? एक ब्राह्मण आला आणि त्याला सांगितले की, 'रत्नाकरा, तुला खरोखरच जगायची इच्छा असेल तर हिचा त्याग करू नकोस. अरे वेड्या मनानं विरक्त झालेली ही मुलगी खरी हरीभक्त आहे. हिच्या दिव्यत्वाची साक्ष तुला लवकरच पटेल. तुझं कल्याण होईल.'

हे ब्राह्मणाचे शब्द ऐकून रत्नाकरानं त्याचे पाय धरले आणि थोड्याच दिवसांत रत्नाकराचा व्याधीस आराम पडू लागला. तुकोबाच्या पारमार्थिक जीवनाचे महत्त्व कळून चुकले व तो त्यांचा भक्त बनला.

यानंतर ते पूर्ण कुटुंब देहूमध्ये राहावयास आले. तिथे कोंडाणीसारखी प्रेमळ, उदार व्यक्ती या कुटुंबाला भेटली की ज्यांनी त्यांना भरपूर मदत केली देहूला असताना बहिणाबाईला तुकोबांच्या सहवासात परमसुखाचा प्रत्यय येऊ लागला.

या अंतर्मनाच्या तळमळीतून स्वप्नात गुरुपदेश देऊन तिच्या हातात तुकोबांनी मंत्रगीता दिली आणि कानात मंत्र सांगितला.

तुकोबांचा सहवास तिला फार दिवस लाभला नाही. शके १५७१ च्या फाल्गुन वद्य द्वितीयेस शनिवारी तुकोबांचे निर्वाण झाले आणि बहिणाबाईच्या दु:खास सीमाच राहिली नाही. साऱ्या देहूवर शोककळा पसरली. त्यानंतर तिने तुकोबांच्या द्वारी कथा केली त्यानंतर तिला साक्षात्कार झाला.

वाटे उठो नये जीव जाय तरी । सुख ते अंतरी हेलावले ।।
आनंद निर्भर होवोनिया मन । करुं आले स्नान इंद्रायणी ।।

घेतले दर्शन पांडुरंग मूर्ति । तव झाली स्फूर्ति वदावया ।।
तुकोबासी तेथे करुनि नमस्कार । आले मी सत्वर बिऱ्हाडासी ।।
बहिणी म्हणे जैसा लोटला समुद्र । हृदयाकाशी इंद्र बोले वाचा ।।

बहिणाबाईला झालेला हा साक्षात्कारोपदेश होता. पूर्वी झालेला तो स्वप्नोपदेश होता.

यानंतर बहिणाबाईला काशी या मुलीनंतर मुलगा झाला त्याचे नाव विठू ठेवले. काही कालावधीनंतर त्या सिद्धासनावर आरुढ झाल्यामुळे त्यांना दिव्यदृष्टी प्राप्त झाली आणि त्यांनी गत १२ जन्मासंबंधीची सर्व माहिती पुत्र विठोबाला सांगितली. परब्रह्माच्या प्राप्तीचा आनंद तिच्या चेहऱ्यावरून ओसंडत होता. स्मित हास्य करून भोवतीच्या जगाकडे एकदाच पाहिले आणि पुन्हा डोळे मिटून अखेरचा श्वास सोडला. अश्विन शुद्ध प्रतिपदा, बुधवार, शके १६२२ या दिवशी म्हणजेच इ.स. १७०० मध्ये एका दिव्य ज्योतीने तेजाची आरती केली आणि त्या ज्योतीचं तेज अनंत तेजात मिळून गेलं!

संत बहिणाबाईंची युगप्रवर्तक ग्रंथरचना :

संत बहिणाबाईची खास अशी ग्रंथरचना उपलब्ध नाही. परंतु त्यांना त्यांच्या लहानपणापासून तर तुकोबांच्या निर्वाणानंतर त्यांना साक्षात्कार झाला. दिव्यदृष्टी प्राप्त झाली. तोपर्यंत जे अभंग त्यांनी लिहिले आहेत. असे बरेच अभंग आहे त्यांनी जीवनाच्या प्रत्येक घटनेसंबंधी, वर्तणुकीसंबंधी, स्वभावासंबंधी, कार्यासंबंधी, अभंग लिहिले ते महत्त्वपूर्ण आहे.

तुकाराम महाराजांच्या नंतर सामाजिक समता प्रस्थापित करणारा भागवतधर्म वाढविण्याचं कार्य करण्यासाठी अभंग लिहिले. समाजामध्ये कुठेही भेदाभेद राहू नये यासाठी कडाडून विरोध करण्यासाठी अभंगांची रचना केली. तसेच समाजातील उच्च-नीचत्व कमी करण्यासाठी अभंगांची रचना केली.

संत बहिणाबाईचे कार्य :

१) ईश्वराचे अस्तित्व समजून देणे :

वैराग्य घेऊनच जन्माला आलेल्या बहिणाबाई भक्तीची शिडी करून निर्धाराचा हात धरून सदगुरुंच्या चरणी येऊन पोहचल्या या सगळ्या साधनांसह त्यांना ज्ञान न होते तरच नवल. ज्ञानाची महती सांगतात आणि ईश्वराचे अस्तित्व समजावून देतात.

२) आत्म्याचे स्वरूप स्पष्ट केले :

आत्मा म्हणजे देह नव्हे, आत्मा म्हणजे इंद्रिय नव्हे, परंतु देहांतर्गत कार्य

करणारा मात्र आहे. आत्मबोध होण्यासाठी मात्र सदगुरुकृपा हवी. म्हणजेच साधकाच्या साधनेला यश मिळते. असा निर्वाळा बहिणाबाई ठामपणे देतात.

बहिणी म्हणे ब्रम्हांडा सगट । भरीन मना गुरुकृपे तुझा रे घोट ।।

तसेच आत्म्याचे स्वरूप स्पष्ट करताना त्या म्हणतात-

आकाशीचा सूर्य जळात बिंबला
तरी काय बुडाला तयामाजी
तैसा या शरीरी अलिप्तची असे ।

संत तुकोबांनी स्वप्नात उपदेश केल्यानंतर तिला स्वस्वरूपाची अनुभूती आली होती. म्हणूनच त्यांच्याविषयी अंतरीचा, आत्मिक स्वरूपाचा आत्मिक कृतज्ञता भाव व्यक्त करताना म्हणते.

'न देखे जाति कुळ । वर्णावण भ्रमजाळ ।।
स्वरूपी राहिले अढळ । मन हे माझे ।।
आतां न चलें काही । उपाय सांगता देही ।।
उपदेश महावाक्य पाही । सर्वत्र जाले ।।
बहिणीस भेटला तुका । महावाक्य जाहले फुका ।।
ऐकती घोकती ते परलोका । धावत जाती ।।

३) पारमार्थिक समतावाद प्रस्थापित केला :

समाजातील उच्च-नीच्चपणा बहिणाबाई अजिबात मानत नव्हत्या हे सांगण्यास खरे तर दुसरा कुठलाच पुरावा नको. कारण त्या स्वत: ब्राह्मण कुळातल्या असून कनिष्ठ कुळातील तुकोबारायांना त्यांनी आपले गुरू मानले एवढेच नव्हे तर,

'तुकोबाचे ठायी आदर्श ब्राह्मण' असे देखील गर्जून सांगितले. कारण त्यांचा पारमार्थिक समतावाद बहिणाबाईच्या मनाला अत्यंत भावलेला होता. संत समागमाला अत्यंत उत्सुक असलेल्या भक्तीपरायण मनाच्या बहिणाबाई भोंदू, संत, साधूंवर मात्र कडाडून हल्ला करतात.

वरीवरी वेष संताचा । भीतरी धुमकस इंद्रियांचा ।।
ऐसे संत जाले कली । बोले बोल तो न पाळी ।।
सभा देखोनि धरी मौन । मागे भूंके जैसे श्वान ।।
कामाचे विकिले क्रोधाचे जिंकले ।।
लोकांचे अंकिले सर्वभावे ।।
आशेलागी जया आंदण दिधले ।।

ममतेचे जाले सेवक ते ।।
बहिणी म्हणे तेचि ग्रासिले मायेने ।।
आम्हा सोडवणे केवि होती ।।

तुकाराम महाराजांच्या नंतर सामाजिक समता प्रस्थापित करणारा भागवतधर्म वाढविण्याचे कार्य प्रामुख्याने बहिणाबाईंनी केले. समाजातील कुठलाही भेदाभेद असो, त्याला त्यांनी कडाडून विरोध केला त्या म्हणतात-

ब्रम्ह जाणे तोचि ब्राह्मण बोलिजे । येर ते सहजे ब्रम्हबीज ।।
जेथे विकल्प तुटला । तेथे वर्ण-भेद मिथ्या बोला ।।

४) संत सज्जनांचे कर्तव्य समजून दिले :

बहिणाबाई एक प्रापंचिक स्त्री, परंतु परमार्थामध्ये आत्मज्ञानाची प्राप्ती करून घेणाऱ्या त्या साधिकाही होत्या. त्यांनी याबाबत स्त्री-पुरुषांना दिलेला संदेशही अत्यंत अद्‌भुत आणि जगावेगळा आहे. समाजातील नियमांचे पालन करणे हे संत सज्जनांचे कर्तव्य आहे. असे इतर संतांप्रमाणेच बहिणाबाई आग्रहाने सांगतात. परंतु त्या स्वतःच गृहस्थाश्रमी असल्यामुळे त्यांच्या या म्हणण्याला स्वानुभवाचा भक्कम पाया आहे. त्यामुळेच त्यांच्या उपदेशपर अभंगांना एक प्रकारचे वजन प्राप्त झाले आहे. त्या म्हणतात-

प्रपंच परमार्थ चालती समान । तिनेची गगन झेलियेले ।।

वास्तविक ही ओवी म्हणजे बहिणाबाईंच्या संपूर्ण जीवनपटाचे सार आहे कारण बहिणाबाईंनी स्वतःच हे 'शिवधनुष्य' पेलून दाखविले आहे. पुढे त्या म्हणतात-

काया वाचा मने पतीसी शरण । तिच्या ब्रम्हज्ञान दारी लोळे ।।

५) कुटुंब विच्छेद टाळण्याचे मार्गदर्शन :

बहिणाबाईंना सर्वस्वी विसंगत पती लाभले होते. परंतु त्यांची त्यांच्या पतीवर भरपूर निष्ठा होती. आधुनिक काळामध्ये एवढी निष्ठा दिसून येत नाही, पटत नाही परंतु तत्कालीन सामाजिक परिस्थितीमध्ये बहिणाबाईने दाखविलेले हे कर्तृत्व म्हणजे खरे तर एका स्त्रीने केलेला हा फार मोठा पुरुषार्थ आहे त्यामुळे-

पतीचीया मता अनुसरोनी पतिव्रता
अनायासे आत्महिता भेटेचि ते ।।

हे संत ज्ञानेश्वरांचे म्हणणे आहे ते बहिणाबाईस तंतोतंत लागू होते हे त्यांनी त्यांच्या आचरणातून दाखवून दिले आहे. हळूहळू आपल्या पतीला आपल्या निग्रही आणि भक्तिपूर्ण स्वभावामुळे त्यांनी जिंकून घेतले. एका बाजूला प्रपंच करत असतानाच दुसऱ्या बाजूने आपली कठोर साधना चालू ठेवली. त्यांच्या व्यक्तिमत्त्वाची

ही दुहेरी वीण त्यांच्या पारमार्थिक आणि प्रापंचिक यशापाशी येऊन थांबते. कोणत्याही परिस्थितीत कुटुंब विच्छेद होऊ द्यायचा नाही किंवा संसाराचे हित पाहायचे हा संदेश देताना त्या म्हणतात-

आपुलिया संसारा काही हित करा । सांगताहे धरा मनोभावे ।।

६) स्त्रीत्वाचे श्रेष्ठत्व दाखविणे :

संत बहिणाबाई या संसारात राहून जीवमुक्त होत्या. इतर ज्या संत होत्या संत मुक्ताई, संत जनाबाई या प्रपंचात पडल्या नव्हत्या. आणि म्हणून मुक्ताबाईंना स्त्रीजन्म कधी बंधनकारक वाटला नाही परंतु बहिणाबाईंना मात्र काहीशा तो खंतदायक वाटतो याचे कारण म्हणजे तिला सर्व कार्य स्वतंत्रतेने करता येत नव्हती. तिच्या आवडी निवडी वेगळ्या होत्या त्या कशाप्रकारच्या होत्या हे सांगताना त्या म्हणतात,

लोकांचिया मुली खेळता बोळकी ।
वाटे घ्यावे मुखी, मज नाम ।।
आणिक नावडे खेळ तो बालिश ।
तेणे तो विश्वास प्रगटला ।।
नावडे फुगडी टिपरियांचा खेळ ।
असावे निश्चय वाटे मना ।।
बहिणी म्हणे पूर्वी होते ते पदरी ।
तेचि या संसारी प्रगटले ।।

संत बहिणाबाईंना जन्मजात विरक्तीची जाणीव मात्र तिच्या अभंगात 'खंत' होऊन उमटलेली आहे.

स्त्रियेचे शरीर पराधीन देह
न चाले उपाव विरक्तीचा
शरीराचे भोग वाटताती वैरी
माझी कोण करी चिंता आता
काय पाप केले पूर्वीचिये जन्मी
आता पुरुषोत्तमी अंतरले
लाधले शरीर स्त्रियेचेनि रूप
असंख्यात पापे फळा आली.

आपले कौटुंबिक जीवन बहिणाबाईंना जसे धरवत नाही तसे टाकवतही नाही आपल्या स्त्री जन्माबद्दल खंत करीतच परंतु स्त्री श्रेष्ठत्व मानूनच आपले जीवन

व्यतीत करते.

७) विवेक निष्ठेचं सामर्थ्य पटवून दिले :

एक ब्राह्मण बहिणाबाईच्या स्वप्नात येऊन सांगू लागला की, 'मुली, सावध हो. विवेक करायला शीक. विवेक आणि सावधानता कधी सोडू नकोस. तुझं त्यामुळे कल्याण होईल!'

यानंतर जयराम स्वामींनी बहिणाबाईच्या पाठीवरून हात फिरवीत सांगितले की, 'मुली, तुला हा सावधानतेचा आणि विवेकबुद्धीचा उपदेश करणारा तो ब्राह्मण दुसरा तिसरा कोणी नसून समर्थ रामदासांनी तुझं व्रतस्थ आणि सत्वस्थ जीवन पाहून तुला हा उपदेश केला आहे. तुझं भाग्य थोर, परमार्थात हा विवेक आणि सावधानता पाळलीस तर तो 'आत्माराम' तुला भेटल्याशिवाय राहणार नाही.'

त्या दिवसापासून बहिणाबाईला सर्वत्र पांडुरंग दिसू लागला ती म्हणते-

तेथुनिया मन करूनी सावध । स्मरणी स्वत: सिद्ध चित्त केले ॥
बहिणी म्हणे देह सर्वही विकल । परि तें निश्चल चित्त माझे ॥
उघडोनिया नेत्र पाहे जंव पुढे । तंव दृष्टीपुढे पांडुरंग ॥

आतापर्यंत सर्वकाही निमूटपणे सहन करणाऱ्या बहिणाबाईमध्ये यावर मात करण्याचे सामर्थ्य तिच्यामध्ये निर्माण झालं होतं आणि त्याचे कारण होते विवेकनिष्ठा. विवेकनिष्ठेच्या वेलीला आलेलं ते एक कधीही न सुकणारं फूल होतं.

ब्राह्मण स्वप्नात देखिल तो जाण । त्याची आठवण मनी वाहे ॥
न दिसे आणिक नेत्रांपुढे जाण । नामाचे स्मरण मनी वाहे ॥

त्यांच्या भाव विश्वातील नैराश्येचं पटल नाहीसं झालं. सावधानता आणि विवेकनिष्ठा यांच्याच आधाराने ती चित्तशुद्धीच्या मार्गाला लागली.

आजच्या व भविष्याच्या युगाच्या संदर्भात संत बहिणाबाईचा विचार :

वासराला कथेत नेल्यानं गोंधळ झाला एवढ्या क्षुद्र कारणावरून पत्नीचा छळ करणाऱ्या कर्मठ रत्नाकराने, तुकारामासारख्या शुद्र पारमार्थिकाचा गुरुपदेश घ्यायला निघालेल्या आणि त्यांच्या दर्शनाचा ध्यास लागलेल्या आपल्या पत्नीचा छळ किती केला असेल याची कल्पनाच आलेली बरी! तथापि वासराला कथेला बरोबर नेणं ही एक सभेतील शिस्तीत न बसणारी गोष्ट मानता येईल. परंतु एका कर्मठ घराण्यातील वेदांती स्त्रीनं एका शूद्राचा उपदेश घ्यावा आणि त्याच्या दर्शनाचा ध्यास घ्यावा ही गोष्ट त्या काळात ब्राह्मणाच्या अहंकाराला चांगलीच डिवचणारी होती आणि म्हणून रत्नाकरासारखा तिचा कर्मठ नवरा संतापून उठला आणि कुटुंब उद्ध्वस्त व्हायची वेळ आली. पण एक ब्राह्मण येतो आणि

त्याला तो विवेकाच्या चार गोष्टी ऐकवतो आणि गुप्त होतो. त्याच्या उपदेशानं रत्नाकराच्या वृत्ती निवळतात या साऱ्या घटना चमत्काराच्या माध्यमातून सांगितल्या जाणाऱ्या संत चरित्राच्या विशिष्ट पारंपरिक पद्धतीने सांगितलेल्या असल्या तरी त्यांच्या मागं काहीतरी सत्य दडलेलं असावं. त्याचा विचार बहिणाबाईच्या चरित्राच्या संदर्भात केला असता असे लक्षात येते की बहिणाबाई एक असामान्य व्यक्तिमत्त्व होतं.

बहिणाबाईचं व्यक्तित्व कमालीची सहनशीलता, अतूट श्रद्धा, कमालीची संवेदनशीलता, भावुकता इत्यादी सदगुणांनी संपन्न होतच परंतु त्याला विवेकाची एक विलक्षण धारही प्राप्त झालेली होती. पण तिच्या विवेकाला खतपाणी घालणारी कोणीतरी प्रभावी शक्ती तिच्या पाठीमागं असल्याशिवाय तिला हे सामर्थ्य लाभणं शक्य नव्हतं या दिशेनं विचार करीत गेलं म्हणजे पतीनं बेदम मारल्यावर आणि गाय-वासरानं अन्नपाणी सोडल्यावर बहिणाबाई जेव्हा प्रायोपवेशन करू लागली, तेव्हा तिला स्वप्नात सावधानतेचा आणि विवेकनिष्ठेचा मंत्र देणारा आणि आततायीपणानं घर सोडून निघालेल्या रत्नाकराला चार विवेकाच्या गोष्टी सांगून अदृश्य होणारा ब्राह्मण जयरामस्वामीच असतात. तेव्हा असं अलौकिक व्यक्तिमत्त्व बहिणाबाईचे असल्यामुळे असे घडले. तिच्यातील सामर्थ्यामुळे या सर्व बाबी तिने व्यवस्थित केल्या.

तिचं जीवन उद्ध्वस्त होऊ लागलं होतं तिला पुन्हा जीवन प्राप्त करून देणारी हीच एक शक्ती होती. या शक्तीनचं तिच्या भावजीवनात विवेकाची वेल लावली आणि तिचं आंतरिक सामर्थ्य फुलत ठेवलं. कोल्हापूर सोडून देहूला जाताना रत्नाकराचा तुकोबाविरोध जरा मावळला असला आणि बहिणाबाईचं पारमार्थिक जीवन जरी निर्वेध झालं असलं तरी तिला एका विचारानं मात्र अस्वस्थ करून सोडलं होतं. तो विचार म्हणजे 'खरा ब्राह्मण कोण? तुकोबांसारख्या परमानुभूतीने रंगलेल्या महामानवाला शूद्र म्हणून दूर लोटायचे आणि आपण केवळ जन्माने ब्राह्मण आहोत म्हणून त्याच्यापुढे नमायचं नाही, हे योग्य आहे काय?

बहिणाबाईला चित्ताची ही अस्वस्थता प्राप्त झाली असतानाच जन्मजात ब्राह्मण्यावर वज्राघात करणारं एक उपनिषद तिच्या हातात पडलं. 'वज्रसूचिकोपनिषद्' हे त्याचं नाव, हे जयरामस्वामींनीच त्यांच्या हातात दिलं असावं असे अनुमान निघते. हे बहिणाबाईचे श्रेष्ठत्व होय.

या उपनिषदात वज्रासारखी तर्क कठोरता आहे. जीव, देह, जाती, ज्ञान व धार्मिकता यांपैकी कशानेच ब्राह्मणत्व सिद्ध होत नाही, तर केवळ

आत्मसाक्षात्कारानेच ब्राह्मणत्व सिद्ध होते असा तर्कशुद्ध विचार यात मांडलेला आहे.

बहिणाबाईच्या पारमार्थिक वातावरणात त्यांचा मुलगा विठोबा वाढत होता. त्याच्यावर लहानपणापासूनच सुसंस्कार होत होते. त्यामुळे स्वाभाविकच त्याच्याही जीवनाला पारमार्थिक वळण प्राप्त होत गेलं. बहिणाबाईच्या संसाराला तिच्या सत्वस्थ आणि व्रतस्थ जीवनामुळे आलेलं हे गोड फळच होतं. हे त्यांच्यामुळेच सिद्ध झालेलं होतं.

तुकारामांचा उपदेश बहिणाबाईला त्यांच्या अनुपस्थितीत स्वप्नात झाला आणि साक्षात्कारोपदेश त्यांच्या निर्वाणानंतर झाला! तिच्या पारमार्थिक जीवनात तिला झालेला हा साक्षात्कार परमोच्च कोटीचा होता. तिच्या पारमार्थिक जीवनाची ही सांगताच म्हणायची. तिच्या कवित्वशक्तीलाही विलक्षण धार याच काळानंतर प्राप्त झाली. अमानुष छळ करणाऱ्या पतीचं हृदयपरिवर्तन घडवून त्याचा प्रपंच उत्तम तऱ्हेनं करणारी आणि पराविद्येच गुह्य तुकारामासारख्या साक्षात्कारी संताच्या सहवासानं अनुभवणारी बहिणाबाई खरोखरच तळहातावर गगन झेलून दाखविणारी सामर्थ्यशाली स्त्री होती. अशी स्त्री निर्माण होणे आजच्या व भविष्याच्या काळाची गरज आहे.

संत बहिणाबाईचा एक अभंग सुप्रसिद्ध आहे. तो वारकरी लोकांइतकाच संत साहित्याच्या अभ्यासकांचाही फार आवडता आहे. तो अभंग असा-

संतकृपा झाली । इमारत फळा आली
ज्ञानदेवे रचिला पाया । उभारिले देवालया
नामा तयाचा किंकर । तेणे रचिले ते आवार
जनार्दन एकनाथ । खांब दिला भागवत
तुका झालासे कळस । भजन करा सावकाश ।।
बहिणी म्हणे फडकती ध्वजा । निरूपण केले वोजा (श्रीसकळ संतगाथा)

या चरणावरून बहिणाबाईच्या सृजनशीलतेची वाङ्मयीन कामगिरीची दाद द्यावीशी वाटते. 'संत कृपा झाली' या अभंगातील 'इमारत' कोणती व तिचा रोख खुद्द बहिणाबाईंनी केलेल्या संतवचनाच्या अध्ययनावर आहे, हे लक्षात यायला वेळ लागत नाही आणि 'संतकृपेचा' बहिणाबाईच्या अभंगावर झालेला संस्कार पाहिला म्हणजे 'संतकृपा झाली' या अभंगातील एक नवा अन्वयार्थ हाती लागतो.

■

संत समर्थ रामदासस्वामी

(इ.स. १६०८ ते इ.स. १६८१)

'दासबोध'सारखा अध्यात्म व मानव व्यवहार यांची उत्तम सांगड घालणारा ग्रंथ समाजास अर्पण करून धर्मज्ञान देणारे व स्वत: आजच ब्रह्मचारी राहून धनुर्धारी रघुवीर व वीर हनुमान यांची गावोगावी प्रस्थापना करीत सूर्यनमस्काराने तरुणांमध्ये धर्मप्रेम व कार्यशक्ती जागृत करणारे थोर ब्रह्मचारी स्वामी.

संत समर्थ रामदास स्वामींचा जन्म व बालपण :

श्री समर्थांचा जन्म इ.स. १६०८ मध्ये गोदावरीतीरी जांब येथील श्री सूर्य आराधना आणि श्री रघुपतीची उपासना निस्सीमपणे करणारे सूर्याजीपंत व राणूबाई ठोसर या दाम्पत्यांच्या पोटी झाला. नारायणचा म्हणजेच समर्थ रामदासांचा जन्म रामजन्माच्या वेळी झाला. नारायणची मुंज वयाच्या सातव्या वर्षी केली आणि मुंजीमध्येच सूर्याजीपंतांनी छोट्या नारायणाला उपदेश केला. "आजपासून तू खरा विद्यार्थी झालास. सारी विद्या मिळव, मोठा हो, तुझा जन्म रामनवमीचा आहे. रामरायाची मूर्ती तुझ्यापुढे सतत असू दे. हनुमंतासारखा आदर्श भक्त हो, रामदास हो, उदंड आयुष्याचा हो. माझे तुला अनेक आशीर्वाद आहेत." त्याने वडिलांचा उपदेश तंतोतंत आचरणात आणण्याचा निश्चय केला. वयाच्या आठव्या वर्षीच नारायणाने गृहत्याग करून रामाच्या देवळात रामोपासना केली. त्याचवेळी त्यांना 'रामदर्शन' झाले असे म्हणतात.

त्याकाळी अगदी लहान वयातच विवाह होत असे. नारायणाने लग्न करावे असा त्यांच्या आईचा आग्रह पडला. विवाह ठरला. ते विवाहासाठी बोहल्यावर उभे राहिले. पण ब्राह्मणांच्या मुखातून 'सावधान'

शब्द बाहेर पडताच खरोखरच ते सावध झाले व विवाह मंडपातून पळून गेले. पळून गोदा तीरावरील टाकळी ह्या गावी आले व तेथे त्यांनी कडक पुरश्चरण केले. पुन: रामाचा सगुण साक्षात्कार झाला. त्यानंतर ते तीर्थयात्रा करण्यास निघाले. काशी, प्रयाग व हिमालयातील बहुतेक तीर्थस्थानांना भेट दिली. ह्यामुळे देशपर्यटन घडून देशस्थिती व लोक समाजाचे अवलोकन करता आले. इस्लामी राजवटीच्या क्रौर्याच्या घटना ऐकून त्यांचे मन उद्विग्न बनले. हिमालयात असताना त्यांच्या उपास्य देवतेने त्यांना पुन: दर्शन दिले व त्यांचा जीवनहेतू त्यांना सांगून भावी कार्याची प्रेरणा दिली असे म्हणतात.

समर्थांचे तीर्थाटन सतत बारा वर्षे सुरू होते. त्यांनी जो लोक स्थितीचा अनुभव घेतला त्याचे जिवंत चित्रण त्यांनी 'अस्मानी-सुलतानी व परचक्षु निरूपण' ह्या दोन प्रकरणात केले आहे. श्रीरामाच्या प्रेरणेने त्यांनी आपल्या कार्याची व कार्यक्षेत्राची दिशा ठरविली. ह्यावेळी त्यांचे वय ३६ वर्षांचे होते. भारताला इस्लामच्या मगरमिठीतून सोडविण्याचा संकल्प केला. महाराष्ट्र हे कार्यस्थल निवडले. ते उत्तरेकडून दक्षिणेत कृष्णातीरी आले (इ.स. १६४४) चाफळ येथे पहिला मठ स्थापन केला. धर्मजागृतीप्रमाणेच राजकीय जागृती करण्याचा निश्चय केला.

परकीय आक्रमणाविरुद्ध लढण्याची प्रेरणा मिळावी म्हणून त्यांनी राम व हनुमान ह्या दोन संग्राम प्रिय देवतांच्या उपासनेचा प्रसार करण्यासाठी 'राम संप्रदाय' स्थापन केला. त्यावेळी महाराष्ट्रात वारकरी पंथ फार प्रभावी होता. तरीही रामदासांनी आपल्या प्रभावी व्यक्तिमत्त्वामुळं राम संप्रदायाचे व त्याच्या मठाचे जाळे महाराष्ट्रातच नव्हे तर अखिल भारतात विणले. ह्या संप्रदायाच्या क्षात्रप्रधान शिकवणीमुळे हा पंथ महाराष्ट्रात व इतरत्र वाऱ्यासारखा पसरला.

समर्थांच्या राम संप्रदायाचं वैशिष्ट्य म्हणजे त्यांनी ब्राह्मण धर्म व क्षत्रिय धर्म ह्यावर विशेष भर दिला. वैराग्याबरोबर विक्रमावरही जोर दिला. परमार्थ व प्रपंच ह्याची योग्य संगती साधली धर्मकारणाला राजकारणांची जोड दिली.

समर्थांचा मुख्य ग्रंथ म्हणजे दासबोध! ग्रंथाच्या उद्‌घाटनातच ते सांगतात की,

आधी ते हरिकथा निरुपण । दुसरे ते राजकारण ।
तिसरे ते सावधपण । सर्व विषयी ।

ह्या एकाच ओवीवरून त्यांच्या जीवनकार्याची कल्पना सहज करता येते.

महाराष्ट्राचे ब्रह्मतेजाप्रमाणेच क्षात्रतेजाला जागविणारा, मुसलमानांचा नि:पात

करण्याविषयी अगदी उघड बोलणारा, जनतेच्या पराक्रमाला आवाहन करणारा स्वराज्याची प्रेरणा देणारा पहिला संत म्हणजे समर्थ रामदास होय व हेच त्यांच्या कार्याचे वैशिष्ट्य होय. इ.स. १६८१ मध्ये ह्या महापुरुषाने समाधी घेतली.

समर्थ रामदास स्वामींची युगप्रवर्तक ग्रंथरचना :

समर्थांनी प्रचंड वाङ्मय निर्माण केले. त्यापैकी बरेचसे वाङ्मय प्रसिद्ध झाले.

१) करुणाष्टके : समर्थांची करुणाष्टके प्रसिद्ध आहेत. ती करुणाष्टके म्हणजे भगवंताची करुणाभावाने केलेली प्रार्थना होय. ह्यात भक्तांच्या मनातील प्रेम, अनुताप, वैराग्य, असहायता, करुणा इ. विविध छटांचे दर्शन घडते.ही करुणाष्टके श्लोकबद्ध असून त्यांची रचना ओघवती व प्रासादिक आहे. 'आर्तता' हे करुणाष्टका'चे मुख्य वैशिष्ट्य होय.

२) सोळा लघुकाव्ये : या लघुकाव्यात पाच प्रकरणे 'अष्टाक्षरी' व अकरा प्रकरणे ओवीबद्ध आहेत. त्यात राजकारण नाही. षड्रिपू, पंचीकरण, चतुर्थमान जनाद पुरुष, आत्माराम, सगुण ध्यान, मानसपूजा व एकवीस समासी दासबोध इ. चा समावेश आहे. यातील 'एकवीस समासी दासबोध' हे प्रकरण त्यांच्या प्रसिद्ध 'दासबोध' या ग्रंथात आलेले आहे ओवीसंख्या २५६४ आहे.

३) रामायण : समर्थांनी संपूर्ण रामायण लिहिले नाही तर 'युद्धकांड व सुंदरकांड' अशी दोनच कांडे लिहिली आहेत. 'युद्धकांडात' १२५ श्लोक आहेत तर 'सुंदरकांडात' १४६२ श्लोक आहेत. यातून त्यांनी क्षात्रधर्माची शिकवण दिली आहे.

४)चौदा ओवी शते : एकूण अभंग संख्या १४०० आहे. या ग्रंथाचे नामकरण 'ओवी शते' असे असले तरी त्याची रचना अभंगरूपच आहे. एकूण अभंगात अनुष्टुप, प्रमाणिका, भुजंगप्रयात या वृत्तांचा वापर केला आहे.

५) स्फुट कविता : या स्फुट कवितेत विविध प्रकारचे स्फुट विषय आहेत उदा- अध्यात्म, राजकारण, प्रवृत्ती, निवृत्ती, उपासना इत्यादी. ह्या कवितेत विषयाप्रमाणेच वृत्तवैचित्र्यही आहेच. त्यात ओवी, अभंग, अनुष्टुप, प्रमाणिका, भुजंग प्रयात वृत्ताचा वापर केला आहे.

६) पद-पदान्तरे : ह्यातही विविध प्रकारचे विषय आलेले आहेत. उदा.- संतांचे महत्त्व, स्वानुभव, उपदेश, वैराग्य इत्यादी. काही पदांची भाषा हिंदी आहे. एका अष्टकात गायन कलेचे महत्त्व वर्णन केले आहे. काही पदांतून नाममहिमा गायलेला आहे. शिवाय त्यात भारूडे, गौळणी, कापडी, खेळ्या,

गोंधळ, पिंगळा ह्यासारखे रूपकात्मक विषयही आहेत.

७) मनाचे श्लोक अथवा मनोबोध : समर्थांनी लिहिलेले मनाचे श्लोक फार प्रसिद्ध व लोकप्रिय आहेत. त्यांची संख्या २०५ आहे. सर्व श्लोक भुजंगप्रयात ह्या वृत्तात आहेत. हे श्लोक चाफळ येथील रामनवमीच्या उत्सवप्रसंगी रचले गेले. सांप्रदायिक शिष्यांनी ते म्हणत म्हणत माधुकरी मागावी असा दण्डक घालून दिला. त्यांच्या नावाप्रमाणेच हा मनोबोध व पर्यायाने जनबोध आहे. मात्र हे श्लोक मोठे वैशिष्ट्यपूर्ण आहेत. ते साधे, सरळ व प्रसादपूर्ण असून त्याची भाषाही कणखर आहे. संपूर्ण रचना ओजस्वी व ओघवती असून प्रत्येक श्लोक म्हणजे साधकांना उपदेशिलेला एक एक विचार आहे.

८) दासबोध : समर्थांचा जनप्रसिद्ध ग्रंथ म्हणजे दासबोध समर्थांचे हृदय होय. ह्याची रचना एकाच वेळी झाली नसावी. वेळोवेळी लिहिलेल्या समारंभाचे हे संकलन आहे. एकवीस समासी जुन्या दासबोधांचा समावेश हयात करण्यात आला आहे. ह्यावरूनही ते संकलन असावे असे सिद्ध होते.

दासबोधाचे स्वरूप एखाद्या विश्वकोषासारखे आहे. ह्यात अनेक विषय आलेले आहेत. तरीही समर्थांच्या मते मुख्य विषय 'भक्तीमार्ग' हा आहे. 'येथे बोलिला विशद । भक्तीमार्ग' असे त्यांनीच म्हटले आहे. दासबोधातील विषयात भक्ती, वैराग्य, नेटका संसार, प्रयत्न, गुरुमाहात्म्य, 'ब्रह्म माया' विश्वाची उत्पत्ती, विकास व लय, पंचीकरण ज्ञान, महत्त्व, उपासनेचे महत्त्व, नरदेहाचे माहात्म्य, देवतोत्पत्ती या विषयाबरोबरच प्रयत्नवाद, छात्रवृत्ती, राजकारण, लोकसंग्रह हेही विषय आहेत.

या ग्रंथाचे एक आगळे म्हणजे इतर संताच्या वाङ्मयाहून निराळे असे वैशिष्ट्य म्हणजे त्यात आलेले प्रपंच विवरण व राजकारण होय. जनतेची क्षात्र वृत्ती जागृत करणारे विषय त्यात आहेत. या ग्रंथामुळे मराठ्यांना स्वराज्याची प्रेरणा मिळाली.

दासबोधाच्या रचनेप्रमाणे त्यांची भाषाही वैशिष्ट्यपूर्ण आहे. काव्याची मुलायमता त्यात नाही. उलट ह्यातही धावत्या व प्रवाही ओव्यांची भाषा खडखडीत व रोखठोक स्वरूपाची आहे. ओवी ऐकताच ती पाठ व्हावी अशी ही सुलभ, प्रवाही व चित्ताकर्षक रचना आहे. दासबोधाची भव्यता लक्षणीय आहे.

समर्थ सांप्रदायिक ह्या ग्रंथाला समर्थाइतकेच पूज्य मानतात. त्याचे पठण केले जाते. पठण करताना शुद्धता पाळली जाते. दासबोध ग्रंथ समर्थांचा वाङ्मयीन मूर्ती आकार मानला जातो.

संत रामदास स्वामींचे कार्य :

१) समाज प्रबोधनातून मानवता धर्माच्या पुनरुत्थानाचे कार्य :

समर्थ रामदासांचे कार्य व वाङ्मय आजच्या सर्व विषयांच्या संदर्भात अधिक महत्त्वपूर्ण तसेच मोलाचे आहे. समाज सर्वार्थाने संपन्न व्हावा, यासाठी त्यांनी अगदी बालवयापासून ध्यास घेतला होता. त्यांनी अत्यंत तळमळीने समाज प्रबोधनातून मानवधर्माच्या पुनरुत्थानाचे जे कार्य केले हे त्यांचे मानवजातीवर अनंत उपकार आहेत. त्यावेळेची समाजाची अवस्था पाहिली तर लक्षात येते की, ते अवतरलेच मुळी मरगळलेल्या मानवी समाजामध्ये चैतन्य जागृती करण्यासाठीच. एवढा संस्कार संपन्नतेचा व सुसंस्कृतीचा वारसा असलेला देश केवळ दुर्बलतेपोटी दीन, दुबळा, विकलांग असहाय अवस्थेत आला होता. मानवी नीतिमूल्ये, इतिकर्तव्यता, स्वहित इ. बाबींचा समाजाला विसर पडला होता. अशा परिस्थितीत श्रीसमर्थ खऱ्या अर्थाने समाज उद्धारकाच्या भूमिकेत उभे राहिले. त्यांनी तत्कालीन समाजाच्या जडणघडणीचा सखोल अभ्यास केला. संपूर्ण भारत भ्रमण केले. मानवी समाजाच्या सर्व समस्यांचे मूळ शोधले. या अवस्थेतून समाजाला बाहेर काढण्याचा संकल्प केला. मानवी समाजाचे उन्नयन घडवून आणण्यासाठी सखोल व गंभीर चिंतनातून विपुल, शाश्वत वाङ्मयनिर्मिती केली. अत्यंत निष्कामतेतून ओवीबद्ध समग्र समर्थ वाङ्मय उभे केले. या संपूर्ण वाङ्मयाचे सार म्हणजेच त्यांनी समाजाला प्रदान केलेला ग्रंथराज 'श्रीमत दासबोध' होय. श्री समर्थांनी आपुल्या विपुल वाङ्मयामध्ये कित्येक मौल्यवान ग्रंथांची निर्मिती केलेली आहे. श्री आत्माराम, करुणाष्टके, श्रीमनाचे श्लोक, रामायण व रामपररचना, भूपाळ्या व आरत्यांचा संग्रह, लोक साहित्य रचना, अनेक स्फुट समासरचना, स्फुट पंचके व अभंग रचना अनेक संकीर्ण रचनासंग्रह एवढेच नाहीतर हिंदी व हिंदुस्थानी रचना संग्रह, एकवीस समासी दासबोध असे एक नव्हे असंख्य रचनांचा अंतर्भाव या समग्र वाङ्मयात होतो. या सर्व वाङ्मयाने समाज पुनरुत्थानाचे कार्य केले आहे.

२) अंधश्रद्धा, अज्ञानता दूर करणे :

प्रत्येक मनुष्य अज्ञान घेऊनच जन्माला येतो. तसेच ते अज्ञान आपल्या बरोबर आयुष्यभर जोपासतो आणि शेवटी त्याचा अंत अज्ञानातच होतो. थोडक्यात, अज्ञानामध्ये संपूर्ण आयुष्य जगणाऱ्या मनुष्याच्या वाट्याला फक्त दुःख, दारिद्र्य, क्रांती, नैराश्यता, अंधश्रद्धेच्या बेड्या व व्यसनाधीनता हेच येतात. मनुष्य सर्व प्रकारचे अज्ञान बाळगून आहे. या अज्ञानाने मनुष्य जीवनाच्या सर्वांगांना वेढलेले

आहे. तो स्वत: हे जाणत नाही तरी स्वत: यातून सुटू सुद्धा शकत नाही जोपर्यंत यातून त्याची सुटका होत नाही, तोपर्यंत मनुष्याचे जीवन हे निरर्थकच राहते, श्री समर्थांनी नेमके हेच जाणले. संपूर्ण कार्य करताना, संपूर्ण वाङ्मय निर्माण करताना त्यांनी प्रखर रोखठोक, व्यावहारिक व त्याचबरोबर सामान्यातील सामान्य माणसाच्या अंत:करणाला स्पर्श करणाऱ्या भाषेचा वापर केला. अज्ञानावर प्रहार करणारे वाङ्मय निर्माण करायचे म्हटले की, त्यात भावनेला यत्किंचितही स्थान नसावे. तरच निर्माण होणारा समाज कर्तव्यदक्ष निर्माण होईल. हे सूत्र अचूकपणे जाणून त्यांनी आपल्या चतुरस्त्र बुद्धिमत्तेने मानवताधर्म, राजकारण, मनुष्याच्या व्यावहारिक जीवनाचं दैनंदिन व्यवस्थापन, देहप्रपंपाचे व्यवस्थापन, समाजकारण, पिंडब्रह्मांड रचना इत्यादी. सर्व बाबींची अत्यंत चातुर्याने सांगड घातली आहे. प्रत्येक ओवीमध्ये मरगळ झटकणारे व सळसळते चैतन्य निर्माण करणारे सामर्थ्य ओतले. नैराश्य व उदासतेने जीवन जगणाऱ्या व्यक्तीला तिच्या व्यक्तिगत जीवनामध्ये पुनश्च नव्याने जगण्यासाठी आवश्यक ती स्फूर्ती देणारे, नवजीवनाची उभारी देणारे स्फुरण ओतप्रोत भरले. श्रीसमर्थांच्या या वचनाचे हेच वैशिष्ट्य आहे की, जो जो ही वचने, ऐकतो, त्याच्या अंत:करणात आमूलाग्र बदल घडून येतो. त्याला त्याच्या अंतरी बसणाऱ्या चैतन्य शक्तीची ओळख होते. नंतर तो अधिक जाणिवेतून आपल्या अज्ञानाने वेढलेल्या विचारातून सहजपणे बाहेर पडतो.

३) प्रासादिक निरूपण श्रवणाची व्यवस्था केली :

श्री समर्थ हे पूर्णपणे जाणत होते की, समाज परिवर्तन घडवून आणायचे तर केवळ वाङ्मय निर्मितीने समाजाच्या समस्यांचे निराकरण होणार नाही. यांवर आधारित शिकवण समाजात रुजविली पाहिजे. यासाठी ते स्वत: प्रेरणास्थानी उभे राहिले आणि वाङ्मयातील शिकवण समाजातील सर्व स्तरांपर्यंत पोहचविण्यासाठी त्यांनी प्रासादिक निरूपण श्रवणाची व्यवस्था जागोजागी केली. श्रवण म्हणजे संतपरंपरेची सामर्थ्य देणारी वचने ही अत्यंत आदराने व निष्ठेने ऐकणे, ती आत्मसात करणे व त्याप्रमाणे आचरण ठेवणे यातच मनुष्याचे हित आहे, कारण

'श्रवणाऐसे सार नाही । श्रवणे घडे सर्व काही ।
भवनदीच्या प्रवाही । तरणोपाव श्रवणे ।।

तसेच

नाना धोके देहबुद्धीचे । नाना किंत संदेहाचे
नाना उद्वेग संसाराचे । नासती श्रवणे ।।

म्हणूनच श्रवणातूनच या विभूतीने एक एक मनुष्य घडवून अवघा समाज

घडवला आणि तत्कालीन समाजामध्ये परिवर्तनासाठी आवश्यक वैचारिक क्रांती घडवून आणली. त्यांच्या शिकवणीने श्रवणानेच मानवावरील अज्ञानाचा पगडा दूर होऊन सदसदविवेक बुद्धी जागृत झाली. तो सन्मार्गाकडे वळून कर्तव्याने मनुष्य जीवनाच्या नीतिमूल्यांची जोपासना करू लागला. पर्यायाने प्रत्येक व्यक्तीमध्ये व समाजामध्ये नवचेतना सळसळायला लागली व नवीन सुसंस्कृत मानवी समाजाचा अभ्युदय झाला.

४) अध्यात्माला राजकारणाची जोड देऊन शिकवणीचे कार्य :

समर्थ रामदासांनी इतर संतांप्रमाणेच अध्यात्म भक्ती किंवा हरिकथा याला आद्यस्थान दिलेले आहे, पण त्याबरोबरच या अध्यात्माला 'दुसरे ते राजकारण' असे म्हणून जी पुष्टी जोडली आहे त्यातच खरा समर्थांचा समर्थपणा, आगळेपणा अथवा वैशिष्ट्य आहे. समर्थांना तत्कालीन राजकीय स्थितीचे भान होते. म्हणून त्यांनी लोकांनाही राजकारण जाणून घेण्याची शिकवण दिली. एकीकडे अध्यात्मावर जोर देऊन ब्राह्मण धर्माचा पुरस्कार केला तर दुसरीकडे लगेच राजकारणावर भर देऊन क्षात्रधर्माची शिकवण दिली. पारतंत्र्याविरुद्ध झगडण्याचा संदेश दिला. राजकारणाला आवश्यक अशा झुंजारवृत्ती चातुर्य व मुत्सद्दीपणा, संघटन कौशल्य इत्यादी ऐहिक गुणालाही प्रोत्साहन दिले. उदा.-

देवद्रोही तितुके कुत्ते । मारोनि घालवे परते ।।
म्लेंच्छ दुर्जन उदंड । बहुता दिवसांचे बंड ।।
देव मात्र उच्छेदिला । जित्या परिस मेला भला ।।
मारिता मारिता मरावे । बुडाला औरंग्य पापी ।।

या त्यांच्या तेजस्वी उदगारामुळेच त्यांना 'समर्थ' असे अभिधान मिळाले.

५) रामपंथ पुनरुज्जीवित केला :

समर्थ ज्या कालखंडात उदयास आले त्या कालखंडात वारकरी पंथ जोराने फोफावत होता. त्याची लोकप्रियता एक सारखी वाढत होती. शिवाय या पंथाला खुद्द समर्थांच्या काळातही तुकाराम, बहिणाबाई, रामेश्वर भट्ट यासारखे साक्षात्कारी व समर्थ पुरुष लाभले होते. तरीही समर्थांनी ह्या वारकरी पंथापेक्षा काहीसा भिन्न असलेला लढाऊ वृत्तीचा 'रामपंथ' पुनरुज्जीवित केला. व संपूर्ण महाराष्ट्रात त्याचा प्रभावी प्रसार केला.

तसेच समर्थांनी क्षात्रधर्माला पोषक अशा श्रीरामाची, हनुमानाची उपासना रुढ केली. कारण ही दोन्ही दैवते संग्रामकुशल व दुष्टसंहारक होती. तत्कालीन जनतेला इस्लामी राजवटीविरुद्ध लढण्याची प्रेरणा मिळावी म्हणूनच त्यांनी या क्षात्रवृत्तीच्या

देवतांची जाणीवपूर्वकच निवड केली.

६) भारतात मठस्थापनेचे कार्य :

समर्थांनी मुख्यत्वे महाराष्ट्रात व त्याचबरोबर उत्तर व दक्षिण भारतात मठस्थापना केली. ह्या मठांना अध्यात्माप्रमाणेच राजकारणाची केंद्रे बनविली. शिवरायांना अनेक प्रसंगी ह्या मठांचा फार उपयोग झाला असे ऐतिहासिक कागद पत्रावरून दिसून येते. त्यांनी आपल्या शिकवणीत ब्राह्मणधर्म व क्षात्रधर्म या दोहोंना प्राधान्य दिले. ब्राह्मणांना 'ब्राह्मणधर्म' (तप, विरक्ती व ज्ञानसाधना) तर 'क्षत्रिया'स 'क्षात्रधर्म' (अन्याया विरुद्ध संग्राम करण्याची प्रेरणा) शिकविली. ब्राह्मणवृत्ती व क्षात्रवृत्ती यांचा समन्वय केला. याचा अर्थ असा नव्हे की, समर्थांनी इतर वर्गांकडे दुर्लक्ष केले. उलट त्यांच्या वाङ्मयावरून हे लक्षात येते की, सर्व जातीत समर्थसंप्रदायी शिष्य होते. काही मठाधिपती ब्राह्मणाशिवाय मराठा, न्हावी इत्यादी जातीचेही होते.

ज्यावेळी ते महाराष्ट्रात आले, त्यावेळी त्यांचे वय ३६ वर्षांचे होते. भारताला इस्लामाच्या पाशवी शक्तीतून मुक्त करून महाराष्ट्रात स्वराज्य स्थापन करण्याचा त्यांनी संकल्प केला. महाराष्ट्र हेच त्यांचे कार्यक्षेत्र होते. तीर्थयात्रेहून परतल्यानंतर त्यांनी कृष्णातीरी 'चाफळ' येथे पहिला मठ स्थापन केला आणि धार्मिक जागृती प्रमाणेच राजकीय जागृती करण्याचा निश्चय केला. पूर्ण भारतामध्ये त्यांनी अनेक म्हणजे ११०० मठांची स्थापना केली. त्यांची मठे अध्यात्म व राजकारणाची केंद्रे होती.

७) कवितेतून लोकजागृतीचे कार्य :

समर्थांची भूमिका कवीची नसल्यामुळे त्यांच्या काव्यात उच्च दर्जाचा वाङ्मय विकास करणे हे त्यांचे कार्यच नव्हते. म्हणून ते रूढ अर्थाने कवीच नव्हते. त्यांची भूमिका उद्‌बोधनाची असल्यामुळे त्यांनी जनतेच्या मनात पटकन रुजेल अशी साधीसुधी पण रोखठोक भाषा वापरली आहे. 'काव्याकरिता काव्य' ही बालकवींची भूमिका त्यांना मंजूर नव्हती तर लोक जागृतीचे, लोकसंग्रहाचे लोकांच्या हृदयास चटकन हात घालणारे एक साधन म्हणून त्यांनी कवितेचा वापर केला आणि प्रपंच कसा करावा, भक्ति कशी करावी, व्यवहार कसा करावा अशासारखी साधी शिकवण दिली.

८) आळसाचा निषेध करून प्रयत्नांचे महत्त्व सांगितले :

प्रयत्नांना देव मानून त्यांचीच प्रशंसा समर्थांनी केली आहे. आळसाचा निषेध करताना ते म्हणतात.

आळस उदास नागवणा । आळस प्रयत्न-बुडवणा ।
आळसे करंटपणाच्या खुणा । प्रगट होती ॥ (दा. ११.३.१२)
म्हणोनि आळस नसावा । तरीच पाविजे वैभवा
अरत्री परत्री जीवा । समाधान ॥ (दा. ११.३.१३)

आळस असेल तर तुम्ही कोणत्याही प्रकारचे वैभव प्राप्त करू शकत नाही. तुमचा आळस तुम्हाला नागवतो, बुडवतो आणि आळस न करता जर प्रयत्न केले तर भाग्य फलद्रूप होऊ शकते. अन्यथा दारिद्र्यता येते म्हणून प्रयत्नाला देव माना आणि त्याप्रमाणे कष्ट करा आणि त्याचे फळ मिळू शकते.

९) व्यावहारिक शहाणपणाचा उपदेश :

प्रापंचिकाचा प्रपंच सुखी होण्याकरिता त्याच्या ठिकाणी चातुर्य व व्यावहारिक शहाणपणा, विवेक, सदाचार या गोष्टींची आवश्यकता असते. त्यासंदर्भात समर्थ सांगतात.

मनुष्याने समाजात कसे वागावे व कसे वागू नये, तसेच शहाणपण कोणत्या प्रकारच्या व्यवहारात आहे. यासंबंधी उपदेश तर दासबोधात कितीतरी दशकातून व समासातून आलेला आहे. विवेकीपुरुष लक्षणे, चातुर्यलक्षणे, शहाण्याची लक्षणे, उत्तमपुरुष लक्षणे, जनस्वभाव तसेच लेखन, अर्थभेद, या सर्वातून समर्थांनी विवेक व श्रेष्ठ सदाचाराचा उपदेश केला आहे.

विवेकानी कार्य केले तर ते योग्य रीतीने होते. चांगलेपणानी, सदाचारानी कार्य केले तर ते योग्य होते. दुःख दिले तर दुःखच परत मिळते या सर्व गोष्टी आपल्यावर अवलंबून आहेत तेव्हा आपण व्यवहारात शहाणपणा ठेवून कार्य केले पाहिजे.

१०) प्रत्येकाच्या व्यक्तिगत विकासासाठी आवश्यक देहप्रपंच :

श्री समर्थांच्या कार्याचे वैशिष्ट्य म्हणजे त्यांनी आपल्या वाङ्मयामध्ये प्रत्येकाच्या व्यक्तिगत विकासासाठी आवश्यक देहप्रपंच व परमार्थ विवेकाची अतिशय उत्तम सांगड प्रत्येकाच्या शरीरात घातलेली आहे. 'आधी प्रपंच करावा नेटका । मग घ्यावे परमार्थ विवेका । येथे आळस करू नका । विवेकी हो । प्रपंच म्हणजे संसार नाही श्री समर्थाना जो देहप्रपंच अभिप्रेत आहे, त्यामध्ये पंचभूते, त्रिगुण, चित्त, मन, बुद्धी, अहंकार, अंतःकरण, विषय, वासना, कल्पना, भावना, देहबुद्धी इ.चा समावेश आहे.

श्री समर्थांनी देहप्रपंचाचा विचार अतिशय बारकाईने केला आहे. अंतःकरण पंचक हे मन, बुद्धी, चित्त, अहंकार व अंतःकरण यापासून बनते, प्राणपंचकाचे

सर्वांगी व्यान, नाभी समान, कंठी उदान, गुदी अपान, मुखी व नासिकी प्राण हे घटक आहेत. श्रोत्र, त्वचा, चक्षु, जिव्हा व नासिक ही ज्ञानेंद्रिये असून वाचा, पाणी, पाद, शिस्त्र व गुद ही कर्मेंद्रिये आहेत. शब्द, स्पर्श, रूप, रस व गुद ही कर्मेंद्रिये आहेत. शब्द, स्पर्श, रूप, रस व गंधापासून विषय पंचक बनते या पाच पंचकापासून सूक्ष्म देह बनतो. असाच पंचवीस तत्त्वांचा स्थूल देह आहे. काम, क्रोध, शोक, मोह व भय हे पंचविध आकाराचे घटक आहेत. चळण, वळण, प्रसारण, निरोधन आणि आकुंचनापासून पंचविध वायू बनतो. क्षुधा, तृषा, आलस्य, निद्रा व मैथुन हे तेजाचे पंचविध गुण आहेत. शुक्लीत, श्रोणीत, लाळ, मूत्र व स्वेद हे आपाचे पंचविध गुण आहेत तर अस्थि, मांस, त्वचा, नाडी व रोम हे पृथ्वीचे पंचविध धर्म आहेत. तसेच कारण अज्ञान हा तिसरा आणि महाकारण ज्ञान हा चौथा देह होय. अशाप्रकारे चौदेहाचा विस्तारपूर्वक विचार करून त्याचा व्यापार व व्यवहार योग्यरीतीने चालवा यासाठी ते मार्गदर्शन करणारे श्री समर्थ हे महानच आहेत. आपल्या शरीराचे व्यवहार नीट चालावेत यासाठी हे सर्व आवश्यक आहेत असे ते सांगतात. या सर्वांचे प्रमाण जन्मापासून निश्चित आहे. हे नेमकेपणाने वापरले गेले तरच मनुष्य निरोगी, स्वच्छ, सुंदर, सरळ आणि निकोप आयुष्याचा आनंद लुटू शकतो. मात्र हे प्रमाण जर बिघडले तर देहाचे व्यापार बिघडतात म्हणूनच हे नेटकेपणे सांभाळले गेले पाहिजे असा आग्रह समर्थ करतात.

११) समर्थांची विश्वव्यापक व कालातीत शिकवण :

श्री समर्थांचे वाङ्मय 'अक्षर' व 'अद्वैत' आहे त्यातील शिकवण विश्वव्यापक व कालातीत आहे. आज चारशे वर्षांनंतरसुद्धा हे संपूर्ण वाङ्मय ताजे असल्याचे जाणवते, जणू काही ते आजच्या समाजाला सुसंस्कृत वळण लावण्यासाठीच आहे. म्हणूनच श्रीसमर्थांच्या वाङ्मयाचे महत्त्व आजच्या संदर्भात अधिकच उठून दिसते. ते काळाच्या मर्यादामध्ये कधीच बंदिस्त होणार नाही. तत्कालीन समाजाची मरगळ झटकण्यासाठी योजिलेला तो उपाय असला तरी भावी पिढ्यांसाठी गरजेचा आहे. त्यातील अजरामर नैतिकतेची, इतिकर्तव्याची मानवतेची शिकवण अखिल मानवजातीच्या चिरकल्याणाचा सर्वकालीन लागू होणारा तरणोपाय आहे.

संपूर्ण समाजामध्ये मानवताधर्मासाठी अतिशय वैचारिक क्रांती घडवून आणण्याचे सामर्थ्य, यात दडलेले आहे हे म्हणण्याचे मुख्य कारण असे की, श्री समर्थांनी संपूर्ण वाङ्मयात प्रत्येकाला स्वत:च्या कर्माच्या चोखपणा बद्दल सातत्याने बजावलेले आहे. ते म्हणतात की,

आधी कर्माचा प्रसंग । कर्म केले पाहिजे सांग ।
कदाचित पडता व्यंग । प्रत्यवाय घडे ॥

युग कोणतेही असो, मनुष्याने फक्त त्यांच्या कर्माबाबत सावधान असलेच पाहिजे. अर्थात ही कर्मे मानवता धर्माचीच हवीत. सर्व मानमर्यादा सांभाळणारी हवीत. कर्म आचरण घसरले की मनुष्य अनेक दोषांचा धनी होतो. त्यामुळे तो समस्यांच्या गुंत्यात गोवला जातो. परिणामस्वरूप त्याचे आयुष्य दुःखमय होते. आपले जीवन पुन्हा सुखमय व्हावे, ही त्याची आंतरिक इच्छा असते यासाठी यातून बाहेर पडण्याची खटपट प्रत्येकजण आपापल्या परीने करतो. मात्र यासाठी त्याने अवलंबिलेल्या प्रयत्नांचे फळ काय राहील. हे तो जाणत नाही. म्हणूनच अशा सर्व व्यक्तींसाठी श्रीसमर्थांनी सर्वकालीन लागू होणारे वचन देऊन मार्मिकपणे संकेत दिला की-

नका करू खटपट । पाहा माझा ग्रंथ नीट ।
तेणे सायुज्यतेची वाट । गवसेल की ॥
'नासे अज्ञान दुःख भ्रांती ।
शिघ्रचि येथे ज्ञानप्राप्ती ॥
ऐसी आहे फलश्रुती । इथे ग्रंथी ॥

अशा प्रकारे कार्य करावे असे सांगितले.

आजच्या व भविष्याच्या युगाच्या संदर्भात संतरामदास स्वामींचे युगप्रवर्तक विचार :

क्रांती म्हणजे आयुष्यात न होणारी गोष्ट करून दाखवणे. जीवनात पोट भरणे, संसार करणे, पाच-दहा जणांचे कुटुंब चालविणे याला क्रांती म्हणत नाही तर व्यवहार म्हणतात. किंवा मानवी जीवनातील कर्तव्य म्हणतात. क्रांती याचा अर्थच असा की, शंभर वर्षांत जे घडलेले नाही ते घडवून आणणे. राष्ट्रक्रांती, शिष्यक्रांती, समाजक्रांती आदींचा त्यात समावेश होतो.

वेदांतातील 'ब्रह्मसत्यं, जगनमिथ्या' हा केवलाद्वैत सिद्धांत विशद करून समर्थांनी ३६ हजार ओव्यांची काव्यसंपदा निर्माण केली. समर्थांच्या काळात भारतात त्यावेळी दोन विचारांचा धुमाकूळ चालू होता. एका बाजूस यवनी सत्ता आणि दुसरीकडे हिंदू सत्ता. छत्रपती शिवाजी महाराजांचे साहाय्य घेऊन त्यांनी त्यांच्यासमवेत एक चांगली क्रांती त्यावेळेस घडवून आणली. म्हणूनच त्यांचे जीवन हे क्रांतिकारक आहे, असे म्हणता येईल. ते क्रांतिकारक संत आहेत, असेच म्हणावे लागते. समर्थांच्या कार्यकाळात समाज उद्विग्न होता. 'भाषा भेदाश्च वंर्तते... अर्थ

एकोन संशया...' याप्रमाणे अनेक भाषा-भाषांचा, धर्मा-धर्माचा व समाजा-समाजाचा वादंग होता. प्रजा त्रस्त होती. त्याच वेळेस समर्थ आणि शिवाजी महाराजांचा जन्म झाला आहे. तो ईश्वरी योग असावा. अशा परिस्थितीत जन्म झालेल्या समर्थांकडे रोकडी भाषा आहे. पण त्या रोकड्या भाषेतही शब्दचित्र रेखाटण्याची विलक्षण शक्ती आहे, बुद्धी आहे तसेच व्यवहार कुशल होते. तसेच समर्थांकडे साक्षात्कारानंतर प्राप्त होणारी मेघावी बुद्धी होती. साक्षात्काराने प्रज्ञा जागी झाली की, तिचे रूपांतर मेधावी बुद्धीमध्ये होते. आजूबाजूच्या गोष्टी मग खास शिकाव्या लागत नाहीत. अनेक गोष्टींचं आकलन हे केवळ पाहूनच होते. कारण त्या व्यक्तीला परतत्वाचा स्पर्श झालेला असतो. उपासनेच्या मार्गाने झालेला आत्मसाक्षात्कार हा त्यांच्यासाठी सर्वाधिक महत्त्वाचा होता. त्यातून त्यांना परमात्म्याचे स्वरूप कळले. सामान्यजनांना थेट प्रचिती येईल. असे लिखाण त्यांनी केले. मग ते व्यवहाराशी संबंधित असो किंवा मग अध्यात्माशी. म्हणूनच त्यांना प्रचितीचे संत असेही म्हणतात. समर्थांच्या डोक्यातही लोकशाहीची कल्पना होती. म्हणूनच तर त्यांनी त्या वेळेस छत्रपतींना म्हटले होते की, राज्य मावळ्यांचे आहे त्यांच्यासाठी सारे करायचे आहे... आणि पर्यायाने हे सारे देवाचे आहे...

आहे सारे देवाचे, कणही आपुला नसे ।

समर्थांची प्रतिमा विलक्षण होती. ते देशभरात फिरले त्या १२ वर्षांच्या अनुभवसिद्ध ज्ञानातून तयार झालेली अशी ती भाषा आहे. संसारी माणसालाही संसाराबाबत जे ज्ञान नाही ते समर्थांनी दासबोधात सांगितले आहे. मुळात त्याने स्वरूपाचे ज्ञान झाल्यानेच ते शक्य झाले शिवाय संसारी माणसाला जे कळतं, समजतं त्याच्या पलीकडे अनेक विषय समर्थांनी मांडले आहेत. 'मॅनेजमेंट' नावाचा विषय या तीन दशकात आलेला आहे, त्यावेळेस अस्तित्वात नव्हता परंतु त्याचे ज्ञान मात्र त्यांना अवगत होते. ते दासबोधाच्या पानापानातून दिसते, जाणवते. रामदासी संप्रदायाच्या उभारणीतही त्यांचे ते 'मॅनेजमेंट'चे कौशल्य पाहायला मिळते. संप्रदायाची बांधणी त्यांनी केली. ११०० मठांची निर्मिती केली. त्यांचा पुढारी कोण, त्यांनी कोणाला काय सांगावे इत्यादी सारे निर्णय त्यांनी घेतले, अमलात आणले.

श्री समर्थांचे वाङ्मय व त्यातील शिकवण विश्वाला गवसणी घालणारी आहे. याचे मुख्य कारण हेच की, ही शिकवण मनुष्यनिर्मित सर्व भेदांवर म्हणजेच जातिभेद, वर्णभेद, उच्चनीच इत्यादींवर मात करणारी आहे. मनुष्याचे हृदय परिवर्तन करणारी ही शिकवण आहे. म्हणूनच मनुष्या मनुष्यामधील अस्तित्वात

असलेल्या प्रत्येक भेदाच्या पलीकडे नेणारी ही शिकवण आहे. त्यांचे वाङ्मय व त्यातील शिकवण जशी अज्ञानावर ठोस प्रहार करते तशीच ती अंधश्रद्धांच्या बेड्यासुद्धा तोडते. मनुष्याला डोळस बनविते. भोळ्याभाबड्या भावनांना समूळ नष्ट करते. शुद्ध आचरणाचा आग्रह धरते. सत्यनिष्ठ सहिष्णुता, निस्पृहता, सौजन्यता, संयमता, उदारता, परस्परांबद्दल आदर व सन्मान, विवेक, वैराग्य, सदाचार इ. सदगुण अंगी बाणविते वास्तविक मनुष्यदेहाचे सार्थक करणारे हेच ते गुण आहेत. ह्यांना अंगी बाणूनच मनुष्य आपली इतिकर्तव्यता साधू शकतो. हे वाङ्मय श्री समर्थांच्या नावाप्रमाणेच समर्थ, सामर्थ्य देणारे, समर्थ बनविणारे आहे. म्हणूनच श्रीसमर्थांचे वाङ्मय मानवताधर्माचे पुरस्कार करणारे संपूर्ण युगासाठी खऱ्या अर्थाने मार्गदर्शक वाङ्मय आहे.

समर्थांनी हाताळलेल्या सर्वच विषयांमध्ये एक प्रगल्भता आहे. ती ब्रह्मानुसंघानामधून आली आहे. त्यांच्या ब्रह्मनिष्ठ चिंतनाला विवेक व वैराग्याची जोड होती. समर्थांचे वैराग्य हे विवेकाने विचारपूर्वक आलेले होते त्यामुळे विषय पाहायचा आणि सोडूनही द्यायचा असे ते वैराग्य होते. विषय सोडून देण्यासाठी ताकद समर्थांकडे होती. कोणतीही गोष्ट आपल्या अंगाला चिकटू द्यायची नाही. आपली म्हणायची नाही, याला ताकद लागते. त्यांची अवस्था चिक्कूमधील बी प्रमाणे होती. त्याबीला काहीच टिकत नाही. मात्र त्याच्या विरुद्ध सीताफळातील बी गराला चिकटलेली असते. सामान्य माणसाची अवस्था तशीच असते.

वैराग्याच्या बाबतीत समर्थच स्वत: दासबोधामध्ये म्हणतात...

विवेक आणि वैराग्य । हेचि जाणिजे महदभाग्य
वैराग्यापूरते भाग्य । आणिक नाही

मनाचे श्लोक ही समर्थांची महत्त्वाची निर्मिती आहे. ते एकसंघ नाही तर त्रिकांडात्मक आहेत. वेदांत ८० हजार ऋचांमध्ये कर्मकांड सांगितले आहे. १५ हजार ऋचामध्ये भक्तिमार्ग आणि पाच हजार ऋचांमध्ये ज्ञानमार्ग सांगितला आहे. त्याचप्रमाणे त्रिकांडात्मक मनाच्या श्लोकातील पहिल्या ६५ श्लोकांपर्यंत कर्मयोग आहे. नंतरच्या ३२ श्लोकांमध्ये उपासना मार्ग आणि उर्वरित श्लोकांमध्ये समर्थांनी ज्ञानमार्ग सांगितला आहे. वेदांचे सार समर्थांनी त्यात आणले आहे, असे म्हटले तरी ते वावगे ठरणार नाही. त्यात मनाचे वर्णन आहे आणि त्याला वळण लावण्यासाठी काय करायचे तेही समर्थांनी सांगितले आहे. म्हणूनच त्याचे शीर्षक 'मनोबोध' असे आहे.

आज आपल्याला जो रामदासी संप्रदाय दिसतो आहे त्याचे अलीकडच्या

काळातील महत्त्वाचे कारण श्रीधर स्वामी आहेत त्यांचे संप्रदायावर आणि संप्रदायाचे त्यांच्यावर अनंत उपकार आहेत. आधुनिक काळात रामदासी संप्रदायाचे पुनरुज्जीवन करण्याचे, त्याला संजीवनी देण्याचे महत्त्वाचे काम स्वामींनी केले. त्यांनी समर्थ संप्रदायाच्या प्रसारासाठी श्रीसमर्थ सेवा मंडळाची स्थापना केली.

आधी प्रपंच करावा नेटका । मग घ्यावे परमार्थ विवेका ॥
संसार त्याग न करिता । प्रपंच उपाधी न सांडता ॥
जनामध्ये सार्थकता । विचारेची होय ॥
दृढ निश्चय करावा । संसार सुखाचा करावा
विश्व जन उद्धरावा । संसर्ग मात्रे

अशी समर्थ रामदासांची शिकवण. प्रपंच नेटका करायला हवा. मग तो नेटका करण्यासाठी काय काय अडचणी येऊ शकतात, याची सहज शिकवण संतरामदास देतात. म्हणजे तरुणपणी एखादा प्रेयसीच्या प्रेमात कसा जगाला विसरतो. आईवडिलांकडे कसा दुर्लक्ष करतो आणि नवसाने झालेला हा पोरगा बायकोच्या प्रेमापोटी आपल्याशी असा वागू लागल्यावर वृद्ध आईवडिलांना शंखतीर्थ कसे घ्यावे लागते, हे सांगणे असो वा 'ब्राह्मणे बाळबोध अक्षर घडसून करावे सुंदर, जे पाहताची चतुर समाधान पावती' असा विद्यार्थ्यांना दिलेला सल्ला असो, संत रामदास रोजच्या जगण्यातील उपयुक्ततेवर भर घालत हे महत्त्वाचे आहे.

साहेब कामासी नाही गेला । साहेब कोण म्हणेल त्याला

असा प्रश्न उपस्थित करणारे, व्यवस्थापन कौशल्य जाणणारे संत रामदास होते.

ठाई बैसोन राहिला । तरी मग व्यापची बुडाला

इतक्या नि:संदिग्धपणे संत रामदास सल्ला देतात तो आजच्या काय भविष्याच्या काळासाठी उपयोगी पडतो.

संत समर्थ इतके प्रयत्नवादी होते की देवदेव करीत बसायला अजिबात सांगत नाहीत.

देव पहाया कारणे । देवळे लागती पहाणे

असेच ते सांगतात आणि पुढे लगेच म्हणतात देवळे म्हणजे नाना शरीरे, तेथे जीवेश्वर राहिले. नाना शरीरे, नाना प्रकारे भगवंत भेटे असेही त्यांनी लिहिले आहे.

याचाच अर्थ देव पाहायचा असेल, त्याला भेटायचे असेल तर, माणसाचीच सेवा करायला हवी अशी त्यांची मसलत आहे, असा त्यांचा उपदेश आहे.

राखावी बहुतांची अंतरे । भाग्य येते तदनंतरे ।

संत रामदास म्हणतात तेव्हा त्यात आधुनिक व्यवस्थापनशास्त्रच असते.

नरदेहाचे उचित । काही करावे आत्महित

यथानुशक्त्या चित्तवित्त । सर्वोत्तमी लावावे

असे म्हणत असताना जन्माला येऊन काही ना काही चांगले करण्याची गरजच ते सांगतात.

संत रामदासांनी दीर्घकालीन नियोजनास फार महत्त्व दिले आहे. मेळवती तितके भक्षिती, ते कठीण काळी मरोन जाती दीर्घसूचनेने वर्ततीत, तेचि भले

अशा शब्दांत ते भविष्यासाठी नियोजन कसे महत्त्वाचे आहे ते सांगतात या नियोजनात मानवी मन व्यवस्थापन फार महत्त्वाचे असते ते लक्षात घेऊन सांगतात.

आपले हात, पाय, नाक, कान, डोळे इत्यादी बाह्यइंद्रिये डोळ्यांनी दिसतात. हृदय, फुफ्फुस, मेंदू, यकृत आदी आंतरइंद्रिये आधुनिक वैद्यकीय उपकरणांनी जाणता येतात. मात्र, मनइंद्रिय असे दिसत नाही वा दाखविता येत नाही. भीती, चिंता, वेगवेगळे भास हे सारे मनाचे खेळ आहेत.

अशा मनाला समर्थांनी उपदेश केला आहे. 'मनाचे श्लोक' म्हणून तो उपदेश प्रसिद्ध आहे. एक काळ असा होता की साऱ्या मध्यमवर्गीय, बाळबोध वळण असलेल्या घरात लहान मुले हे श्लोक म्हणत असत. तो एक संस्कार होता, आता काळ बदलला.

घराघरांत 'जॅक अॅन्ड जिल' किंवा टिंवकल, टिंवकल लिटल स्टार', 'ओपन युअर माऊथ हाऽ हाऽ आले आहे.' आपण वाईट वागतो तेव्हा आपले मन आपल्याला सावध करीत असते. तात्पुरत्या फायद्यासाठी आपण खोटे बोलतो, राग, द्वेष, तिरस्कार या भावनांना आहारी जातो. म्हणूनच समर्थांनी मनाला उपदेश केला आहे. 'मना चंदनाचे परी त्वा झिजावे', 'मना सज्जना भक्ती पंथेची जावे', 'मना त्वाची रे पूर्व संचित केले', 'मना सांग पा रावणा काय झाले?', 'नको रे मना क्रोध हा खेदकारी', 'मना सर्वथा शोक चिंता नको रे', 'मना कल्पना सोडी संसार तापा', 'मना बोलणे नीच सोशीत जावे?', 'नको रे मना काम नाना विकारी', 'नको रे मना लोभ हा अंगीकारू', 'मना मानसी दुःख आणू नको रे', 'मना सर्वदा सार विचार राहो', समर्थ रामदासांचा उपदेश ऐकतील ते भवसागर तरून जातील.

■

संत कान्होपात्रा

(जन्मतिथी अज्ञात, साधारणत : १३ वे शतक)

'जाति व्यक्ती पडे बिंदुले' या ज्ञानदेवांच्या उक्तीप्रमाणे गणिकांच्या समाजातील उपेक्षित जीवन जगणाऱ्या एका नायकिणीच्या पोटी जन्म घेऊनही भक्तीच्या वेलीला आलेलं एक सुकुमार फूल; परंतु भक्ती श्रेष्ठतेमुळे वारकरी पंथामध्ये स्थान मिळविणाऱ्या संत कान्होपात्रा.

कान्होपात्रेचा जन्म व बालपण :

मंगळवेढ्यास सामाजिक संकेतान निषिद्ध मानलेल्या 'श्यामा' नावाच्या एका नायकिणीच्या पोटी या स्त्रीरत्नाचा जन्म झाला. परमेश्वरानं आकाशात असंख्य रत्ने निर्माण केली. पण स्वार्थाने, वासनेने लडबडलेल्या मानवी जगापासून ती सारी रत्ने दूर ठेवली. परंतु एक रत्न परमेश्वराचा डोळा चुकवून या पृथ्वीतलावर पडले आणि तेही एका नायकिणीच्या घरात!

ज्ञानेश्वरांच्या काळातच हिचा जन्म झाला असा बऱ्याचजणांनी समज करून घेतला होता, पण इतिहासाचार्य राजवाडे यांनी कान्होपात्रेचा काळ शा. शके १३९० हा असावा असे म्हटले आहे. तर डॉ. देशपांडे, डॉ. तुळपुळे यांनी त्यांचा जन्म १३ व्या शतकातील मानतात. शेवटी असे मानता येईल की त्यांचा काळ ज्ञानदेव, नामदेवाच्याच जवळ-पासचा असावा.

कान्होपात्राचे बालपण तिच्या आईच्या सहवासातच गेले. पित्याचं वात्सल्य तिला प्राप्त होणेच शक्य नव्हते, पण आईने हाताचा पाळणा करून, तिला जपलं. आईचं वात्सल्य हे केव्हाही पवित्रच मानलं गेलं आहे. मग हे मातृत्व तिला कसंही प्राप्त

झालेलं असो. 'कुपुत्रो जायते क्वचिदपि कुमाता न भवति' असं आचार्य म्हणतात हे बरोबर आहे. कान्होपात्रेला घेऊन तिची आई दिवसाला कुठेच नेत नव्हती. ती विचारी, "आई, या देवळात कितीतरी बायका कथा ऐकायला जातात, भजनाला जातात, उत्सवाला जातात. तू कधीच का बरं मला घेऊन जात नाहीस या बायकांत? कितीतरी बायका आपल्या लहान-लहान मुलांना घेऊन जातात त्या देवळात!"

"कान्हा, अगं त्या बायका किनई, मोठ्या कुळात जन्मलेल्या आहेत. आपला जन्म या हीन कुळातला आपल्याला या अंधारातच खितपत पडायला हवं." असं आई काहीतरी निमित्त काढून तिला नको त्या विचारापासून परावृत्त करीत असे.

कान्होपात्रा आता मोठी झाली. बागेच्या कुंपणावरलं हे फुल. त्याची राखण तरी कोण करणार? कान्होपात्रा जसजशी मोठी होऊ लागली तसतशी तिच्या आईच्या हाताखाली ती नृत्य-गायनाचे पाठ घेऊ लागली. भक्तिभावानं ओथंबून गेलेली देवाची गाणी म्हणताना कान्होपात्रा देहभान विसरून जायची, भरल्या डोळ्यांत कृष्णरूप झालेली सारी सृष्टीच अवतीर्ण होई. अंतरीचे सारे भाव उचंबळून तिच्या ओठाशी येत.

कृष्णाचं सावळं रूप तिच्या अंत:करणात कोंदाटून जाई आणि तेच तिच्या गोड गळ्यातून स्वरांचा साज घेऊन ओठांवर येई. सोबतच थोडीफार अक्षर-ओळखही झाली होती. तर यौवनाच्या वसंतानं तिची देहलता बहरून गेली होती. काळेशार डोळे, काळा केशभार, काळ्या भृकुटींच्या खाली उठून दिसणारं चाफेकळी नाक, डाळिंबाच्या फुलासारखे लालजर्द ओठ, स्मित हास्य करताना गालांना पडणाऱ्या खळ्या, गौरवर्ण, नाजूक तळहात, यौवनाच्या मेंदीनं रंगलेले तिचे पाय हे सारे तिच्या सौंदर्याचे घटक रंभा, उर्वशीसारख्या अप्सरांशीच जणू स्पर्धा करीत होते.

आपल्या आईचं जीवन तिला समजू लागलं होतं. त्यामुळे आईविषयी तिचं मन अधिकच हळुवार झालं होतं. आपल्या आईला कृष्णाच्या मूर्तीपुढं बसून भजन म्हणताना तिनं पाहयलं म्हणजे तिच्या अंत:करणातली आर्त, उत्कट भक्ती आणि कारुण्य तिच्या प्रत्ययाला येऊ लागलं होतं. अंत:करणाच्या पावित्र्यापेक्षा या जगात श्रेष्ठ असं काहीच नाही, असं तिला वाटू लागलं होतं. समाजातलं आपलं स्थान तिला समजू लागलं होतं. आपल्याला समाजातील चार-चौघींसारखं जीवन जगता येणार नाही, आईच्याच मार्गानं गेल्याशिवाय आपल्या भाळी अन्य

मार्ग नाही, हे तिनं ओळखलं होतं आणि म्हणून ऐहिक जीवनाच्या दृष्टीने ती तारुण्याच्या ऐन उंबरठ्यावरच निराश झाली होती.

दया, क्षमा, शांती, औदार्य, नि:स्वार्थ, निरहंकार, त्याग, भक्ती, समत्वभाव ही सारी मूल्य बोलून दाखविण्यासाठी आहेत, आचरणासाठी नाहीत. याचा प्रत्यय प्रत्येकाच्या आचरणातून येत होता. विचार आणि आचार यात पूर्णत: फारकत झालेला समाज ती पाहत होती. या वयात तिनं या कामासक्त, विषयलोलुप जगाची धास्ती घेतली होती आणि म्हणून तिनं कृष्णसख्याच्या भक्तिप्रेमात स्वत:ला झोकून दिले होते. विषयासक्तीने मी मी म्हणणाऱ्यांचा कसा नाश होतो, हे तिनं ऐकले होते या विषयातून देवादिकसुद्धा सुटले नव्हते.

विषयाचे संगती । नाश पावले निश्चिती
भगे पडली इंद्राला । भस्मासुर भस्म झाला
चंद्रा लागला कलंक । गुरुपत्नी रतला देख
रावण मुकला प्राणासी । कान्होपात्रा म्हणे दासी ।।

ही अनुभवाची शिदोरी तिनं आपल्या उराशी कायमची बाळगली होती आणि म्हणून कान्होपात्रेनं आपलं सर्व जीवन त्या परमात्म्याला समर्पित केले. आपलं सारं भावविश्व त्याच्या ठायी केंद्रित केले खरं, पण आपल्यासारख्या पतितेचा तो स्वीकार करील की नाही, याविषयी तिला एकसारखी भीती वाटत होती. पण आता या मार्गापासून परतायचं नाही, असा दृढ निश्चय तिने केला.

ब्रीद वागविसी जाण
याती शुद्ध नाही भाव
दुष्ट आचरण स्वभाव
मुखी नाम नाही
कान्होपात्रा शरण पायी

ध्यानी, मनी, स्वप्नी तो सावळा हरीच तिला दिसू लागला. त्या परपुरुषाशी रतलेली ती एक सैरीच बनून गेली होती. गावदासी होण्याऐवजी 'देवदासी' होण्याचा दृढसंकल्प तिने केला होता.

एके दिवशी देवळाच्या दाराशी ती भजन ऐकायला येऊन बसली होती. तेवढ्यात एक वारकरी आले, तिने त्यांचे पाय धरले. डोळ्यांतील अश्रू त्यांच्या पायांवर पडले. ते वारकरी म्हणाले, "मुली, तू तर तरुण दिसतेस, अजून लग्न व्हायचंय, संसार करायचाय, संसाराचे चटके खायचेत आणि त्याआधीच एवढे दु:ख कशाचे झाले?"

ती सर्व मनातले बोलली, "दादा, आम्ही कधी लग्न करून संसार केलाय का?"

"म्हणजे? चांगली घरंदाज दिसतेस की, असं का म्हणतेस?"

"दिसत असेन घरंदाज, पण तशी नाही मी."

"मग तू कोण आहेस तरी कोण? का अशी हिरमुसून गेली आहेस?"

"मी येथील एका नायकिणीची मुलगी कितीही घरंदाज दिसली तरी नायकिणीचीच राहणार! तिच्या भाळी कुठं लिहिले आहे संसार. या देहानंच सारा घात केलाय. महाराज, आईच्या वाट्याला आलेलं जीवन पाहून, या जगाचा वीट आलाय मला. संसार करायचा अधिकार मला नाहीच. पण, मनात तशी इच्छाही नाही."

"मग काय करायचंय तुला?"

"दादा, मी कृष्णाची भक्ती करते. नामदेव महाराजांचे अभंग म्हणत हे जग विसरते. पण मला कळत नाही की जगानं पतित, हीन म्हणून उपेक्षिलेल्या मला देव जवळ करील की नाही? मी कृष्णाची मनापासून भक्ती करते. कृष्ण मला जवळ करील काहो?"

"का नाही करणार? मुली, देव भावाचा भुकेला असतो. त्याच्या ठायी उच्च-नीच, गरीब-श्रीमंत असा भेदभाव नसतो. त्यानं अजामिळाला नाही उद्धरलं? त्याच परमात्म्यानं कुब्जेला नाही सुंदर केलं? तू त्याची उत्कट भक्ती केलीस, तर तुलाही तो उद्धरील."

"पण मी जन्मत:च पतित आहे. माझा जन्मच पापातून झालेला. अशा पापी स्त्रीचा उद्धार देव करतो का?"

"मुली, पतितांचा उद्धार करणे हे पांडुरंगाचे ब्रीद आहे. मनुष्य जन्मताच पापी नसतो. पाप-पुण्य आपल्या आचरणावर, शुद्ध अंत:करणावर, निर्मळ मनावर अवलंबून असतं. तुझं अंत:करण शुद्ध आहे, मन निर्मळ आहे, तू देवाची भक्ती कर, देव तुझा उद्धार करेल."

जीवनाविषयी एवढं आश्वासन तिला कधीच मिळाले नव्हते. यानंतर कान्होपात्रा सर्व वारकऱ्यांसोबत पंढरपूरला गेली. कोणत्याही पुरुषाला मन मारून आपला देह विकण्यापेक्षा तिनं पांडुरंगालाच आपलं तन-मन अर्पून टाकलं होतं. 'गावदासी' होण्यापेक्षा 'देवदासी' होणे तिने पत्करले, तारुण्य, सौंदर्य, संपत्ती यांनाच किंमत असलेल्या दुनियेतून आता ती निर्धारानं बाहेर पडली होती. तिनं आपल्या जीविताला निराळं वळण प्राप्त करून दिले.

कान्होपात्राची भक्ती आता उत्कट झाली होती. परमात्म भेटीची आस तिच्या जिवाला लागून राहिली होती, पण परमात्म भेटीची पहाट दूर दूर होती. हीनत्वाचं हिणकस आता तिच्या मनातून नाहीसं झालं होतं आणि आपण पतित असूनही आपलं जीवन उजळू शकतो असा आत्मविश्वास तिला वाटू लागला होता. म्हणून नामस्मरण हा परमात्मप्राप्तीचा श्रेष्ठ मार्ग तिनं संतांच्या वचनावर विश्वास ठेवून स्वीकारला होता आणि इतरांनाही हे नामस्मरणाचं सुख सांगू लागली.

कान्होपात्रेला माधव आपला आहे असे वाटू लागले. परमेश्वराने आपल्याला त्यांचे नाव दिले आहे, असे ती म्हणे. भक्तीचे तत्त्वज्ञान जाणण्या इतपत कान्होपात्रा आता परिपक्व अवस्थेस येऊन पोहोचली होती आणि म्हणूनच ती आपल्या विश्वात्मक विठू माऊलीला विनवते की,

येऊनिया देहासी धन्य झाले
म्हणूनी देखिले विठ्ठल चरण
घाली गर्भवासा कान्होपात्रा म्हणे
जन्मोजन्मी देखेन विठ्ठल चरण ॥

कान्होपात्रेला मुक्ती नको होती, तिला हवी होती जन्मोजन्मी परमात्म प्रीती, उत्कट भक्तीची उदात्त अनुभूती.

कान्होपात्रेची आई वृद्धत्वाकडे झुकू लागली होती, तिची इच्छा तिचा व्यवसाय सांभाळावा व चरितार्थाची सोय करावी असे तिचे म्हणणे होते. परंतु कान्होपात्रा नाही म्हणायची.

"आई, ते शक्य नाही. पंढरीच्या पांडुरंगानं माझं सारं जीवन बदलून टाकले आहे. मी आता पतित राहिले नाही. पुन्हा पतितांचे जीवन जगणार नाही."

बेदरच्या बादशहाचे जासुदांनी कान्होपात्रेला राजाचा निरोप देऊन सांगितले की, कान्होपात्रेला घेऊन या. राजाचा निरोप ऐकताच कान्होपात्रेचं अंत:करण दुभंगून गेलं. अखेर पापी वासनेनं तिची पाठ सोडली नाही, असे तिला वाटले आणि पांडुरंगाला टाहो फोडून हाक देण्याशिवाय तिला अन्य मार्ग उरला नव्हता. तिने सारे प्राण कंठाशी आणून पांडुरंगाचा धावा केला.

नको देवराया अंत पाहू आतां
प्राण हा सर्वथा फुटो पाहे
हरिणीचे पाडस व्याघ्रे धरियेले
मजलागी जाहले तैसे देवा

तुजविण ठाव न दिसे त्रिभुवनी
धावे हो जननी विठाबाई
मोकलीन आस जाहलें मी उदास
घेई कान्होपात्रेस हृदयात

कान्होपात्रा रडून पांडुरंगाला सांगत होती की, "पांडुरंगा, तूच मला आपल्यात सामावून घेतल्याशिवाय हे संकट दूर होणार नाही. तुझ्याशिवाय या त्रिभुवनात मला आसरा राहिला नाही. देवा, तूच तुझ्या हृदयात मला दडवून ठेव आणि माझी लाज राख." शिपाई घाई करू लागले. ती शिपायांना म्हणाली, "मला पंढरीच्या पांडुरंगाचं शेवटचं दर्शन घ्यायची इच्छा आहे. त्याला डोळा भरून पाहते आणि मग येते, तुमच्याबरोबर."

पांडुरंगासमोर कान्होपात्रा रात्रभर उभी होती. वीणेच्या तारा थरारून उठल्या होत्या. तिचा झंकार अखंडपणे चालू होता. परमेश्वरा, तुझ्या निवासानं पवित्र झालेला हा देह नसून तुझं मंदिरच बनला आहे. त्याची विटंबना झाली तर कमीपणा कोणाला येणार? आता कान्होपात्रेच्या तपश्चर्येची सांगता झाली. अखेर पांडुरंगाने तिची हाक ऐकली. तिच्या साऱ्या अंगाला कंप सुटला. वीणेच्या तारांतून अखेरचा झणत्कार उमटला आणि त्यातून शब्द बाहेर पडले. पांडुरंग पांडुरंग ऽऽ पांडुरंग ऽऽऽ पांडुरंगऽऽऽ...!

कान्होपात्रेनं आपलं अंग धरणीवर लोटून दिलं. हातातील वीणा तिनं उराशी घट्ट कवटाळून घेतली होती. कंपायमान झालेल्या वीणेच्या अनाहत तारांतून स्वर उमटत होते पांडुरंगऽऽ पांडुरंगऽऽऽ पांडुरंगऽऽऽ...!

कान्होपात्रेच्या कुडीतील आत्मा परमात्मतत्त्वात विलीन झाला!

या साध्वीच्या पवित्र देहावर दुष्ट यवनांची दृष्टीही पडू नये म्हणून त्यांनी तिचं कलेवर देवालयाच्या दक्षिण द्वाराशी नेऊन तिथं तिची समाधी बांधली.

कान्होपात्रेच्या दिव्य, दाहक आणि तेजस्वी जीवनाची साक्ष त्या जागेवर उगवलेला तरटीचा वृक्ष देत आहे.

संत कान्होपात्रेचे कार्य :

१) नरजन्माचे महत्त्व समजून दिले :

कान्होपात्रा परिपक्व अवस्थेस येऊन पोहचल्यानंतर तिने नरजन्माचे महत्त्व सांगितले. जग ही माया आहे. अवघी लटिकी वस्तुप्रभा आहे. निर्गुण, निराकार परब्रह्म, परमात्मतत्त्व हेच केवळ एकमेवाद्वितीय अंतिम सत्य आहे. परंतु मायेनं हा देह प्राप्त झालेला आहे. तेव्हा या देहालाच साधन करून देहापलीकडची,

देहातीत, विदेहावस्था प्राप्त करून घेणे हाच भक्तिमार्गातला सोपा उपाय आहे. ती जाणत होती, म्हणूनच देहविक्रय करून पतित जीवन जगणाऱ्या वारांगनेच्या कुटुंबातील ही कान्होपात्रा देहाला सुंदर करण्यात यश प्राप्त करू शकली. कान्होपात्रेनं भक्तिमार्गात हे एक अद्भुत असं कर्तृत्वच गाजवलं. लोकांना त्याचे महत्त्व पटवून दिले.

२) अंतःकरणातील जळमटं साफ करा :

संतांच्या वचनांवर कान्होपात्रेचा पूर्ण विश्वास होता, देव भावाचा भुकेला आहे, असा तिला अनुभव येऊ लागला होता. तो अनुभव ती सर्वांनाच उपदेशात्मक दृष्टीने सांगत होती. देव आपल्या अंत:करणातच आहे. भक्तिप्रेमानं ते अंत:करण स्वच्छ केलं. वासनांची, विकारांची जळमटं आपल्या हृदयरूपी गाभाऱ्यात असतात म्हणून आपल्याला देव तिथं भेटत नाही आणि मग देव हवा म्हणून आपण उगाच वणवण भटकत असतो. तर अंत:करणातील ही जळमटं साफ करून हा हृदयरूपी गाभारा स्वच्छ केला म्हणजे त्या गाभाऱ्यातच त्या परमात्म्याचं दर्शन आपल्याला होते आणि मग अनुभवाला येते की, हृदयस्थ आत्मा आणि तो अनंत परमात्मा एकच आहे. तो फक्त भावाचा भुकेला आहे. त्या म्हणतात,

३) नामस्मरणाचे महत्त्व समजून दिले :

घ्यारे घ्यारे मुखी नाम
अंतरी धरूनिया प्रेम
माझा आहे भोळा बाप
घेतो ताप हरोनी
आपुलीया नामासाठी
धावे संकटी लवलाहे
कान्होपात्रेचा माधव ।।

या नामस्मरणाचा प्रभाव ती इतका मोठा सांगते की, योग, याग, तपे करून किंवा वेदशास्त्राचे अध्ययन करूनही जे परब्रह्म ध्यानात येत नाही ते परब्रह्म केवळ नामस्मरण विठू माउली होऊन भक्ताच्या संकटात साकार होऊन धावत येते.

योगयाग तपे करिता भागली
तीच ही माऊली विटेवरी
न येई ध्यानी साधिता साधनी
भक्तांसी निर्यानी धावतसे
चारी वेद साही शास्त्रे शिणली
कान्होपात्रा लाधली प्रेमसुखे

नामस्मरणाने चित्तशुद्धी होते, पापाची वासना नाहीशी होते. मनाची सुख-दुःखातील अवस्था प्राप्त होते असे म्हणतात.

नामे दोष जळती । नामें पापी उद्धतीत
हे आले अनुभव । सत्य जीवा प्रत्यया
नामे अपार तारिले । नामें जीवनमुक्त केले
कान्होपात्रा नाम घेत । पायी जडली तत्वा ।

४) भक्तीचे तत्त्वज्ञान समजून दिले :

मुक्तीपेक्षा भक्तीला परमोच्च स्थान दयावे, असे कान्होपात्रा म्हणते. 'चहु पुरुषार्थी शिरी भक्ती जैशी' असे संत ज्ञानेश्वरांनी म्हटले आहे. धर्म, अर्थ, काम, मोक्ष या चारही पुरुषार्थापेक्षा भक्तीला श्रेष्ठ मानले. भक्ती हेच सांप्रदायिकांचे अंतिम उद्दिष्ट, अंतिम श्रेष्ठ बनेल आणि म्हणूनच त्यांनी भक्तीला पंचम पुरुषार्थ मानले.

उभा असे विटेवरी । वाटी प्रेमाची शिदोरी
ऐसी नाममाळा । कान्होपात्रा ल्याली गळा

ती परमात्मसुखाला महत्त्व देते. मुक्ती मिळाली म्हणजे पुनर्जन्म नाही, पुनर्जन्म नाही म्हणजे भक्ती नाही. यापेक्षा जन्मोजन्मी तरी भक्ती सुख अनुभवणे हेच खरे भक्तीचे तत्त्वज्ञान होय.

त्यासाठी त्या एक अभंग सांगतात -

जन्मजन्मांतरीचे सुकृत आणी फळासी आले
म्हणोनी देखिले विठ्ठल चरण
धन्य भाग्य आजी डोळिया लाघले
म्हणोनी देखिले विठ्ठल चरण
धन्य चरण माझे या पंथी चालिले
म्हणोनी देखिले विठ्ठल चरण
येऊनिया देहासी धन्य जाहले
म्हणोनी देखिले विठ्ठल चरण
घाली गर्भवासी कान्होपात्रा म्हणे
जन्मोजन्मी देखेन विठ्ठल चरण

५) अहंभावाचा परिणाम समजून दिला :

दया, क्षमा, शांती, औदार्य, निस्वार्थ, त्याग, निरहंकार, भक्ती हे सर्व बोलून दाखविल्या तर आहे. आचरणात आणण्यासाठी नाही आचार आणि

विचार यात पूर्णत: फारकत झालेला समाज त्या पाहत होत्या. विषयासक्तीने मी मी म्हणणाऱ्याचा कसा नाश होतो, ते तिने सांगितले अभंगांतून-

विषयाचे संगती । नाश पावले निश्चिती
भगे पडली इंद्राला । भस्मासुर भस्म झाला
चंद्र लागला कलंक । गुरूपत्नीसी रतला देव
रावण मुकला प्राणासी । कान्होपात्रा म्हणे दासी

तेव्हा आपण अहंभाव बाळगू नये, मीपणा कमी केला पाहिजे, असे कान्होपात्रा सांगते. हे तिने दाखवूनही दिले. एका गणिकेची मुलगी एक संत होऊ शकते. मनात दृढ निश्चय केला की सर्वकाही साध्य होते. नम्रपणा स्वीकारून, देवाला अधीन राहून नामस्मरणानी याबाबी मिळविता येते. या संदर्भात त्यांनी सांगितले.

पतित तु पावना । म्हणविसी नारायणा ।
तरी सांभाळी वचन । ब्रीद वागविसी जाण ।।
याती शुद्ध नाही भाव । दुष्ट आचरण स्वभाव ।
मुखी नाम नाही । कान्होपात्रा शरण पायी ।।

तसेच कान्होपात्रेवर आलेले संकट निवारण्यासाठी केवळ परमेश्वराजवळ प्रार्थना न करता परमेश्वरा, तू मला तुझ्यात सामावून घे, अशी प्रार्थना करते तेव्हा त्यांचा मी पणा पूर्ण संपतो आणि पारमार्थिक उंची वाढते.

६) विठ्ठलाचे कनवाळू स्वरूप समजून दिले :

विठ्ठल हा दयाळू, मायाळू, कनवाळू आहे. तो निर्गुण, निराकार आहे यासंदर्भात त्या म्हणतात –

विठु दिनांचा दयाळू । वागवी दासाची कळकळ
देव कृपावंत मोठा । उणे पडो नेदी तोटा
देव भक्तांचा अभिमानी । वाहे चिंता सकळ मनी
देव भावाचा भुकेला । कान्होपात्रे आनंद झाला.

तसेच विठ्ठलच परब्रह्मस्वरूप वर्णन करताना त्या म्हणतात,

हरिहर ब्रम्हदीक । जया लागी करिती तप
तो हा पंढरीचा राणा । न ये अनुमाना श्रुतीसी
शास्त्रे पुराणे भांबावली । चारी मौन्यची राहिली
पुंडलिक वरदायिनी । कान्होपात्रेचा जो धनी

विठ्ठलाचे स्वरूपज्ञान त्यांना होते आणि म्हणून ते त्यांनी लोकांना समजून दिले आणि लोकांना भक्तीसाठी प्रेरित करण्याचे कार्य केले.

संत कान्होपात्रेचे युगप्रवर्तक अभंग वाङ्मय

संत कान्होपात्रेच्या अभंगाचे विषय कोणते राहणार याचे उत्तर बरेचसे सरळ आहे. ज्या संत परंपरेत ती वाढत, जगत आहे आणि ज्या अभंग वाङ्मयाने तिचे कान व मन भरून निघाले तेच बोल व तेच विषय तिच्या वाणीतून निघणार हे उघड आहे.

कान्होपात्रेनी एकूण २६ ग्रंथ लिहिले आहेत. त्यात आत्मचरित्रात्मक अभंग, करुणापर अभंग, पंढरी-विठ्ठल माहात्म्य उपदेश-नाम माहात्म्य असे एकूण अभंग त्यांनी त्या ग्रंथात लिहिले.

कान्होपात्रेचे सौंदर्य जसे सहज, सुंदर, स्वाभाविक होते तसं तिचे काव्यही सहज सुंदर आणि स्वाभाविक होते. अंत:करणातील भावोत्कट ऊर्मी उत्स्फूर्तपणे त्यात व्यक्त झाल्या आहेत. त्या इतक्या उत्स्फूर्त आहेत की अलंकाराचा साज चढवायला त्यांना सवडच सापडली नाही. साधे परंतु भावपूर्ण शब्द अंत:करणाचा ठाव घेतात. तिच्या सरळ, साध्या, निष्पाप आणि भाबड्या मनाचा प्रत्यय 'दीन पतित अन्यायी' या अभंगातून जसा येतो तसा 'पतित तू पावना' यासारख्या अभंगातून येतो. या सरळ आणि साधेपणात खास तिची अशी शैली दडलेली आहे. सर्व सुखाचे, निजसुखाचे सार, सर्वसाधनांचे निजसाधन, जिवाचे जीवन पंढरीराय तिच्या भावविश्वात इतका भिनून गेला आहे की, 'तो हा पंढरीराय विटेवरी' हा चरण एका अभंगात सारखा पुनरावृत्त होतो किंवा 'जन्मांतरीचे सुकृत आजी फळासी आले' या अभंगात 'म्हणोनि देखिले विठ्ठल चरण' हा चरण असाच पुनरावृत्त होताना दिसतो. हेच भाग्य जन्मोजन्मी लाभावे म्हणून या अभंगात ती 'घाली गर्भवासा' म्हणून देवाला विनवते तेव्हा विठ्ठल चरणाचे तिच्या भावविश्वातले पराकोटीचे स्थान ध्यानात येते.

आजच्या व भविष्याच्या युगाच्या संदर्भात संत कान्होपात्रेचे युगप्रवर्तक विचार :

धर्म, अर्थ, काम आणि मोक्ष या चार पुरुषार्थपेक्षा या सांप्रदायिकांनी भक्तीला श्रेष्ठ मानले आहे. भक्ती हेच या सांप्रदायिकाचे अंतिम उद्दिष्ट, अंतिम ध्येय बनले म्हणूनच त्यांनी भक्तीला पंचम पुरुषार्थ मानलं. कान्होपात्रेनी जीवनातील हे स्थान ओळखले होते म्हणूनच भक्ती तिची जीवननिष्ठा बनली. तेव्हाच एका गणिकेची मुलगी भक्ती मार्गाची कास धरून आपलं जीवन उदात्त करून घेते हे उदाहरण पहिल्यांदा येते.

तिने नामाच्या परमात्म्याला आपल्या हृदयात कायमच साठवून ठेवलं होते हे

परमात्मसुख तिला कायमचं हवं होते. मुक्ती मिळाली म्हणजे पुनर्जन्म नाही आणि पुनर्जन्म नाही म्हणजे मुक्ती नाही यापेक्षा जन्मजन्मांतरी भक्तीसुख अनुभवणे हेच अधिक श्रेयस्कर.

तिची परमेश्वरावरील निःसीम श्रद्धा, उत्कट भक्तीभाव आणि आत्मविसर्जन यामुळे पारमार्थिक जीवनात तिने पराकोटीची उंची गाठली असेच म्हणावे लागेल.

कान्होपात्रेच्या सौंदर्यावर अनेक शरीफ आपला जीव ओवाळून टाकीत होते. एका गणिकेच्या मुलीला वराकडून घ्यायचे म्हणजे आपले वैभव, आपली संपत्ती याशिवाय दुसरं साधन नव्हते. कान्होपात्रानी आपल्या डोळ्यांनी आपल्या आईचे जीवन पाहिल्यामुळे तिला या जीवनाचा उबग आला. दया, क्षमा, शांती, औदार्य, निस्वार्थ, निरहंकार, त्याग, भक्ती हे सर्व बोलून दाखविण्यावर आहे. आचरणात आणण्यासाठी नाही. आचार आणि विचार यात पूर्णतः फारकत झालेला समाज त्या रोज पाहत होत्या. समाजात आपल्याला प्रतिष्ठित जीवन जगता येणार नाही याची तिला खंत वाटत होती. या वैषयिक दुर्गंधांनी बरबटलेल्या समाजाचा तिला वीट आला होता. सौंदर्य, लटके प्रेम, फसवे हावभाव आणि पोटाकरिता तनविक्रय याचा तिला उबग आला. म्हणूनच तिने या जीवनाकडे कायमची पाठ फिरविली. विषयशक्तीने मी मी म्हणणाऱ्याचा कसा नाश होतो हे त्यांनी ऐकले होते. या विनाशाने देवादिकसुद्धा सुटले नव्हते.

जेव्हा मंगळवेढ्याला दिंडी आली तेव्हा आपण सुद्धा त्या वारकऱ्यांबरोबर पंढरपूरला जावे असे त्यांना मनातून वाटत होते. म्हणून वारकऱ्यांच्या पायावर आपले डोकं ठेवून आपली इच्छा व्यक्त केली. वारकऱ्यांनी सांगितल्यानुसार ती वारीला गेली आणि पुढे एका गणिकेची मुलगी एक संत होऊ शकते असेच तिने दाखवून दिले. कारण की अंतःकरणातून भक्ती कराल तर देव तुमच्याकरिता संकटात धावून येतो हे तिने दाखवून दिले होते. कारण बेदरच्या बादशहाचे बोलावणे आल्यावर जावं लागण्याचे कारण राजाला विरोध म्हणजे मृत्यूला सामोरे जाणे होय.

राजा लुटी जरी प्रजाजनांना
बंधू विकी जरी निज भगीणीला

अशी तक्रार करायची तरी कोणाजवळ, तिच्यावरचं संकट अनिवार्य होते. परंतु तिने न घाबरता जो निर्णय घेतला आणि पांडुरंगाचे दर्शन घ्यायचे माझी अंतिम इच्छा आहे. शेवटी धरणी मातेच्या कुशीत कायमची विसावली आणि भक्ती संप्रदायातील भक्तीची कळसच ठरली.

कान्होपात्रेने दाखवून दिले की, 'इच्छा तेथे मार्ग' कारण मनाची तयारी,

आत्मविश्वास जर असेल तर कोणतीही गोष्ट किंवा कार्य अशक्य नाही. कारण पूर्वीचा समज म्हणजे 'राजा बोले प्रजा चाले' असा होता. राजा सांगेल त्याप्रमाणे वागावे लागते. परंतु राजाला विरोध करणे म्हणजे मृत्यूला सामोरे जाणे होय. परंतु अशाही स्थितीत कान्होपात्रेनी हे दाखवून दिले की नि:स्वार्थ मार्गानी भक्ती करा किंवा कोणत्याही कार्याला सुरुवात करा तुम्हाला यश मिळेल.

कान्होपात्रेने हे जाणले होते की आपण जर काही केलं नाही तर आपल्या आईसारखं कुजत राहावे लागेल. त्याकरिता तिने प्रजेला काय पण राजालासुद्धा नमायला लावले. कारण तिनं जे केले ते त्या काळात करणे शक्य नव्हते. तसेच त्याकाळातील स्त्रीला घराचा उंबरठा ओलांडण्याचा अधिकार नव्हता. परंतु या सर्व परिस्थितीत मात करून तिने हे कार्य करून दाखविणे आजच्या स्थितीला एक आव्हानच आहे आणि अशाच आव्हानांची व ते दाखविण्याची, महत्त्वाकांक्षेची व त्याप्रमाणे कार्य करून दाखविण्याची गरज आहे आणि भविष्यात राहणार आहे.

■

संत जनाबाई

(जन्मतिथी अज्ञात साधारणत: १४ वे शतक,
मृत्यू १३५०)

नामयाची दासी, नामयाची जनी म्हणवून घेणारी व नामदेवांवरील आपली गुरुनिष्ठा व्यक्त करणारी, पारमार्थिक अधिकार असणारी स्त्रीसंत जनाबाई होय.

संत जनाबाईचा जन्म व बालपण :

'नामयाची जनी' या नावाने प्रसिद्ध असलेल्या जनीचा जन्म कुठे, केव्हा झाला याबाबतची नोंद आपल्याला सापडत नाही. संत नामदेवांचे वडील दामाशेट्टी पंढरपूरला विठू माउलीच्या दर्शनाला गेलेले असताना, विठ्ठल मंदिराच्या पायरीवर बाळरूपात ठेवलेली किंवा बालिकारूपात असलेली ही मुलगी दामाशेट्टींना दिसली. या चिमण्याबाळाचे आई-वडील येतील म्हणून त्यांनी वाट बघितली. परंतु ते आले नाहीत, त्यांनी विचारले, "बाळा, दिवस मावळून अंधार पडायला लागला. तुझे आई-वडील कुठे आहेत," अशी चौकशी केली. "मला आई-वडील नाहीत." हे तिचे उत्तर ऐकताच दामाशेट्टींना तिची दया आली. "रडू नको बाळा, आम्हीच तुझे आई-वडील होऊ," असे म्हणून दामाशेट्टींनी तिला आपल्या बायकोच्या, गोणाईच्या स्वाधीन केले.

याचा अर्थ एवढाच की जनाबाईच्या खाजगी जीवनाबद्दल किंवा जन्माबद्दल नेमकी माहिती मिळू शकत नाही. अर्थात जनाबाईच्या लौकिक जीवनाविषयी माहिती उपलब्ध नसली तरी महिपती बुवा ताहाराबादकर यांच्या 'भक्तविजय' नामक ग्रंथातून काही प्रमाणात जी माहिती मिळते त्यानुसार परभणी जिल्ह्यातील गंगाखेड गावच्या दामा आणि करुंड या शुद्र दाम्पत्याचे 'जनी' हे एकुलते एक अपत्य.

पांडुरंगाला केलेल्या नवसाने हे अपत्य या जोडप्याला लाभले. स्वप्नात दृष्टांत झाल्याप्रमाणे या दाम्पत्याने आपले अपत्य (जनी) पाच वर्षांचे असताना नामदेवांच्या वडिलांच्या स्वाधीन केल्याची कथा सांगितली जाते. तसेच रामा आणि करुंड हे दाम्पत्य पंढरपुरास विठोबाच्या दर्शनासाठी आले आणि छोट्या जनीला विठोबा इतका आवडला की ती तिथून परत जाण्यास तयार होईना. नामदेवांचे वडील, दामाशेट्टी हे नरसी ब्राह्मणी या गावी राहत असत. तेही पंढरपुरास दर्शनासाठी आले व तिथेच जनी दामाशेट्टीस भेटली. अशा दोन-तीन कथा जनाबाईच्या जन्मकाळाविषयी व स्थळाविषयी मिळतात.

संत जनाबाईचा आत्मोद्धार :

चंदनाच्या झाडाच्या संगतीत बाभळीलाही सुगंध लाभतो. जनाबाईचे तसेच झाले. संत नामदेवांच्या सहवासात जनाबाईचा आत्मोद्धार झाला. तिने केलेली अभंग रचना इतकी गोड आहे की ती आजही सर्वांच्या तोंडी घोळते. कीर्तन, प्रवचनात तिचे अभंग नेहमी म्हटले जातात आणि तिच्या व्यक्तिगत जीवनातील अनेक गोष्टी अतिशयोक्तीपूर्ण रीतीने सांगितल्या जातात. नामदेवाच्या सहवासात अखंड राहिल्याने त्यांच्याचप्रमाणे विठोबाच्या अखंड सान्निध्याची कल्पना तिच्या सर्व अभंगांत प्रामुख्याने दिसते. त्या म्हणतात -

नोवरिया संगे वऱ्हाडिया सोहोळा
मांडे पुरणपोळ्या मिळे अन्न
परीसाचेनि संगे लोहो होय सोने
तयाची भुषणे श्रीमंतासी
जनी म्हणे जोड झाली विठोबाची
दासी नामयाची म्हणोनिया
हिरण्याकश्यपुचे कुळी नामा प्रल्हाद
पद्मिनी नाम माझे श्रेष्ठ दासींचे पद
दुसरा जन्म झाला अंगद रामभक्त
मंथरा नाम माझे
गोकुळी कृष्णासवे जन्मला उद्धव
कुब्जा नाम माझे उद्धरिजे स्वभाव
कळीत नामदेव विठ्ठल चिंतनी
त्याचे सेवेसाठी दासी जन्मली जनी

नामदेवांसंबंधीची आपली सोबत कशी युगायुगाची आहे हे वर्णन करण्यात

जनाबाईचा पुराणव्यासंग व कल्पनाशक्ती या संबंधीचा दांडगा व्यासंग दिसतो.

जनाबाई कोणतेही काम करीत असली तरी विठोबा तिच्या आसपास वावरत असतो व तिला कामात मदतही करतो, अशी तिची श्रद्धा होती. पहाटेच्या वेळी जनाबाई दळू लागली की देव तिला स्वत: दळू लागे असे सांगतात. जनाबाईच्या झोपडीत कोणीतरी बोलत आहे, अशी नामदेवांच्या आईला शंका येताच तिने जनाबाईला जाब तर विचारलाच, पण त्यांच्या झोपडीत डोकावून पाहिले असता तिथे एक बाई जनीबरोबर दळीत असल्याचे तिला दिसले. तिचे नाव विचारताच तिने 'विठाबाई' असे सांगितले. जनाबाईला मदत करणारा विठोबाच असला पाहिजे, अशी खात्री होताच तिच्याबद्दलचा व्यर्थ संशय घेतल्याचा पश्चात्ताप गोणाईस झाला.

तिच्याबद्दल सांगितल्या जाणाऱ्या अनेक कथांमध्ये काही तथ्य आहे की नाही असा संशय कुणाच्या मनात येईलही, पण आपल्या हयातीतच 'एक महान भक्त' म्हणून तिची कीर्ती सर्वत्र पसरली होती. श्रीरामभक्त तुलसीदासांनी अशीच जनीच्या भक्तीची कथा ऐकली होती आणि तिला भेटायची त्यांना खूप इच्छा झाली. तेव्हा चालत चालत ते पंढरपुरास आले आणि जनाबाईचा शोध घेत ते इथे जनाबाई कुठे राहतात म्हणून विचारीत असता, "कोण जनाबाई?" असे विचारले. नामदेवांच्या घरच्या दासी जनीला कोण जनाबाई म्हणून संबोधणार? तेव्हा तुलसीदास म्हणाले, "त्या जनाबाई हो, ज्या खूप मोठ्या विठ्ठल भक्त आहेत." तेव्हा ऐकणारी व्यक्ती समजली आणि म्हणाली, "म्हणजे आमची जनी होय?"

"ती गेली शेण्या येचाया" कुठे विचारले असता 'त्या डोंगरापलीकडे' असे म्हणून डोंगराकडे बोट दाखविले. तुलसीदास शोधत शोधत रानात गेले. तिथे दोन बायका भांडत होत्या. त्यांना तुलसीदास म्हणाले, "जनाबाई कुठे आहेत हो?" त्यातली एक बाई म्हणाली, "जनाबाई कुठे ते नंतर सांगते, अगोदर आमचे भांडण सोडवा."

तुलसीदास म्हणाले, "मला तुमच्या भांडणात ओढू नका. मला फक्त जनाबाई कुठे आहेत तेवढे दाखवा."

ती बाई म्हणाली, "तुम्हाला सांगितले ना! मी जनीची गाठ घालून देते म्हणून, अगुदर आमचे भांडण सोडवा." तुलसीदासांची काही मात्रा चालेना.

ती बाई म्हणाली, "आम्ही शेण्या येचतोय. ही बया म्हणाली, मी तिच्या शेण्या चोरल्या. तुम्ही या ढिगातली प्रत्येक शेणी कानाला लावून बघा. ज्या शेणीतून इठ्ठल इठ्ठल असा आवाज येत असेल ती शेणी माझी. बाकीच्या शेण्या तिच्या."

तुलसीदासांनी प्रत्येक शेणी कानाला लावून बघितली तर खरंच काही शेण्यांमधून इठ्ठल इठ्ठल असा आवाज येत होता. शेण्यांमधून ऐकू येणारा विठ्ठल विठ्ठल आवाज ऐकून तुलसीदास आश्चर्यचकित झाले. ती भांडणारी बाई म्हणाली, ''मीच जनी, बोला काय काम काढलं?'' तुलसीदासांच्या डोळ्यांतून अश्रूंच्या धारा लागल्या. ते तिच्या पाया पडले. त्यांना ज्या जनाबाईंना भेटायचे होते ती केव्हाच भेटली.

अशा सात्त्विक संत जनाबाई १३५० मध्ये इहलोक सोडून गेल्या.

संत जनाबाईंची युगप्रवर्तक अभंगनिर्मिती :

जनाबाईचे अभंग संख्येने फार जास्त नसले तरी नामदेवाच्या अभंगाइतकेच प्रसिद्ध आहेत. तिच्या अभंगवाणीत स्त्रीसुलभ, मार्दव व उत्कट भक्ती आढळते. अभंगाची भाषा अतिशय गोड, रसाळ व प्रसादपूर्ण आहे. तिच्या काही अभंगांत योगाची भाषा वापरलेली असून त्यावरून तिची योग्यता व पारमार्थिक अधिकार कळून येतो. तिच्या अभंगावर ज्ञानदेव व नामदेव या दोघांच्या वाणीची छाया उमटली आहे. त्यात प्रेमाप्रमाणेच कारुण्य व वात्सल्य ह्यांचा मनोहर रंग मिसळला आहे.

आपल्या अभंगवाणीतून इतर संतांप्रमाणेच श्रीकृष्णाची बालक्रीडा वर्णन केली आहे. याशिवाय 'हरिश्चंद्राख्यान' व 'थालीपाक' अशी तिची दोन लघुकथानके प्रसिद्ध आहेत. जनाबाईचे एकंदर सुमारे अडीचशे अभंग नामदेवांच्या गाथेत आढळतात. एकूण साडेतीनशे अभंग उपलब्ध आहेत. स्त्रीमनाचा हळुवारपणा, भक्तीची उत्कटता, परमेश्वर प्राप्तीची तळमळ आणि आर्तता जनाबाईच्या अभंगांत आहे. काही लोकांचे म्हणणे आहे की त्यांचे ४५०-५०० अभंग उपलब्ध आहेत आणि त्यात नामस्मरण, कीर्तन महिमा, विठ्ठलमहिमा सांगणारे अभंग असे वैविध्य आढळते. याशिवाय तीर्थावळीचे अभंग, कृष्णकथा, रामकथा, हरिश्चंद्रआख्यान, थालीपाक आख्यान, पदरचना संत जनाबाईच्या बहुअमृततेची साक्ष देतात. संत जनाबाईची कविता त्यांना त्यांच्या दैनंदिन वास्तवात जीवनात अखंड सोबत करते. निखळ लौकिक जीवनविषयक अनुभूतीचे अलौकिक आध्यात्मिक काव्यानुभूतीत रूपांतर साधण्याची किमया संत जनाबाईच्या कवितेतून सातत्याने प्रकट होताना दिसते.

संत जनाबाईचे कार्य :

१) संतांच्या व्यक्तिगत कर्तृत्वाच्या परिणामाचा उल्लेख :

संत जनाबाई लहानाची मोठी झाली ती नामदेवांच्या घरी. या घरच्या चौदाही व्यक्ती हरिस्मरण करणाऱ्या आहेत. सज्जनांच्या घरचे पाळीव पक्षीसुद्धा

सुभाषिते बोलतात. नामदेवाच्या घरी तर जनाबाईसारखे एक जागरूक, गुणग्राही व्यक्तिमत्त्व आहे. देवाची भक्ती ती करतेच आणि त्याचवेळी देवाचा स्तर जेथे जेथे उमटला आहे तो ओळखून त्याचीही दखल ती घेते.

नामस्मरणात दंग झालेला, नामदेवांच्या कुटुंबियांचा एक भजनमेळा तिने रंगविला आहे.

झडतो नामाचा चौघडा । ब्रम्ही ब्रम्हकपीचा हुडा
संत ऐकताती कोडा । प्रेमवळा आनंद
नामादामा दोनी काळू । नामा विठा दमामे पैलू
चौघी सुना चारी हेलू । कडकडा बोल उमटती
गोंदा म्हादा करणी करी । नादे दुमदुमली पंढरी
आऊबाई तुतारी । मंजुळस्वर उमटती
गौणाबाई नोबतपल्ला । नाद अंबरी कोदला
राजाई झांज मंजुळ बोला । मंजूळ स्वर उमटला
जनाबाई घड्याळ मोगरी । घटका भरता टोला मारी
काळ व्यर्थाचे गेला तरी । गजर करी आनंदे

अशाप्रकारे या अभंगात नामदेवाच्या कुटुंबातील प्रत्येकाच्या व्यक्तिगत कर्तृत्वाचा उल्लेख करीत एका सामूहिक कार्याचा परिणाम जनाबाईंनी आपल्यापर्यंत पोहोचविला आहे.

२) विठ्ठलाचे रूप जनतेपुढे साकार केले :

संत जनाबाईंनी एका संत मेळाव्याचेही चित्रण केले. प्रत्येक संताचा नामोल्लेख करीत प्रत्यक्ष विठ्ठलाचे लेकुरवाळे रूप साकार केले.

विठू माझा लेकुरवाळा । संगे लेकुरांचा मेळा
निवृत्ती हा खांद्यावरी । सोपानाचा हात धरी
पुढे चाले ज्ञानेश्वर । मागे मुक्ताई सुंदर
गोरा कुंभार मांडिवरी । चोखा जीवा बरोबरी
बंका कडियेवरी । नामा करांगुळी धरी
जनी म्हणे गोपाळा । करी भक्तांचा सोहळा

जनाबाईंनी अतिशय कौतुकादराने तत्कालीन संतांना एका अभंगात गोवले आहे आणि साधुजनांनी अभंगवाणी अक्षरात उमटविणाऱ्या या संतांमध्ये सत्प्रवृत्तीची नोंद घेतली आहे.

ज्ञानेश्वर अभंग बोलिले ज्या शब्दा । चिदानंद बाबा लिहि त्यास

निवृत्तीचे बोल लिहिले सोपाने । मुक्ताईची वचने ज्ञानदेव
चांगयाचा लिहिणार शामा हो कासार । परमानंद सेचर लिहित होता
सांगे पूर्णानंद लिही परमानंद । भगवंत भेटी आनंद रामानंद
सावत्या माळ्याचा काशिबा गुरव । कर्म्याचा वसुदेव काईत होता
चोखामेळ्याचा अनंत भट्ट अभ्यंग । म्हणोनि नामयाचे जनीचा पांडुरंग

मुक्ताबाईची वचने ज्ञानदेवांनी आणि आपले अभंग पांडुरंगाने लिहिल्याचे सांगून जनाबाईंनी 'संतांच्या कार्याचे मोल वाढविले आहे. जनाबाईचा पांडुरंग हा विठ्ठल घरकामातही त्यांच्या मदतीला येतो. अगदी शेण गोळा करण्यापासून ते सडासारवण करणे. रांजणात पाणी भरणे, धुणी धुणे, दळणकांडण करणे अशा साऱ्या कामासाठी त्यांनी विठ्ठलाला बोलावले आहे आणि या लहान लहान गृहकृत्याचीही प्रतिष्ठा वाढविली आहे. वास्तविक काळ ही एक व्यर्थ जाणारी गोष्ट आहे, पण या काळाचे मोल वाढविणाऱ्या घटनाही देवदयेने घडतात हेही त्यांनी जाणले आहे आणि त्या घटनांची नोंद ठेवली आहे. शालिवाहन शके अकराशे नव्वद / निवृत्ती आनंद प्रगटले त्र्याण्णवाच्या साली ज्ञानेश्वर प्रगटले / सोपानदेखील शाण्णवात नव्याण्णव्याच्या साली मुक्ताई देखिली / जनी म्हणे यात त्यांनी काळावर मात करणाऱ्या या भावंडांचे जन्मशक सांगून जनाबाईंनी नामदेवापाशी शिकलेल्या लिहिण्याचे सार्थक करून दाखविले आहे.

३) संत ज्ञानदेव व संत नामदेव यांचे महत्त्व जनतेसमोर वाढविण्याचे कार्य केले :

एकलीच गाता । दुजा साद उमटता
कोण तुझे बरोबरी । साद देतो निरंतरी
खूण कळली नामदेवा । विठ्ठल श्रोता जनीच्या भावा

असे विठ्ठलमय भावजीवन जनाबाईला लाभले ते नामदेवांच्या कृपेनेच. म्हणूनच आपल्या या जीवनाचे पालकत्व त्यांनी नामदेवांना दिले आहे आणि त्यांना 'मायबाप' म्हणून संबोधिले आहे.

देहाचा पालट विठोबाचे भेटी । जळ लवणा गाठी पडोन ठेली
धन्य मायबाप नामदेव माझा । तेणे पंढरीराजा दाखविले

ज्ञानाचा सागर ज्ञानदेव 'ब्रह्मज्ञानाने गोमटी' अशी ज्ञानेश्वरी लिहिणाऱ्या ज्ञानदेवांबद्दल जनाबाईला विलक्षण आदर वाटतो. परलोकीचे तारू असे ज्ञानदेवांविषयी म्हणून त्यांनी त्यांच्याबद्दल दृढविश्वासही व्यक्त केला आहे.

धन्य ज्ञानेश्वर धन्य त्याचा भाव । त्याचे पाय देव आम्हा भेटी

अशी श्रद्धाही त्यांच्या मनात आहे.

ज्ञानदेव, नामदेवांच्या भेटीगाठी त्यांच्या वाड्यात येत असावेत तेच त्यांनी जनाबाईंचीही विचारपूर्वक केली असणार. पुढील अभंगात जनाबाईंनी हाच प्रसंग वर्णिला असावा असे वाटते.

एकेदिवशी वाडियात । देव आले अवचित
अवधी पायास लागली । देवे त्यावरी कृपा केली
बाहेर कामासी गुंतल्ये । देवे मजला विचारिले
बाहेर आहेस वो बोलती । देव मजला हाटकिती
हात धुऊनि जवळ गेल्ये । कोण गे जनी हासून बोले

ज्ञानदेवासारख्या ज्ञानाच्या सागराने आपणासारख्या काहीबाही लिहू पाहणारिशी स्वत: होऊन बोलावे याचे जनाबाईला केवढे अप्रुप वाटले असेल! आपण लिहिलेले अभंग ज्ञानदेवांनी पाहावेत आणि अन्य संतमंडळींना त्यांची ओळख करून द्यावी अशी जनाबाईंची इच्छा आहे. पण त्यांचा धीर होत नाही म्हणून मग त्यांनी पांडुरंगाला ज्ञानदेवांपाशी माझी शिफारस करावी, अशी विनवणीही केली आहे.

जनीचे बोलणे वाची नित्य कोणी । तयाचे अंगणी निष्ठतरो
जनीचिया पदा अखंडित गाये । तयाचे मी पाये वंदी माथा
जनीचे आवडे जयासी वचन । तयासी नारायण कृपा करी
पांडुरंग म्हणे ऐक ज्ञानदेवा । ऐसा वर द्यावा जनीसाठी

आपण लिहिलेले संत सज्जनापुढे मांडावे असे पाठबळ ज्ञानदेवांनी जनाबाईंना दिले.

ज्ञानदेव, नामदेव सान्निध्य : नामदेवाच्या कीर्तनप्रसंगी तल्लीन होऊन त्यांच्या पाठीमागे डोळे झाकून उभी असलेली जनाबाई आपल्याला दिसते.

नामदेव कीर्तन करी पुढे नाचे पांडुरंग । जनी म्हणे बोला ज्ञानदेवा अभंग
अभंग बोलता रंग कीर्तनी भरिला । प्रेमाचेनि छंदे विठ्ठल नाचू लागला

नामदेवाच्या कीर्तनात प्रत्यक्ष परब्रह्म साकार करण्याची ताकद आहे. हे जसे जनाबाईंनी जाणले तसे ज्ञानदेवांच्या एका अभंगात या परब्रह्माचा प्रत्यय सर्वांमधून आणून देण्याचे बळ आहे हेही त्यांनी ओळखले.

ज्ञानदेव-नामदेवांच्या सान्निध्याचा एक सुंदर प्रतिसादच जनाबाईंच्या रूपाने प्रकटतो.अर्थातच या प्रतिसादाला जनाबाईंच्या संवेदनाची, प्रयत्नांची जोड आहे हे विसरून चालणार नाही. खुद्द जनाबाईंनाही आपल्या या शिकस्तीची जाणीव आहे

तिचा सार्थ अभिमान वाटतो.

४) देवत्वापर्यंत पोहोचणारी वाट जनाबाईंनी सर्वांसाठी सोपी करून सांगितली :

आपल्या अंतरंगातही याच परब्रह्माची अनुभूती घेऊन जनाबाई स्वत:ही पूर्ण ब्रह्म झाल्या आहेत. या ब्रह्मानुभवामुळे लाभलेल्या अविनाशी पदाचे वर्णन त्यांनी सागरी गंगा मिळोनी गेली जैसी । परतोनि तयेसी नाम अशा शब्दांत केले आहे. या पदामुळे त्यांना जी विश्रांती मिळाली आहे. त्यामुळे त्यांच्या आनंदाला मोजमाप राहिलेले नाही. या आनंदकलेचे वर्णन करणे अवघडच आहे. चारी वाचा कुंठीत नाहाली । सोहंन्योत प्रकाशली.

असे संत जनाबाई म्हणतात पण या अतींद्रिय अनुभवाला ही शब्दांत बांधतात.

देहभाव प्राण जाय । तेव्हा हे धैर्यसुख होय
तथा निद्रे जे निजले । भाव जागृती नाही आले
ऐसी विश्रांती लाधली । आनंदकळा संचरली
तेथे सर्वांग सुखी झाले । लिंगदेह विसरले
त्या एकी एक होता । दासी जनी नाही आता

जनाबाईच्या अभंगांतून आत्मविष्काराचा एक चढता आलेख दृष्टीस पडतो. दळिता कांडिता सतत नामस्मरण करून त्यांनी विटेवरच्या परब्रह्माला साकार रूपात पाहिले तसेच आपल्या विवेकाचे नवे ठाणे करून व देहातीत होऊन त्यांनी परब्रह्माच्या सर्वात्मकतेचाही, सर्वव्यापकत्वाचाही अनुभव घेतला.

माझे मनी जेजे होते । ते ते दिधले अनंते

अशी शांती त्यांना मिळाली आहे.

ज्ञानदेव नामदेवांच्या संगतीने आणि अखंडित शुद्ध अंत:करणाने जनाबाईनी हा आध्यात्मिक प्रवास केला आहे. देवत्व म्हणजे संतत्व त्यांना लाभले आहे. आपली ही अनुभूती त्या पुढीलप्रमाणे व्यक्त करतात.

आम्ही आणि संत संत आणि आम्ही । सूर्य आणि रश्मि काय दोन
दीप आणि सारंग सारंग आणि दीप । ध्यान आणि जप काय दोन
देव आणि संत संत आणि देव । म्हणे जनी भाव एक ऐसा

अशाप्रकारे उपदेश - देवत्वापर्यंत पोहोचणारी ही वाट जनाबाईंनी सर्वांसाठी सोपी करून सांगितली आहे.

शरीर हे जायाचे नश्वर आणिकांचे । म्हणाल जरी त्याचे काय काज

आंबारसे चोखिला बिजसाले सांडिला । पुढे तेणे उभविला दुजा एकू
समूळ साल माया सांडूनिया दिजे । परि अहंबीज जतन करा
ते बीज भाजोनि करा ओवाळणी । संताचे चरणी समूळ देह
पुढे त्या बीजांची न करावी दुराशा । न धरावी आशा पुढीलांची
आहे नाही देह धरी ऐसा भाव । म्हणे जनी देव सहज होसी

नश्वर देहानेच देवत्व गाठता येते हे जनाबाईंनी स्वानुभवाने सांगितले आणि जीवनाकडे प्रेमाने बघण्यास सांगितले. 'ब्राह्मसत्यम्' अनुभवल्यानंतरही त्यांनी जगाला खोटे मानले नाही.

जनाबाईंना वारकरी संतांच्या सहवासात राहायला मिळाले या संतांमधील देवत्व त्यांनी जाणले. आपल्यालाही जे प्रतीत व्हावे म्हणून त्यांनी सर्वांना सांगितले.

५) वैष्णव धर्माचे सर्वसमावेशक रूप आपल्यापुढे उभे केले :

वैष्णव तो कबीर चोखामेळा महार । तिजा तो चांभार रोहिदास
सजण कसाई वाया तो कसाब । वैष्णव तो शुद्ध एकनिष्ठ
कमाल फुलर मुकुंद जोहरी । जिद्दी देवद्वारी वस्ती केली
राजाई गोणाई आणि तो नामदेव । वैष्णवांचा राव म्हणवितसे
त्या वैष्णवाचरणी री ओवाळणी । तेथे दासी जनी शरीराची

विविध जातींचाही उल्लेख करीत जनाबाईंनी वैष्णवधर्माचे सर्वसमावेशक रूप आपल्यापुढे उभे केले आहे आणि या रूपावर देहभाव विसरून प्रेम करण्यास सांगितले आहे.

आजच्या व भविष्याच्या युगाच्या संदर्भात संत जनाबाईंचे युगप्रवर्तक विचार :

संत जनाबाई ही 'दासी जनी' किंवा नामयाची जनी म्हणून अधिक प्रसिद्ध आहे. ही दोन्ही बिरुदे तिने स्वत:च आपल्यामागे लावून घेतली आहेत पण त्यांचे समग्र जीवन आणि त्यांची अभंगरचना पाहून 'संत जनाबाई' म्हणूनच त्यांचा उल्लेख करणे योग्य वाटते. नामदेवांच्या घरी झाडलोट करणारी जनाबाई म्हणजे एक निरक्षर बाई होती. विद्यार्जनाचे कोणतेही रूढ संस्कार तिच्यावर नव्हते. समाजाच्या तळागाळातील ती एक साधी कामकरी स्त्री, पण कीर्तनादिकांतून भरपूर बहुश्रुतता मात्र तिने कमावली होती. त्यामुळे तिचे आंतरमन ज्ञानसंपन्न झाले होते. त्यातून तिची उत्स्फूर्त अभंगवाणी प्रकटली. तिच्या अभंगांचे विषय विविध आहेत. नामसंकीर्तन, संतस्तवन, विठ्ठलाचे गुणगान या भागवतधर्माच्या पारंपरिक

विषयाबरोबरच हरिश्चंद्राख्यान, थालिपाक, कृष्णजन्म, बाळक्रीडा, कला दशावतारवर्णन यासारखी आख्यानपर आणि पाळणा, काकड आरती अशी प्रासंगिकरचना अशी रचनाप्रकाराची बहुविधता जनाबाईच्या अभंगरचनेत दिसते. तिच्या आत्मविष्कारात्मक अभंगातील उत्कटता मात्र अंत:करणातून प्रकटल्याने अधिकच आस्वाद्य झाली आहे.

गंगाखेडच्या दया या वारकऱ्याची जनाबाई ही कन्या आपला आध्यात्मिक वारसा सांगताना 'माझ्या वडिलांचे दैवत तो हा पंढरीराव' असे त्या म्हणतात. तिची आई करुंड लहानपणीच वारली. पांडुरंगाच्या आदेशावरून दयाने ही पाच-सात वर्षाची पोर दामाशेटीच्या नामदेवाच्या वडिलांच्या स्वाधीन केली आणि त्यानंतर लगेचच तेही स्वर्गवासी झाले. जनाबाई जवळचे कोणीही राहिले नाही. नामदेवाच्या घरी काबाडकष्ट उपसणारी एक दासी एवढेच तिचे या जगातले स्थान ठरले. तेथे तिला सामाजिक प्रतिष्ठा नव्हती. आर्थिक सुबत्ता नव्हती. खंबीर असा कोणताही मानसिक आधार नव्हता. जनाबाईचे दासीपण असे चौफेर पोरके होते. मुळात स्त्री, त्यात दासी अन् त्यात पोरकी - अशी तिची अवस्था होती, परंतु त्या कोलमडल्या नाहीत. उलट त्यांनी स्त्रीसंतत्व प्राप्त केले. विपरीत स्थितीतही स्वत:ला सावरून त्याकाळात श्रेष्ठ पद प्राप्त केले तेव्हा अशा क्षमतेची अभिवृत्तीची अन् विचारकल्पकतेची आजही गरज भासते यादृष्टीने त्यांची भूमिका महत्त्वाची ठरते.

'स्त्री जन्म म्हणवुनि न व्हावे उदास' असे ती स्वत:ला बजावते आणि ईश्वरास अनुसरते देवाशी संवाद साधत राहते. भक्तीमार्गाला लागते. दामाशेटीच्या घरी निराधार जनाबाईला विठ्ठलभक्तीचा एकमेव जीवनाधार गवसतो. 'माय मेली बाप मेला आता सांभाळी या विठ्ठला । मी तुझे गा लेकरू नको मजसि अव्हेरू ।' अशी आर्त साद त्या देवाला घालतात. ईश्वरभक्तीकडे वळताना नामदेवांचा आदर्श तिच्यापुढे होता जनी म्हणे जोड झाली विठोबाची दासी नामयाची म्हणुनिया या शब्दांत नामदेवाबद्दलची कृतज्ञता त्या व्यक्त करतात. सदैव विठ्ठल स्मरणात मग्न असल्याने आपल्या दैनंदिन कामात विठ्ठल मदत करतो आपली काळजी घेतो असे तिला अनेकदा वाटत असते. झाडलोट करी जनी केरभरी चक्रपाणी । जनी डोईने गांजिली विठाबाई धावियली ।

असे स्वानुभव तिने नमूद केले आहेत.

जनी म्हणे विठाबाई भरुनि उरले अंतर्बाही । म्हणूनच परमात्मा 'सांडुनिया थोरपण करी दळण कांडण ।' असे त्यांना वाटत असे. विठ्ठलावर सर्वस्वी अवलंबून

असल्यानेच अनेकदा त्यांचे पोरके मन कातर होई.

गंगा गेली सिंधूपाशी त्याने अव्हेरिले तिशी 'मग तिने कुठे जावे' असा प्रश्न ती देवाला विचारते. मग तिची नेहमीची मानसिकता मात्र 'पक्षी जाय दिगंतरा । बालकासी आणी चारा तैसी आम्हासी विठ्ठलमाये । अशीच होती. देव आपल्या पाठीशी आहे ही तिची कायम धारणा होती. या धारणेच्या माध्यमातून त्या उच्चपदापर्यंत पोहचल्या.

जनाबाईच्या मनातले सारे भावतरंग तिच्या अभंगवाणीत प्रतिबिंबित झाले आहेत. म्हणूनच 'जनाबाईचे अभंग म्हणजे भावगीतांची मालिका आहे' असे गं. भा. निरंतर म्हणतात. त्या मालिकेत स्त्रीमनाची हळुवारता आणि भक्तीची उत्कटता आहे. अंत: करणपूर्वकता हाच तर काव्याचा मूलाधार असतो.

'विठो माझा लेकुरवाळा । संगे गोपाळांचा मेळा' यात जनाबाईंनी रेखाटलेले लेकुरवाळा विठ्ठलाचे चित्र लोकप्रिय आहे. समकालीन संतांचे विठ्ठलाजवळचे स्थान तिने किती अचूक हेरले होते आणि त्याद्वारा तिने केलेले संतांचे मूल्यांकन केवढे बिनचूक होते, तेही या अभंगावरून स्पष्ट होते. एक दीर्घ ऐतिहासिक दृष्टी जनाबाईजवळ होती असा निष्कर्ष सहज काढता येतो. एकूण आपल्या दासीपणावर मात करून जनाबाईने संतपद प्राप्त केले आहे हे वाखाणण्याजोगे आहे. कला, कौशल्य, आत्मविश्वास, कार्य करण्याची हातोटी, व्यक्ती परीक्षण सर्व बाबी त्यांच्याजवळ होत्या. आजच्या व भविष्यातील स्त्रियांसाठी त्या गरजेच्या आहेत व अतिशय महत्त्वाच्या आहेत.

■

संत मुक्ताबाई

(इ. स. १२७९ ते इ.स. १२९७)

निवृत्ती, ज्ञानदेव, सोपान, मुक्ताबाई, एकनाथ, नामदेव, तुकाराम या जय घोषात जी सात नावे आपणाला ऐकायला मिळतात त्यापैकी एक नाव आहे. 'मुक्ताई'चे या सात पुरुषांच्या मध्यभागी ते एखाद्या पदकासारखे शोभत आहे. पुण्यशील संतसत्पुरुषाच्या मालिकेत गोवला जाण्याचा मान ज्यांना मिळाला त्या संत मुक्ताबाई.

संत मुक्ताबाईंचा जन्म व बालपण :

आपेगावचे त्र्यंबकपंत कुलकर्णी हे एक सच्छील आणि वैष्णव कुटुंब होते. शास्त्राचे अध्ययन व संदग्रंथांचे श्रवण-मनन करण्याचे जणू व्रतच या कुळाने घेतले होते. या कुळातील 'हरि' नावाच्या एका मुलाने तर यादव राजाच्या सैन्यात भाग घेऊन धारातीर्थी प्राणही सोडला होता.

अशा कुळातील एक पुरुष विठ्ठलपंत हा जन्मापासूनच विरक्त. पुढे संसाराच्या पाशात अडकल्यानंतरही त्याच्या वैराग्याचा उमाळा आटला नाही व त्या भरात त्याने काशीस जाऊन संन्यास दीक्षाही घेतली. पण घरात असलेल्या तरुण पत्नीचा त्याग करून त्याने संन्यास घेतल्याचे जेव्हा त्यांचे गुरू रामानंद यांना कळून आले तेव्हा त्यांनी त्याला पुन्हा संसारात पडण्याची आज्ञा केली आणि विठ्ठलपंत तर नि:सीम गुरू भक्त! त्यांनी संन्यासाश्रम टाकून गुर्वाज्ञेने पुन्हा निर्भयपणे संसारयात्रा सुरू केली आणि या प्रपंचसेवेत त्यांना चार अपत्ये झाली. हीच

अपत्ये निवृत्ती, ज्ञानदेव, सोपान व मुक्ताबाई या नावाने पुढे प्रख्यात झाली.

संन्यासाश्रमातून परत गृहस्थाश्रमात आलेल्या विठ्ठलपंतांचा आळंदीच्या ब्राह्मणांनी तत्कालीन सामाजिक चालीरीतीला धरून का होईना फारच छळ केला. 'संन्यासाची पोरं' म्हणून त्यांच्या अपत्यांनाही या ब्रह्मवृंदाकडून अतोनात त्रास झाला. आपल्या अपत्यांचा हा त्रास थांबवावा म्हणून विठ्ठलपंतांनी पत्नीसह या ब्रह्मवृंदाच्या म्हणण्याप्रमाणे देहान्त प्रायश्चित्तही घेतले. पण तेवढ्याने या मुलांचा त्रास कमी झाला नाही. आपल्यावरील बहिष्कार संपावा व आपणास पुन्हा जातीत समावेश मिळवावा म्हणून निवृत्ती ज्ञानेश्वरादी ही मुले पैठणला गेली आणि येथूनच त्या चार भावंडांच्या भाग्योदयाला सुरुवात झाली.

आध्यात्मिक आविष्कार :

कमळाचे फूल एकदा फुलले म्हणजे आपल्या सुगंधाने सारे वातावरण सुगंधित करून सोडते असे जे सांगतात त्याची प्रचिती या चार भावंडांच्या कीर्तीची झाली. पैठणास आल्यापासून या मुलांचे आचरण अनेक जाणत्या स्त्री पुरुषांना वेध लावू लागले. त्यांचे पांडित्य म्हणजे त्यांचे वडील विठ्ठलपंत यांच्या सहवासाचे फळ होते. पण या पांडित्यापेक्षाही त्या मुलांच्या आचरणाचा व सदुपदेशाचा प्रभाव लोकांच्या मनावर विशेष पडला. कर्ममार्ग व ज्ञानमार्ग या उभय मार्गापेक्षा भक्तिमार्ग श्रेष्ठ आहे आणि त्यातही नामस्मरण हा तर सर्व सामान्यांना सुलभ व प्रेमळ उपाय आहे असे सांगून ही मुले बहुजन समाजात जो भक्तिपंथाचा प्रचार करू लागली तो सर्व पैठण शहरात आबालवृद्ध स्त्रीपुरुषांपर्यंत आणि ब्राह्मणापासून शूद्रापर्यंत जाऊन पोचला लोक हळूहळू भक्तिमार्गाकडे वळू लागले.

पैठणाहून नेवाशास आल्यानंतर तर ज्ञानदेवांनी भगवदगीतेवर टीका करून मराठी भाषेत आबालवृद्धांना त्यांची गोडी लावली या त्यांच्या कार्याची कीर्ती पंढरपूरच्या क्षेत्रात वास करणाऱ्या भगवदभक्त नामदेवाच्या कानांवर गेली आणि तेही एकदा या प्रवचनास आले. त्यावेळी ज्ञानेश्वरीचा नववा अध्याय चालू होता. त्यातील कीर्तन भक्तीचे निरूपण नामदेवांना इतके आवडले की ते त्या श्रवणानंदाने डोलू लागले.

नामा म्हणे ग्रंथ श्रेष्ठ ज्ञानदेवा
एक तरी ओवी अनुभवावी

हा भक्तसम्राट नामदेवांचा अभिप्राय प्रसिद्धच आहे. या ग्रंथानेच ज्ञानदेवांना पंढरीच्या वैष्णवपंथात लोकप्रियता मिळवून दिली.

निवृत्तीनाथ-ज्ञानेश्वरांच्या सहवासात वाढलेली 'मुक्ताई' ही सुद्धा स्वयं कर्तृत्वाने आपल्या चार भावंडांत तर गाजलीच पण वारकरी परंपरेतील संत कवयित्रीतही तिने स्वत:ला एक सन्मानाचे पद मिळविले आहे. इ.स. १२९० त ज्ञानदेवांनी आपला टीकाग्रंथ रचला तेव्हापासून या भावंडांना समाजात मानमान्यता मिळू लागली. मुक्ताईचे वय यावेळी अवघे बारा वर्षांचे तर१२९७ मध्ये मरण पावल्या. तेव्हा ती अठरा वर्षांची होती. म्हणजे ज्या वयात स्त्री ही तारुण्यदशेत येते व आपल्या स्वतंत्र समृद्ध व्यक्तिमत्त्वाच्या विकासाच्या मार्गाला लागते त्या काळात मुक्ताईचे सारे आयुष्यच संपले. ज्ञानदेवाच्या समाधीनंतर तिनेही समाधी घेतली. संत नामदेव वर्णन करतात की, समाधीच्या वेळी ती एखाद्या विजेसारखी तळपली व लगेच लुप्त झाली.

अवघ्या सहा वर्षांचा काळ मुक्ताबाईला आपल्या जीवनात सन्मानाने घालवायला मिळाला असे म्हणता येईल पण याच काळात नामदेव व चांगदेव या दोन सत्पुरुषांचा परिचय तिला घडला व तेवढ्या छोट्याशा परिचयातही तिने आपल्या चरित्राचा प्रभाव त्यांच्यावर गाजविला.

हा विलक्षण प्रभाव गाजविणारे तिचे आध्यात्मिक व्यक्तिमत्त्व आजही आपणास तिच्या अभंगरचनेत दिसते.

कडाडली वीज निरंजनी
जेव्हा मुक्ताई गुप्त झाली
गेले निवारूनी आभाळ
आभूट नामा म्हणे
मुक्ताई कोठे गेली.

वीज कोसळली तेथे जिवंतझराउत्पन्न झाला. ती पुष्करणी सतत वाहात आहे

संत मुक्ताबाईंची युगप्रवर्तक अभंगरचना :

संत मुक्ताईच्या अभंगांमधून त्यांचे आध्यात्मिक सामर्थ्य प्रकर्षाने जाणवते, तिचे अवघे ४२ अभंग आपल्यासाठी उपलब्ध आहेत. 'ताटीचे अभंग' हे त्याव्यतिरिक्त आहे उपदेशपर २१ अभंग आणि 'मुंगी उडाली आकाशी' व देवळाच्या कळशी नोंद एक ऋषी' हे दोन कूट अभंग आहेत. पंढरीचे माहात्म्य सांगणारे ३, सप्तवर ९ आणि परमेश्वराच्या अस्तित्वाचे वर्णन करणारे ७ अभंग त्यांचे आध्यात्मिक तेज दर्शवितात.

मुक्ताईचा पारमार्थिक अधिकार फार मोठा होता. तिच्या त्या तेजाने दिपून चांगदेवांसारखा श्रेष्ठ योगी तिला शरण गेला व तिला गुरुपद दिले. नामदेवासारख्या भक्तश्रेष्ठाला तिने एकाच वाक्यात आत्मपरीक्षण करायला लावले. स्वानुभवावर

आधारित पारमार्थिक गूढ अनुभूती तिच्या या अभंगामध्ये आढळते.

देवळाच्या कळशी नांदे एक ऋषी
तया घातली पुशी योगेश्वरी
दिवसा चांदणे रात्री पडे उष्ण
कैसे नि कठिण तत्त्व झाले
ऋषी म्हणे चापे कळीकाळ पै कापे
प्रकाश पिसे मनाच्या धारसे एक होय.
एकट एकले वायाचि पै गुंफले
मुक्त पै विठ्ठले सहज असे
वैकुंठ अवीर असानि प्रकट
वायांचि आडवाट मुक्ता म्हणे
मुक्ताईला निर्गुण... निराकर

हा गूढ अनुभव त्यांनी अभंगातून मांडला. पंढरीमाहात्म्य, नाममाहात्म्य संतसमागम यावरच्या मुक्ताईच्या अभंगरचनेत भक्तीचा ओलावा आहे. योगाच्या खुणा व अध्यात्माची उंची आहे व साक्षात्काराचे हुंकार आहेत.

संत मुक्ताबाईंचे कार्य :

१) आध्यात्मिक ज्ञान वा योगानुभवाचा प्रत्यय दिला :

गुरू निवृत्तीनाथांनी संत मुक्ताईला गुरूपदेश केला होता. त्या म्हणतात,

निवृत्तीने दिली शक्ती । चित्त पावले विश्रांती
विसांविया आले मन । मन जाहले उन्मन
धन्य जीविताची थोरी । एक विघ्न चराचरी
भास मावळला ठायी । सुखी झाली मुक्ताबाई

गुरू निवृत्तीनाथाने त्यांना आध्यात्मिक ज्ञान देऊन 'हरितत्त्व' सांगितले आणि चराचरात तेच तत्त्व कसे सामावले आहे याचा प्रत्यय आणून दिला आणि अशाच प्रकारचा प्रत्यय मुक्ताईने चांगदेवांना आणून दिला. विठ्ठलभक्ती, नामस्मरण, सगुण-निर्गुणविचार जसा निवृत्तीनाथांकडून कळला यातील ज्ञान योगानुभवाचा प्रत्यय संत मुक्ताईने आणून दिला.

२) सगुण भक्तीकडे नेऊन पोहचविण्याचे कार्य :

सगुण-निर्गुणविचार मुक्ताईस गुरुनिवृत्तीनाथाकडून मिळाला. 'नाद-बिंदू' 'मनपवन' 'अनुहृदनाद' 'सहस्त्रदल' 'अजपाजय' 'सत्रावीची कळा' असे शब्द त्यांच्या अभंगातून वारंवार दिसतात. त्याचे कोडे उलगडता येत नाही.

दिवसा चांदणे रात्री पडे उष्ण
कैसेनि कठिण तत्त्व जाले
हा प्रश्नविचार योगानुभवातच सुचावा असे वाटते.
मुंगी उडाली आकाशी । तिणे गिळिले सूर्याशी
थोर नवलाव झाला । वांझे पुत्र प्रसवला
माशी व्याली घार झाली । देखोन मुक्ताई हासली

याही अभंगात नाथपरंपरेतील 'कूट-रूपकांच्या' पद्धतीचा आश्रय करून मुक्ताई स्वत:चा विलक्षण अनुभव व्यक्त करताना दिसते.

निवृत्तीनाथांच्या कृपेने बारा-तेरा वयापासून मुक्ताई योग-मार्गाला लागली आणि त्या मार्गातल्या खुणा सांगण्याइतकी त्यात ती पारंगत झाली. म्हणूनच योगमार्गाकडून अद्वैतज्ञानाकडे आणि तेथून सगुण भक्तीकडे नेऊन पोचविण्याचे अवघड कार्य संत मुक्ताई करू शकल्या आणि तेही पाच-सहा वर्षांच्या काळातच.

३) आईच्या भूमिकेतून कार्य :

योगमार्गावरील बहारीचे एक रूपक आहे. आपल्याकडे आईची भूमिका घेऊन ही मुक्ताई बाळ चांगदेवाला ज्ञानामृताचे स्नान घालत. अव्यक्तात विणलेल्या अविनाशी पाळण्यात त्याला घालते, अनुहाताची टाळी वाजवून, कानात खेचरी मंत्र सांगून त्याला निजविते आणि मनपवनाचा दोर हाती घेऊन व त्याचा डोळा स्थिर करून त्याला झोके देत ज्ञानदृष्टीने शांतवीत राहते. असे हे योगमार्गावरील बहारीचे रूपक आहे.

याच्याउलट चांगदेवांनीही मुक्ताबाईबद्दल असेच उद्गार काढले आहेत ते वरील 'आई-लेकरू' संबंधाला दुजोरा देणारे आहे.

चांगयाचे वऱ्हाड मुक्ताईनेकेले
मूळ ते फेडिले जन्मांतरीचे
चौदा शते झाली बुद्धि माझी गेली
सोय दाखविली मुक्ताई ते
धन्य ज्ञानदेव, धन्य मुक्ताबाई
चांगा म्हणे आई पोटी आलो ।।

अशाप्रकारे आईच्या भूमिकेतून केलेले कार्य ज्ञानदृष्टी देऊन गेले.

४) चांगदेवाचे गर्वहरण करून योग्य पाठ दिला :

निवृत्तीनाथ, ज्ञानदेव, सोपान, मुक्ताबाई या भावंडांना भेटावे अशी इच्छा चांगदेवाला झाली. तथापि या भावंडांना भेटण्याआधी आपण त्यांना सर्वप्रथम पत्र

लिहावे असा त्यांच्या मनाने कौल दिला. त्यांनी पत्र लिहिण्यास घेतले. अहंकाराने ग्रासलेल्या चांगदेवांना पत्राचा मायना काय लिहावा याचा प्रश्न पडला. ज्ञानेश्वरांना नमस्कार लिहावा तर या भावंडाचे योगसामर्थ्य आपल्याच तोडीचे आहे त्यांनी खूप विचार केला पण ते कुठल्याच निर्णयाला पोहचू शकले नाहीत. अखेर त्यांनी कोरेच पत्र आपल्या शिष्याकरवी आळंदीला पाठविले. अश्वावर स्वार होऊन आलेला हा शिष्य कुटीजवळ येऊन थांबला या भावंडांना वंदन करून त्याने पत्र दिले. दोनवेळा ज्ञानदेवांनी तो कागद उलट-सुलट करून पाहिला, परंतु तो कागद कोराच आहे हे ध्यानी आल्यावर त्यांना आश्चर्य वाटले, पुढे होत मुक्ताबाई चटकन म्हणाली, "अरे-अरे चौदाशे वर्षे जगूनही चांगदेव कोराच्या कोराच राहिला."

मुक्ताईच्या या वाक्याने श्रीनिवृत्तीनाथ गंभीर झाले त्यांनी ज्ञानदेवांना त्या कोऱ्या पत्राचे उत्तर द्यायला सांगितले पासष्ट ओव्यांचे हे पत्र 'चांगदेव पासष्टी' या नावाने प्रसिद्ध आहे.

तसेच दुसरी बाब अशी की, एकदा सर्व संत मंडळी सोबत ही चारही भावंडे रस्त्याने जात होती, रस्त्यात त्यांना चांगदेवाचे गांव लागले. चांगदेवांनी १४०० वर्षे तपश्चर्या करून शंकराला प्रसन्न करून घेतले होते. त्यांना दिव्यशक्ती प्राप्त झाली होती. प्रेतावर पाणी शिंपडून प्रेताला जिवंत करीत असत. म्हणून चांगदेव महाराजांच्या समाधी समोर प्रेत ठेवले होते. त्यांची त्या प्रेतावर कृपा दृष्टी पडली की प्रेत जिवंत होईल. पण चांगदेवाला जागे व्हायला २ महिन्यांचा कालावधी होता, हे मुक्ताबाईंनी पाहिले. तेव्हा मुक्ताबाईने संजीवनी मंत्राचा उच्चार करून प्रेत जिवंत केले. अशा प्रकारे मुक्ताबाईने चांगदेव महाराजांचे गर्वहरण केले. तेव्हापासून त्यांनी मुक्ताबाईला गुरू केले.

५) परमार्थाचे गूढ उकलून सांगितले :

ज्ञानदेवांच्या योगसामर्थ्याची चर्चा होतीच. ही चारही भावंडे चर्चेचे, कौतुकाचे, सर्वांचे श्रद्धास्थान झाले होते. मुक्ताई नामस्मरणाचे महत्त्व सांगत होती.

नाममात्र आम्हा हरिनाम कृष्ण
निशिदिनी प्रश्न मुक्ती मार्गु
नामाचे तारकू तरले भावसिंधू
हरिनाम छंदु मंत्रसार
मुक्ताई चिंतनी हरिप्रेम पोटी
नित्य नाम होटी अमृतसदा

मुक्ताई विषयी आता सर्वच स्त्री वर्गाला ममत्व वाटू लागले. ती हळूहळू

मार्गदर्शन करू लागली. परमार्थाचे गूढ उकलून सांगू लागली. त्यांच्यात त्यांना चक्क श्री सूर्यनारायणाचे तेज दिसू लागले. तिची अफाट बुद्धी आणि पराकोटीचे वैराग्य पाहून गावातील महिलावर्ग अचंबित व्हायचा त्यांचा सहवास त्यांना हवाहवासा झाला. सहजसुंदर शब्दातील तिचे अभंग वाचायच्या, थंडगार, शीतल झुळकीप्रमाणे वाटत जीवनाचे सार त्या अभंगात असायचे. जो-तो नि:शब्द राहून तो ग्रहण करी, तो परमेश्वर माझ्यातच आहे. या अनुभवातून जो सुटला त्याला सोहंचा आनंद घेता येत नाही. असे सांगून मुक्ताई म्हणते.

देऊळीच देवो घरोभरी भावो
कळसेवीण वावो जातु असे
जाताती वाऊगे नटनाट्य सोंगे
चित्त अनुरागे भजनी ना
असो नि न हिसे उगयाची पिसे
घेती वाया वसे सज्जनेवीण
रावो, रंक कोहं न म्हणेचि सोहं
साकारले अहं न फळे तथा
भ्रांतीचेन भूर्ती वायाचि घरकुली
माया आड ठेवी अरे रमा
मुक्ताई परेशी दुभते चहुंसी
सजवी सर्वरसी एका अरे देवे

आत्मप्रकाशरूपी ज्योतीने परमेश्वरप्राप्ती किती सोपी आहे. हे मुक्ताईने समजावले. तिला भेटणाऱ्यांची ती माता व गुरुस्थानी झाली. इंद्रायणीच्या काठी जो तो संध्याकाळची वाट पाहू लागला. मुक्ताईच्या प्रसादरुपी आस्थानाने तृप्त होऊ लागला व त्यांच्या कीर्तनाला मोठ्या प्रमाणात पुरुषवर्गही जमू लागला.

६) स्त्रीसुलभ मातृत्वातून चांगदेवांना उपदेश :

चांगदेवाचे सदगुरूपण मुक्ताईकडेच जाते. एकदा चांगदेवांनी मनाचा ठिय्या करून मुक्ताईला सांगितले की, चांगदेव पासष्टी'चा तात्विक अर्थ त्यांना अजून उमजलाच नाही. मुक्ताईने त्यांना पासष्टीचा बोध करून दिला. सरळ साध्या शब्दांत ब्रह्मज्ञानाचा परिचय दिला. मुक्ताई त्यांना म्हणाली, "चांगदेवा, अहंकाराच्या आहारी जाऊन तुम्ही मोठ्या परिश्रमाने साध्य केलेले योगसामर्थ्य मर्यादित केले आहे. तुम्ही त्यामुळे आत्मज्ञानाने कोरे आहात आणि म्हणूनच शुद्र आहात. अशा शुद्र मनाला बोध करण्याचा आनंद काही वेगळाच असतो!

लहान वयातील मुक्ताईला चांगदेव शरण आले आणि त्यांनी त्यांना गुरुपदेश करून आत्मपदी नेऊन बसविले. मुक्ताईच्या सहवासात जणू १४०० वर्षे जगलेल्या चांगदेवांचा पुनर्जन्म झाला. मुक्ताईमधील स्त्रीसुलभ मातृत्व उफाळून आले. ती चांगदेवांना आपला मुलगाच समजत असे. मुक्ताई आपली आई असून आपण तिचे पुत्र आहोत. अशी चांगदेवाचीसुद्धा भावना होती. या आई लेकाचे नाते मुक्ताईने आपल्या अभंगात व्यक्त केले आहे.

निर्गुणाचे डाहाळी पाळणा लाविला
तेथे सुत पहुडला मुक्ताईचा
निज निज बाळा न करी पै आळी
अनुहात टाळी वाजविते
तेथे निद्रा न जागृती भोगी
पै उन्मनी
लक्ष तो भेदूनी निजणा तो
बाळक चुकले सुकुमार तान्हुले
त्याने पै सांडियले माय जाळ
जो जो जो जो पुत्राते निजवी
अनुहात वोवी निःशब्दांची
अविनाश पाळणा अव्यक्ते विणीला
तेथे पहुडला योगीराज

अशा रीतीने मुक्ताई आणि चांगदेवामध्ये आईलेकरांचे नाते दृढ झाले व उपदेशही सार्थ झाला.

७) वारकरी संप्रदायाच्या इतिहासात मुक्ताईच्या अभंगांनी मोलाची भर :

मुक्ताईच्या अभंगामध्ये पंढरी माहात्म्य, नामपर, संतपर व उपदेशपर अशा चार प्रकारच्या अभंगाचा प्रामुख्याने समावेश होतो. नामपाठाने, नामस्मरणाने जीवमुक्त होतो असे मुक्ताई म्हणते-

मुक्ताजीव सदा होति पै नामपाठे
तेचि रूप ईटे देखिले आम्ही
पुंडलिक विठ्ठल आणिला पंढरी
आणूनि लवकरी तारी जन
ऐसे पुण्य केले एका पुंडलिकेची

निरसिली जनाची भ्रमभुली
मुक्ताई चिंतने मुक्त पैं जाली
चरणी समरसली हरिपाठे

वारकरी संप्रदायाच्या इतिहासात मुक्ताईच्या अभंगांनी मोलाची भर घातली आहे. मुक्ताई पुढे म्हणते–

आदि मध्य उर्ध्व मुक्त हरि
सबाह्य अभ्यंतरी हरि एकु
नलगती तीर्थे हरिरूपे मुक्त
अवघेचि सूक्त जपिनिले
ज्याचेनि नामे मुक्त पै जडमूढ
तरले दगड समुद्री देखा
मुक्ताई हरिनामे पै मुक्त
नाहि आदि अंत उरला आम्हा

संत मुक्ताईचा पारमार्थिक अधिकार फार मोठा होता आणि त्यामुळे स्वानुभवावर आधारित पारमार्थिक गूढ अनुभूती तिच्या या अभंगामध्ये आढळते.

आजच्या व भविष्याच्या युगाच्या संदर्भात संत मुक्ताबाईचे विचार

श्रीमदभागवत दहावे स्कंधात या शक्तीला महाविष्णूने चौदा नावे दिली आहेत. त्या योगमायेचा अवतार म्हणजे श्री मुक्ताबाई आहेत. ही तिन्ही देवांची जननी आहे असे निळोबाराय म्हणतात.

मुक्ताबाई नमो त्रिभुवनी पावनी
आद्यत्रय जननी देवाचिया

निवृत्तिनाथ-ज्ञानदेव-सोपानदेव यांची ही धाकटी बहीण! पण तिचा आध्यात्मिक अधिकार फार मोठा आहे. या सर्वच भावंडांवर नाथ पंथाचे प्रगाढ संस्कार आहेत. मुक्ताईनेही योगमार्गातले अनेक अनुभव सांगितले आहेत. 'मुंगी उडाली आकाशी सारखी तिची बरीचशी कूटरचनाही तिच्या आध्यात्मिक सामर्थ्यावर प्रकाश टाकणारी आहे. तिचे महा निर्वाणही (वादळात विजेसारखी लुप्त होणे) तिच्या योगसामर्थ्याची नि नाथपंथाची आठवण करून देणारे आहे. नाथपंथीय लोक देहपातळी पलीकडच्या आत्मिक पातळीवरच अधिक वावरत असतात तोच भाव मुक्ताईच्या जीवनाला नि वाङ्मयाला व्यापून राहिला आहे. देहाशी आणि लौकिकाशी निगडित असा अहंकारासारखा कोणताही अवगुण तिला कुणाच्याच ठायी आवडत नाही. तो दूर करण्याचा ती कसोशीने प्रयत्न करीत राहते. नामदेवाचा अहंकार पाहून 'अखंड

जयाला देवाचा शेजार । कारे अहंकार गेला नाही ।' असा प्रश्न ती विचारते. त्यांचा अहंकार दूर करण्याचा ती कसून प्रयत्न करते. परिणामी, नामदेव महाराज म्हणतात–

'धन्य धन्य तू मुक्ताई । झाली देहीच विदेही'

असा तिचा गौरव करतात. तिचा आध्यात्मिक अधिकर जाणून चांगदेव तिला गुरू मानतात. शिष्य पुत्रवत म्हणून या गुरू शिष्यभावाला स्त्रीसुलभ अशा वात्सल्यभावाचे भक्कम अधिष्ठान लाभते. मुक्ताई चांगदेवाच्या संदर्भातले आध्यात्मिक अंगाईगीत प्रसिद्ध आहे. 'गुणना निर्गुण शब्दातीत । तेथे तू निश्चित बाळा नीज'

असे म्हणून मुक्ताई अद्वैताच्या अधिष्ठानावर बाळ चांगदेवांना जोजवते.

'मुक्ताई सांगडी वटेश्वर तारू । चांगा पैलपारू उतरिला'

या शब्दांत चांगदेव मुक्ताईचा मुक्त कंठाने गौरव करतात एकदा लोक निंदेमुळे ज्ञानदेवांच्या मनाचा तोल ढळतो. तेव्हा ते स्वत:ला कोंडून घेतात त्या ज्ञानदेवांची समजूत काढणारे मुक्ताईचे 'ताटीचे अभंग' सर्वाधिक लोकप्रिय आणि लोकप्रसिद्ध आहेत. मूलभूत आध्यात्मिक भूमिकेशी जगावर रुसणं किती विसंगत आहे. ते मुक्ताई या अभंगातून ज्ञानदेवांना सांगते.

'विश्व रंगि झाले वन्हि । संते सुखें व्हावे पाणी'

असे म्हणते. संताची नि योग्याची मूलभूत लक्षणे त्यांच्यापुढे ठेवते आणि ज्ञानदेवांची चुकलेली वर्तनरीत त्यांच्यापुढे साक्षात उभी करते, तेव्हा मुक्ताईचीच आध्यात्मिक गुणवत्ता स्पष्ट होते.

मुक्ताईची अभंगरचना मोजकी आहे, परंतु त्यात आध्यात्मिक सामर्थ्य प्रचंड आहे. प्रखर विरक्ती, ज्ञानजन्य भक्ती, योगानुभूती, अद्वैत प्रतीती आणि गूढ पारमार्थिक अनुभव या साऱ्यांना सहज लीलेने शब्दबद्ध करणारी समर्थ कवित्वशक्ती या गुणांनी मुक्ताईची अभंगरचना समृद्ध झाली आहे. हे पाहिले की 'ही सारीच भावंडे अध्यात्माचे उंची लेणे घेऊनच जन्मास आली असावी', हे अ. ना. देशपांडे यांचे विधान सार्थ वाटते. सर्व भावंडांच्या तुलनेत मुक्ताईचे क्रांतिकारक कार्य पाहिले की अन्य स्त्रीसंताच्या तुलनेत मुक्ताईचे वेगळेपण तत्काळ ध्यानात येते. स्त्रीत्वामुळे कोणतीही मर्यादा तिच्या वैचारिकतेला वा चिंतनशीलतेला पडली नाही. परिचितांचा उद्धार करीत राहण्याची तिची संतवृत्ती सदैव जाणवत राहते.

■

संतांचे व संतवाङ्मयाचे भविष्यकालीन जीवनामध्ये स्थान

'जगाच्या कल्याणा संतांच्या विभूती' हे वचन सर्वश्रुत आहे. भारत ही संतांची भूमी आहे. कारण संत स्वत:साठी जगले नाहीत तर ते तुमच्या आमच्या साठी जगले. 'देह कष्टविती उपकारे'. संतांच्या जन्मामुळे त्यांच्या साहित्य कृती व कार्यामुळे ही भूमी पावन झाली आहे. सुमंगल झाली आहे. त्यांच्या साहित्य कलेतून मानवी जीवनास सांस्कृतिक, सामाजिक व आध्यात्मिक अधिष्ठान प्राप्त झाले आहे. पुण्यवानांची पुण्य नगरी आहे. सुपीक, सात्विक, सोज्ज्वळ विचारांची ठेव आहे. संताच्या नीति-तत्त्वांमुळेच मराठी माणसाला वैचारिक बैठक प्राप्त झाली. चांगल्या संस्काराचा वारसा या मातीला संतापासून मिळाला. संतांचे सद्गुण या मातीत रुजले. संताच्या जन्मामुळेच ही भूमी सात्त्विक झाली. ती पुण्यनगरी ठरल्यामुळेच भारताच्या आध्यात्मिक जीवनाची ज्ञान व भक्ती ही दोन्ही अंगे उजळून निघाली.

असे संताचे महत्त्व असताना काही लोक मात्र आक्षेप घेतात की तुकाराम महाराजांनी म्हटले 'ठेविले अनंते तैसेचि राहावे.' यासारखे विचार सामान्यांच्या मनावर बिंबविले गेले आणि माणूस प्रयत्नशील न राहता आहे त्या परिस्थितीत समाधानी राहू लागला. संतानी महाराष्ट्राला नेभळट, निष्क्रिय व पलायनवादी बनविले असा आक्षेप घेतला जातो.

या आक्षेपाचे खंडन करताना पांगारकर म्हणतात ''संतांनी महाराष्ट्र नेभळा बनविला असता तर तुकोबांच्या मेघ गर्जनेने निनादित झालेल्या पुणे प्रांताच्या दऱ्याखोऱ्यातून शिवबांना मावळे

मिळाले का परदेशातून ते पार्सलने बोलावून आणले होते? डोंगरी मुलखातल्या कंटक, इमानी व शूर मावळ्यांच्या एकनिष्ठ साहाय्यामुळेच शिवरायांना स्वराज्य स्थापन करता आले. शिवरायांची बारा मावळे एकमेकांना लगटलेली आहेत आणि तेथील मावळ्यांना धर्म-नीती व्यवहाराचे शिक्षण कीर्तनातून मिळाले होते. पांगारकरांच्या प्रस्तुत विधानावरूनही तुकारामांच्या राष्ट्रीय भूमिकेवर प्रकाश पडतो. अशा प्रकारे महाराष्ट्राच्या स्वातंत्र्यप्राप्तीसाठी व प्रस्थापित परसत्तेच्या प्रतिकारासाठी प्रखर प्रयत्नांची पार्श्वभूमी तुकारामांच्या अभंगांनी निर्माण केली होती. लोकांना परमार्थाचे पाठ देत असतानाच पाईकांमध्ये देशासाठी सर्वस्व समर्पणाची स्फूर्ती निर्माण करण्याचे कार्य ते आपल्या अभंगाद्वारे करीत होते त्यावरून तुकोबांना केवळ विठ्ठलभक्त पाईक अभिप्रेत नव्हता, तर प्रजेचे दुःख निवारणारा पाईकही अभिप्रेत होता. हे डॉ. कोलते यांचे विधान सहजच पटते.

तुकाराम महाराजांचे भजन व कीर्तन राष्ट्रप्रेमाने ओथंबलेले व अत्यंत स्फूर्तिदायी असे. म्हणूनच त्यांच्या भजन कीर्तनास उपस्थित राहणाऱ्या मावळ्यांमध्ये लढण्याची व प्रसंगी प्राणार्पण करण्याची प्रेरणा निर्माण होत असे. राष्ट्रसंरक्षणाच्या दृष्टीने तुकारामांची ही भूमिका अत्यंत महत्त्वाची आहे.

तात्पर्य, तुकारामांचा मार्ग जरी प्रामुख्याने परमार्थाचा होता तरी त्यांनी ऐहिकतेकडे दुर्लक्ष केले नाही.

'न देखवे डोळा हा आकांत । पीडता राष्ट्र देखोनि जग'

अशी त्यांची अंत:करणाची राष्ट्राच्या विपन्नावस्थे विषयीची आत्यंतिक वेदना होती. रामदासांनी तर शक्तीची बलाची उपासनाच अव्याहत टिकविली. 'महाराष्ट्र धर्म वाढवावा' अशी राज्यकर्त्यांना शिकवणही दिली. यावरून संत हे समाजप्रणेते होते हे कळून येते. संतानी प्रपंच व परमार्थ यांची योग्य सांगड घातली आहे याचे परत उदाहरण देता येईल की,

ज्ञानेश्वर माउलींनी पसायदान मध्ये म्हटले आहे की,

'दृष्टादृष्य विजये होवावे जी'
असे वरदान मागितले आहे. तसेच
अलौकि ना व्हावे । मार्गाधारे वर्तावे
असेही बंधन घालून दिलेआहे
तर संत नामदेवांनी
संसारी असता जीवन मुक्त ।
विठ्ठल हे नामी विनटलो

काया क्लेश करणे शरीर दण्डणे
न लगे हिंडणे दाही दिशा (अ. २०८२)

म्हणजे ऐहिकाकडे दुर्लक्ष करून शरीराला दण्ड देऊन ईश्वरभक्ती करण्याचे कारणच नाही. ती संसारात राहूनच करावी असे स्पष्टपणे सुचविले आहे.

यावरून असे लक्षात येते की असे आक्षेप खोटे आणि गैरसमजुतीचे आहे. संताचे कार्य पहिलेपासूनच आतापर्यंतही समाज उत्थानाचे कार्य चालू आहे तेच विचारात घेणे जरुरीचे आहे. डॉ. आंबेडकरांचे मत यासंदर्भात विचारात घेण्यासारखे आहे. त्यांनी म्हटले होते- 'संतांनी राजकीय स्वातंत्र्यापेक्षा सामाजिक समतेला व न्यायाला आपल्या जीवनात महत्त्व दिले.'

अखिल विश्वातील मानव-जातीचे कल्याण, त्यांची सुख-शांती व समृद्धी हाच संताचा ध्यास, त्यानुसार त्यांची शिकवणूक समाजाच्या उत्थापनासाठी व उन्नयनासाठी कारणीभूत ठरते. माणसाला ज्ञान व उर्जा देण्याचे कार्य संत साहित्यातून झाले आहे असे हे संताचे अभिजित, अबाधित व प्रज्वल साहित्य समाजाला दीपस्तंभाप्रमाणे कोठल्याही काळात मार्गदर्शक व प्रेरक ठरते असं आहे.

मध्ययुगीन सामाजिक, सांस्कृतिक व धार्मिक परिस्थितीचा आढावा घेताना तत्कालीन परिस्थितीत संताच्या साहित्याने व त्यांचे जीवन कार्याने सांस्कृतिक व सामाजिक जीवनात आमूलाग्र परिवर्तन घडून आणले आहे. सर्व जातीतील संत एकत्र येऊन सर्व माणसं एकसंघ बांधली गेलीत. त्यांच्यात सर्व समावेशकता, एकात्मता व बंधुभाव यांची जाणीव निर्माण झाली.

गेल्या सातशे वर्षांपासूनचा काळ हा संतांच्या आणि पर्यायाने संत वाङ्मयाचा काळ म्हणून ओळखला जातो. वाङ्मयामध्ये सामाजिक जीवनाचे प्रतिबिंब किती उमटलेले असते, त्यावर संतवाङ्मयाचे आयुष्य व स्वरूप अवलंबून असते. म्हणजेच सामाजिकता हे जिवंत व जातिवंत साहित्याचे प्रमुख लक्षण असते. संतवाङ्मय सातशे वर्षांच्या काळानंतरही आज अत्यंत लोकप्रिय व वाचनीय बनलेले आहे. सामान्यातील सामान्य आणि अशिक्षित लोकांच्या ओठावरसुद्धा ही अभंगवाणी व वाङ्मयसंपदा पिढ्यान्‌पिढ्या नाचते आहे. इतके लोकाभिमुख आणि लोकांत मुरलेले वाङ्मय जगाच्या पाठीवर अन्यत्र कोठे असेल, असे वाटत नाही. म्हणूनच संत वाङ्मयाचा जागतिक वाङ्मयातील जिवंतपणा ऐतिहासिक स्वरूपाचाच आहे.

मध्ययुगात सर्वसामान्य जनता मानसिक गुलामगिरी आणि नैतिक दुरवस्थेमुळे अगतिक बनली होती. बहुजन समाजाला या गुलामगिरीतून आणि दुरावस्थेच्या

बिळातून बाहेर काढण्याचे काम संतानी केले. हे संताचे ऐतिहासिक योगदानच म्हणावे लागेल.

संत वाङ्‍मयाचे कर्तृत्व व प्रभाव :

संताचे अवतारकारण धर्मजागृती व धर्मप्रसार हेच असल्यामुळे संत वाङ्‍मयाचे स्वरूपही त्या उद्दिष्टांना अनुसरून धार्मिकच आहे. मराठी वाङ्‍मयात भर टाकावी, ते वैभवसंपन्न करावे हा संत वाङ्‍मयाचा उद्देश नव्हे, तरीही त्यांनी निर्माण केलेल्या वाङ्‍मयामुळे वाङ्‍मय सेवा सहजपणे घडून आली. भाषा समृद्ध बनली हे खरे आहे, पण तो काही त्यांचा मुख्य उद्देश नव्हता, उलट त्यांचा उद्देश त्यापेक्षाही मौलिक होता. यथार्थ शब्द वापरावयाचा झाल्यास तो महाराष्ट्रापुरता तरी राष्ट्रीय स्वरूपाचा होता.

'राष्ट्रीय' म्हटल्यावर अनेक जण बिचकतील 'हरि हरि' म्हणणारे व जनतेला 'हरि हरि' म्हणावयास लावणारे संत राष्ट्रीय कार्य कोणते करणार व कसे करणार? हा प्रश्न सहजच उत्पन्न होतो त्याचे उत्तर असे की, राष्ट्रीय कार्यात सर्वच बाबींचा समावेश होतो. केवळ समाजकारण अथवा राजकारण म्हणजे राष्ट्रीय कार्य नव्हे, तर ते त्याहून अधिक सूक्ष्म, व्यापक व उदात्त असते कोणत्याही कार्यात पराक्रम गाजवावयाचा असेल तर हा पराक्रम केवळ बाह्य साधनांनी घडून येत नाही. सैनिक लढतो तो शस्त्रांनी लढतो हे खरे, पण शस्त्र पेलणारे समर्थ मनगट त्याला तयार करावे लागते व त्याच्याही पूर्वी त्याच्या मनात पराक्रमाची प्रेरणा निर्माण करावी लागते, म्हणून कोणत्याही उदात्त व श्रेष्ठ कार्याचा आधार मानसिक प्रेरणा हेच असते. ही मानसिक प्रेरणा कोणत्या तरी तात्त्विक अधिष्ठानामुळे निर्माण होते व ही तात्त्विक निष्ठा पराक्रम घडवून आणते. भारतीयांचे तात्त्विक अधिष्ठान त्याच्या धर्मात आहे, हे धार्मिक अधिष्ठान बळकट करण्याचे कार्य ज्ञानेश्वरादी संताच्या वाङ्‍मयाने केले त्यांनी महाराष्ट्राचे मन जागृत केले, मराठी जनतेची अस्मिता जागविली. हेच संत वाङ्‍मयाचे खरे मौलिक कार्य होय.

हे अधिष्ठान जागृत करण्यासाठी त्यांना कीर्तन संस्थेचा आधार घ्यावा लागला. प्रचार व पाठांतराचे सुलभ साधन, जनतेच्या हृदयापर्यंत पोहचणारे एक सोपे माध्यम म्हणून अभंगरूप वाङ्‍मय रचावे लागले हे वाङ्‍मय महाराष्ट्राच्या खेड्यापाड्यात पोहचवावे लागले. म्हणजेच वाङ्‍मय निर्मिती हे एक साधन होते. धार्मिक अस्मिता जागृत करणारे माध्यम होते. अभंगरूप, वाङ्‍मयरूप माध्यम त्यांनी मोठ्या कौशल्याने व यशस्वीरीतीने राबविले व त्यामुळे अगदी सहजपणे

वाङ्मय सेवा घडून आली.

संतांच्या वाङ्मयाचे स्वरूप धार्मिक आहे. सांस्कृतिक आहे व ते तसे आहे म्हणूनच आज शेकडो वर्ष होऊनही ते आपला प्रभाव टिकवून आहे. नाहीतर तेही वाचनालयाची शोभा राहिले असते.

संताचे वाङ्मय तत्कालीन परिस्थितीत चेतनादायक ठरले. कारण त्यात चैतन्य होतेच तसेच ते आजही चेतना देत आहे.

महाराष्ट्रावर यादवी सत्ता येणार ह्याची जाणीव संत ज्ञानेश्वरांना नव्हती, असे समजणे चुकीचे होईल. 'पुढे हे जन । यवन संयमे कठीण' ही भावी घटना नामदेवाप्रमाणेच निवृत्ती-ज्ञानदेवादी संताना माहीत होतीच. यावनी आक्रमणामुळे महाराष्ट्राची दुरवस्था होणार. महाराष्ट्र आपला धार्मिक वारसा विसरणार ह्याची जाणीव असल्यामुळेच त्यातून मार्ग काढण्यासाठी, धर्म व संस्कृती टिकवून ठेवण्यासाठी गहिनीनाथांनी निवृत्तींना आज्ञा केली आणि निवृत्तींनी ते कार्य ज्ञानेश्वरांकडून करविले.

यादवी आक्रमणांचे संकट, तत्कालीन जनतेची विजयी व क्रियाशून्य वृत्ती, शास्त्र व परंपरा ह्यावरून ढळलेला विश्वास, केवळ काम व कांचनामागे धावण्याची प्रवृत्ती, अस्मितेचा विचार, सर्वत्र ढोंग व दांभिकता, स्वत्वशून्य मते अशी ही परिस्थिती होती व हा मानसिक अध:पतनाचा ओघ थांबविण्यासाठी त्यांनी धर्मनिष्ठा जागृत करण्याचे कार्य सुरू केले. काळाचा विपरीत ओघ एकदम थांबविणे शक्य नसते. कितीही कर्तृत्व असले तरी भीष्मांना कौरवांचा किंवा भगवान कृष्णाला यादवांचा अध:पात व उन्मतपणा रोखता आला नाही. तसेच ज्ञानेश्वरांदिकांनाही यादवकालीन अध:पात किंवा परकीय आक्रमकांचे संकट एकदम रोखणे शक्य नव्हते, म्हणून संतांनी मूलभूत पण दीर्घकालीन कार्याला हात घातला. त्यांनी जनतेची धर्मनिष्ठा प्रज्वलित करून जनतेचे मनोबल, निष्ठा, सामर्थ्य वाढविण्याचे कार्य हाती घेतले. असले कार्य दीर्घकालीन कार्याला हात घातला. त्यांनी जनतेची धर्मनिष्ठा प्रज्वलित करून जनतेचे मनोबल, निष्ठा, सामर्थ्य वाढविण्याचे कार्य हाती घेतले. असले कार्य दीर्घकालावधीचे असते म्हणून महाराष्ट्राला इस्लामी संकटातून मुक्त करण्याच्या प्रत्यक्ष फलप्राप्तीसाठी चारशे वर्षे वाट पाहवी लागली. त्यासाठी छत्रपती शिवाजी व संत रामदास जन्माला आले व महाराष्ट्रातून इस्लामी राजवट संपुष्टात आली.

संत एकनाथापासून ते संत तुकारामाच्या काळापर्यंत महाराष्ट्रात एकच नव्हे तर इस्लामी शहांचा अंमल होता. इस्लामी सत्ता किती क्रूर व धर्मपिसाट

असते ह्याच्या साक्षी इतिहासाच्या पानोपानी आहेतच. त्या काळातील ब्राह्मण वर्ग व क्षत्रिय वर्ग हा इस्लामी सत्तेचा दास बनलेला होता. ब्राह्मण वर्ग तर 'टिळे लपविती तातडी । लेती विजारा कातडी । असे तुकाराम महाराजांनी म्हटल्याप्रमाणे अध:पतित व स्वत्वशून्य होता. अशा खडतर परिस्थितीत संतांनी निर्भीडपणे समोर येऊन धर्मनिष्ठेची म्हणजे महाराष्ट्राच्या अस्मितेची ज्योति कायम ठेवली हेच त्यांचे मौलिक व राष्ट्रीय कार्य होय. कदाचित हा संत वर्ग त्यावेळी निर्माण झाला नसता तर महाराष्ट्राचा इराण-अफगणिस्थान बनला असता हे विसरता येत नाही.

संतांची भूमिका लोकशिक्षणाची, धर्मशिक्षणाची होती, कवीची नव्हती. त्यांच्या ह्रदयात जनतेविषयी, धर्माविषयी अपार तळमळ होती, वरच्या वर्गाची दांभिकता व स्वार्थ पूजकता आणि सामान्य जनतेची उदासीनता व हतबलता पाहून त्यांचे ह्रदय तीळ-तीळ तुटत होते ही अपार व उत्कट तळमळ त्यांच्या काव्यातून उमटली. म्हणून त्यांच्या अभंगवाणीत वाङ्मयीन गुण निर्माण झाले.

रामदासांच्या पूर्वकालीन संतांनी जर हे धर्मनिष्ठा जागृत ठेवण्याचे कार्य केले नसते, तर शिवाजी-रामदासांनी जे पुढले आक्रमण व बंडखोरपणाचे पाऊल उचलले ते उचलता आले नसते. रामदास पूर्वकालीन संतानी लोकमत तयार करण्याचे कार्य केले. स्वराज्यासाठी भूमीची मशागत केली. म्हणूनच रामदासांना राजकारण शब्द उघडपणे उच्चारता आला व 'देवद्रोही तितुके कुत्रे । मारोनि घालावे परते' असे चिथावणी देणारे उद्‍गार काढता आले. थोडक्यात, स्वराज्याची पूर्व तयारी रामदास पूर्व संतांनी केली व रामदासांनी शेवटचा प्रहार हाणला आणि हेच संताचे बहुमोल कार्य होय. संतवाणीचा प्रभाव होय. आजही हा प्रभाव बहुसंख्याक जनतेवर आहे म्हणून भावी काळातही स्वराज्याचे 'सुराज्य' होण्याची आशा आहे. निष्कर्ष हा की संतांच्या वाङ्मयाचे स्वरूप धार्मिक होते. धर्मनिष्ठा जागृत करून महाराष्ट्राची अस्मिता कायम ठेवणे हा त्यांचा उद्देश होता. निष्ठेतूनच पौरुषाचा पराक्रमाचा जन्म होतो ह्यांची त्यांना जाण होती. त्यांनी निर्माण केलेले वाङ्मय हे मनोबल वाढविण्याचे एक माध्यम होते. मात्र धर्मजागृती बरोबरच त्यांच्या वाङ्मयाने वाङ्मय सेवाही घडून आली. मराठी वाङ्मय सम बनले.

मानवजातीला उपकारक व कल्याणकारक :

सर्वच संत स्वत:चे राहणीमान अत्यंत साधे ठेवून जनसामान्यांना अत्यंत उच्च विचारसरणी देण्यासाठी संतपरंपरा आयुष्यभर झटत राहिली आहे. कार्याला उभे राहताना लोकोपवादांना तसेच लोकनिंदेला अत्यंत समर्थपणे सामोरे जाऊन अखिल मानवजातीचे कल्याण झालेच पाहिजे, या संकल्पाने प्रेरित होऊन प्रत्येक

संताने आपले आयुष्य समाजात प्रबोधनासाठी झिजवलेले आहे. आपण पाहतो की सर्वसामान्यांचे आयुष्य कष्टाचे, दु:खाचे, दारिद्र्याचे, समस्यांचे, वेदनांचे व धडपडीचे असते. त्यात प्रत्येकासाठीच सुखाचा शोध हा मृगजळासारखा ठरतो. त्यांच्या जीवन जगण्याच्या अपेक्षा फार मोठ्या नसतात. तसेच त्यांची स्वप्नेसुद्धा भव्यदिव्य नसतात. मात्र त्यांच्या परिपूर्तीचे प्रयत्न हे दु:खदायक व अयशस्वी होताना दिसतात ही वास्तविकता आहे. सुख, समाधान व शांतीला पारखी झालेली माणसे अत्यंत निराशामय व उदास जीवन जगत असतात. त्यांनी अर्जित केलेले ज्ञान, कौशल्य, किंवा प्राप्त केलेली धनसंपदा त्यांच्या दु:ख, दारिद्र्य, संसारिक उद्वेग, अंधश्रद्धेवर मात करू शकत नाही, हे सत्य आहे. मात्र यावर मात करण्याचे सामर्थ्य देण्यासाठी वेळोवेळी संतपरंपराच या धरतीवर कार्याला आलेली आहे.

मनुष्य जन्माच्या शेवटी मिळालेल्या देहाचे सार्थक व्हावे, त्याला शाश्वत सुख, समाधान प्राप्त व्हावे यासाठी देशकाल मानानुसार संतपरंपरेने वेळोवेळी जन्म घेतला आहे. सर्वच संतांनी मानवता धर्माचे पुनरुत्थान करणारी शिकवण दिली आहे. त्यांनी आपल्या प्रासादिक वाणीतून जे वाङ्मय निर्माण केले ते केवळ अद्‌भुतच नव्हे तर मानवजातीला उपकारक असे वरदान आहे. प्रत्येक संताने एकच महत्त्वाची बाब सर्वांच्या लक्षात आणून दिलेली आहे ती म्हणजे आपला देह ज्या चैतन्य शक्तीवर चालतो, त्या शक्तीचा आपल्याला पडलेला विसर हेच आपल्या सर्व समस्यांचे मूळ आहे. सर्व संत वाङ्मयाचा हाच स्थायीभाव व गर्भित अर्थ अहे. सर्व संतांनी प्रत्येक माणसाचे मोठेपण त्याच्या मानवधर्माच्या पालनावर अवलंबून असल्याचे आवर्जून सांगितलेले आहे. या सर्वांनी नाना प्रकारच्या मतमतांतरामध्ये भांबावलेल्या व स्वहिताचे भान हरपलेल्या प्रत्येक मनुष्याला व्यक्तिगत चारित्र्यसंपन्नेचा मार्ग दाखविला आहे. या मार्गावर मानवी धर्माची नीतीमूल्ये सांभाळून चालल्याने मनुष्यामधील आत्मविश्वास वाढतो तसेच निरामय व आनंदी आयुष्य जगण्याचे समाधान त्याला प्राप्त होते.

सर्व संतांनी त्यांच्या-त्यांच्या कालावधीमध्ये केलेले जनप्रबोधनाचे कार्य अतिशय उत्कट आहे. आजपर्यंत सर्व संतांनी एकच सांगितले आहे की, नीतिमूल्यावर आधारित जगलेले जीवनच आपल्याला अंतिम कल्याणापर्यंत नेते. आपापल्या वाङ्मयातून साहित्यातून, अभंगांतून सर्वांनी अज्ञान, अंधश्रद्धेच्या शृंखलामधून प्रत्येकाला मुक्त केल्याचे प्रत्ययास येते. सर्वधर्मसमभावाची बीजे, प्रत्येकामध्ये पेरून त्यांना अंकुरित करून त्याचे संवर्धन केले. परस्परांमध्ये प्रेम, बंधुभाव, संयम व ऐक्यभाव स्वत:च्या गुण दोषांचे परीक्षण करायला शिकविले.

प्रत्येकात नैतिकता, मंगल आचरण, शुद्ध, पवित्र जीवनाचे महत्त्व, आवश्यकता बिंबवली साचेबंदपणा, कर्मठपणा, ताठरपणा यावर मात करण्याचे सामर्थ्य दिले. एकंदरीत मनुष्य देहाला आपल्याच प्राप्त परिस्थितीत सन्मानपूर्वक प्रतिष्ठेचे जीवन जगण्याचे सूत्र शिकवले.

परिणामस्वरूप त्यांच्या वाङ्मयाच्या शिकवणीतून सर्वच सर्वार्थाने व्यापक दृष्टीचे झाले. तसेच वास्तववादी जीवन जगताना सुख व समाधानाचे अंकित झाले. संतानी समाज प्रबोधनातून मानवता धर्माचा आविष्कार घडवून आणला व सतत जनतेच्या कल्याणाचाच मार्ग सांगितला.

परमेश्वराशी जवळीक साधण्याचा मार्ग :

माणसाचे कर्म हे बंधन असल्याने कर्मातच रंगून जावे मात्र फळाची आशा न करता ईश्वराला अर्पण करावे. 'कर्मण्येवाधिकारस्ते मा फलेषु कदाचन' याप्रमाणे संतांनी निष्काम कर्माचा पुरस्कार करून संसार कसा करावा हे सांगितले.

चोखोबा म्हणतात संसारात राहून नसल्यासारखे राहणे म्हणजे निष्काम कर्मयोग होय. आपल्या देहाने स्वार्थ व परमार्थ दोन्ही होतात याची अनुभूती स्वत:च घ्यावी.

सोने व सोन्यापासून तयार होणारे अलंकार, सूत व सुती कपडे, पाणी व पाण्याची लाट, दगड आणि दगडी मूर्ती हे दृष्टीस भावणारे वेगळे असले तरी त्यातील भाव एक आहे तसेच जीव व ईश्वर हे एकच आहे. फुलाच्या अंगी सुवास असतो. वाळल्यावर तो नष्ट होतो मातीचे विविध प्रकारचे रांजण, मायन व घागर भांडी ही जरी असली तरी माती विरली तर भांडी नष्ट होतात. मानव संसाराचं जीवनच त्यांना मृगजळ वाटते.

२१ व्या शतकात अनेक समस्या आहे त्याचे निराकरण यांच्या मार्गदर्शनातून होते ते ज्ञान आहे. परंतु त्यापासून पराङ्‌मुख होताना दिसते संत मागेच होऊन गेले परंतु त्या विचाराची गरज आजही आहे कारण त्यात समस्या निराकरण आहे. माणूस माणसापासून दूर जाताना याची गरज आहे. आज जग हे खेडे झाले आहे. परंतु घर घरापासून दूर गेले आहे.

संतानी सर्व मानवजातीला भक्तीमार्गातून आत्मविकासाची वाट खुली करून दिली भक्तीच्या आधारे नैतिक सामर्थ्य वाढविता येते आणि आध्यात्मिक उन्नतीबरोबरच प्रापंचित दु:खावरही मात करता येते. असा विश्वास संत चळवळीतून बहुजन समाजाला मिळाला. महत्त्वाची गोष्ट म्हणजे या चळवळीमध्ये ब्राह्मण, कुणबी, माळी, सुतार, सोनार, कुंभार, महार, चांभार, शिंपी, न्हावी वगैरे वेगवेगळ्या

जातीपंथातले लोक एकोप्याने वावरत होते. संत चळवळीने घालून दिलेले हे एकात्मतेचे उदाहरण आपल्या सामाजिक जीवनात महत्त्वाचे ठरते. हे आजच्या भयावह सामाजिक परिस्थितीबद्दल लक्षात येते.

संतानी समाजाच्या सांस्कृतिक आणि आध्यात्मिक विचारांना नवा आशय प्राप्त करून देऊन संपूर्ण समाज चिंतनाची आणि आत्मपरीक्षणाची शिकवण दिली. आध्यात्मिक पातळीवर पोहचण्यासाठी संतांनी नामस्मरण हा भक्तीचा मार्ग सांगितला कारण हा मार्ग सर्वच जाती, वर्ण व धर्मासाठी सहज साध्य होत नाही तर अध्यात्म कळायला व ज्ञानी मार्ग सहज शक्य नव्हते. कारण वेद संस्कृतमध्ये असल्यामुळे सर्वांना येत नव्हते तर पुराणे आणि त्यातल्या हजारो कथा समजून घेणे सामान्य माणसाला अवघड होते. वेदातील वचन कळत नाही. पुराणाचे वर्म व अर्थ आकलनाबाहेरचे आहेत मग आपण उद्धार तरी कसा करून घ्यायचा? अशी चिंता सर्वसामान्य माणसांना भेडसावत होती. या अस्वस्थतेचे नेमके चिंतन करताना चोखोबा म्हणतात,

आम्हा न कळे ज्ञान न कळे पुराण
वेदांचे वचन न कळे आम्हां
आगमाची आठी निरामाचा भेद
शास्त्रांचा संवाद न कळे आम्हा
योग, याग, तप, अष्टांग साधन
न कळेची दान व्रत, तप
चोखा म्हणे माझा भोळा भाव देवा
गाईन केशवा नाम तुझे

संतांनी सांगितलेले नामस्मरणाचे मुक्ती मिळवून देणारे साधन सर्वांना भावले, आपलेसे वाटले. कारण मुक्तीसाठी त्यांना घरादाराचा त्याग करावा लागत नव्हता, धन खर्च करण्याची गरज नव्हती, की धार्मिक चर्चेच्या गर्तेत अडकण्याची भीती नव्हती. उलट भक्ती केल्याने परमेश्वराची जवळीक साधता येते; ते केवळ संतामुळेच हे सर्वसामान्य जनतेला कळले आणि साध्या, सोप्या पद्धतीने भक्तीचा मार्ग जनतेनी अवलंबिला आणि आजतागायत सुरू आहे व भविष्यातही राहणार आहे.

संतवाणीतील पंथराज या पुस्तकाच्या प्रस्तावनेत शं. गो. तुळपुळे म्हणतात की, साध्याभोळ्या मराठी मनाला संतवाणीने वेडे केले आहे विठ्ठल मंदिराच्या प्रशस्त पटांगणात जमलेले वारकरी 'रूप पाहता लोचनी' हा अभंग गुणगुणताच

श्रोत्यांच्या अंगावर सात्विकतेचा काटा उभा राहून ते सुखसमाधीत डोलू लागतात ही संत साहित्याच्या जिवंतपणाची चालती बोलती साक्ष आहे.

अतिप्राचीन काळापासून भारतभर विविध उपासना पंथ आणि त्यांच्या विविध परंपरा चालत आल्या आहेत. प्रत्येक परंपरेचे संस्कृत, प्राकृत ग्रंथ आणि ते पंथ ज्या प्रमाणात वाढले त्या प्रादेशिक भाषांतील वाङ्मयही समृद्ध आहे. या पंथातील उपासकांची उपास्य देवते, तत्त्वज्ञान, आचारपरंपरा भिन्न असल्या तरीही त्यांचे भारतीयत्व एकसंघ आहे.

धर्मरक्षणाचे कार्य :

एक गोष्ट सूर्यप्रकाशासारखी स्पष्ट आहे की, ज्ञानेश्वरांपासून तो आज साईबाबा, गजानन महाराज, गुलाबराव महाराज इत्यादी सर्वांचे तत्त्वज्ञान एकच एक आहे व त्याचे मूळ वेद, उपनिषद, गीता, भागवत इत्यादी हजारो वर्षांपूर्वीच्या तत्त्वज्ञान प्रधान धार्मिक ग्रंथात आहे. त्यात कोणताही भेद नाही. सर्वांची शिकवण व उपदेशही समानच आहे. तसेच कोणत्याही संतांनी आम्ही काही नवीन तत्त्वज्ञान सांगत आहोत, कोणता तरी नवीन संदेश देत आहोत, आमच्या शिकवणीत काही वेगळे व मौलिक आहे, इतरांनी सांगितले नाही ते सांगत आहोत असा डौल आणला नाही.

ज्याप्रमाणे आजचा एखादा राजकीय किंवा सामाजिक पुढारी काहीतरी नवीन व मौलिक सांगत असल्याचा आव आणतो, आपला अहंकार प्रदर्शित करतो किंवा रूढ व पारंपरिक तत्त्वज्ञानात सुधारणा करण्याच्या गर्जना करतो तसा प्रकार कोणत्याही संताने केला नाही. उलट वेद, उपनिषदे, गीता, भागवतादी ग्रंथात जे सांगितले आहे हेच आम्ही सांगत आहो, ते प्राचीन तत्त्वज्ञान सांगण्यासाठीच आम्ही पृथ्वीवर आलो आहो असे मात्र मोठ्या अभिमानाने सांगतात.

जसे तुकाराम महाराजांनी म्हटले होते
धर्मरक्षावयासाठी, करणे आटी आम्हासी
धर्माचे पालण, करणे पाखंड खंडण
आम्ही वैकुंठवासी, आलो याच कारणासी
बोलिले जे ऋषी, साच भावे वर्ताया
झाडू संतांचे मारग, आडरानी भरले जग
उच्छिष्टाचा भाग, शेष उरलें ते सेवू

तर संत नामदेव म्हणतात

आम्हा सापडले वर्म । करू भागवत धर्म

नाचू कीर्तनाचे रंगी । ज्ञानदीप लावू जगी

या उपरोक्त संतोक्तीचा आशय हाच की, आम्ही परंपरागत धर्म, परंपरागत ज्ञान सांगण्यासाठी आलो आहोत. आमचे पंढरपूरचे दैवत विठोबा त्यांची भक्ती आम्हाला उजळावयाची आहे.

तर संत एकनाथांनी पुढील अभंगातून हाच भाव प्रकट केला आहे.

धर्माची वाट मोडे । अधर्माचीशीग चढे ।
तै आम्हां येणे घडे । संसारस्थिती
आम्हा कां संसारा येणे । हरिभक्ती नामस्मरणे
जडजीव उद्धरणे । नामस्मरणे करूनी
सर्व कर्म ब्रह्मस्थिती । प्रतिपादाच्या वेदोक्ती
हेचि एक निश्चिती । करणे आम्हा
नाना मते पाषांड । कर्मठता अति बंड ।
तयाचे ठेचणे तोंड । हरिभजने

इतक्या स्पष्ट शब्दांत नाथांनी आपल्या ध्येयाचा, जीवन कार्याचा उल्लेख केला आहे. जनतेतील पदोपदी होत जाणारी अवनती, इस्लामच्या जुलमामुळे होणारी धर्मांतरे तथा धर्मावरील श्रद्धाविहीनता, ज्यात भारताची सारी अस्मिता अथवा राष्ट्रीयता साठवलेली आहे अशा धर्माचे शिक्षण देणे, धार्मिक मूल्यावरील ढासळू पाहणारी श्रद्धा पुनरुज्जीवित करणे हे नाथांचे कार्य होते. त्यांकाळी महाराष्ट्रात मुसलमानांचा पाशवी अंमल असल्यामुळे नाथांना कोणतीही आक्रमक भूमिका घेणे शक्य नव्हते तर ते कार्य संरक्षणात्मक बंडखोरपणाचे नव्हते. त्यांना पारंपरिक सनातनी, रूढ धार्मिक मूल्यांचेच संरक्षण करावयाचे होते, म्हणून त्यांचे कार्य सुधारकाचेही नव्हते.

संत वाङ्मयाने दलित, दीन, दुबळ्या जनतेच्या आक्रोशाला वाङ्मयात प्राधान्य दिले. सर्वात जास्त कष्ट करणाऱ्या, दलित वर्गाच्या होणाऱ्या शोषणाविरुद्ध संतांनीच आवाज उठविल्याचे दिसून येते. ते लोकपरिवर्तन घडवून आणण्यासाठीच. संतांनी लोकप्रबोधनाचे कार्य केले म्हणूनच संतकार्याची लोकाभिमुखता महत्त्वाची ठरते. डॉ. रा. चिं. ढेरे म्हणतात की, माझे कोणीच ऐकत नाही असे म्हणण्याची वेळ लोक नेत्यांवर येऊ नये त्यासाठी त्यांनी संत साहित्याचे पुन: पुन्हा वाचन करावे ज्यांना संत आणि संतविचार मान्य नाही त्यांना सुद्धा संतवाणीच अनुकरणीय ठरेल. किंबहुना ज्यांनालोक मनावरील सात शतकांचा संतप्रभाव संपविण्याची उर्मी आहे, त्यांनाही लोकांपर्यंत पोहचण्यासाठी संतांच्याच वाटा चोखाळाव्या

लागतील.

संतकालीन राजकीय, सामाजिक, सांस्कृतिक आणि आर्थिक अशा जीवनाच्या सर्वच क्षेत्रामध्ये धर्माचा बडेजाव होता. धर्म आणि संस्कृती हातात हात घालून चालतात असा गैरसमज समाजात पसरला होता. त्यामुळेच समाजाला नवीन विचार देण्यासाठी संतांनी धर्मजागृती व धर्मसुधारणेचे कार्य हाती घेतले. त्यांनी धर्माने निर्माण केलेले शूद्रदेवता भक्ती, अंधश्रद्धा आणि बुवाबाजी अशा अनेक प्रवृत्ती नष्ट करून धर्मभावना निकोप करण्याचा प्रयत्न केला. त्यासाठी तत्त्वचिंतन, भावबुद्धी, नैतिकता व सदाचाराची शिकवण दिली. जातिश्रेष्ठत्व आणि वर्णाभिमान झुगारण्याचा आग्रह धरला. कै. प्रा. गं. बा. सरदार यांनी म्हटल्याप्रमाणे "संतांचे धोरण हे प्राय: समन्वयशीलतेचे होते. त्यांनी आपल्या तत्त्व निरूपणात अध्यात्मनिष्ठा व मानवतावाद, निर्गुणोपासना व सगुण भक्ती, कर्मसिद्धांत व करुणा, अभेदभक्ती व भेदमुक्त वर्ण-धर्म गुरुबोध व आत्मप्रचिती इत्यादी गोष्टींचा समन्वय साधला. संतांची दृष्टी मुख्यत: विधायक होती."

संत साहित्य मराठी साहित्याचा व संस्कृतीचा अविभाज्य भाग :

थोर महात्मे होऊनि गेले चरित्र त्यांचे पहा जरा
आपण त्यांच्या समान व्हावे हाच सापडे बोध खरा ।।

निश्चित असे व्हावयास पाहिजे परंतु इतकी शतके होऊन गेली खरंच आपण या उक्तीचा किती महनीय अर्थ ध्यानात घेतला, किती आचरणात आणला याचे उत्तर येते की, यतकिंचितही नाही. जर का आपण थोर महात्मे, थोर संत यांनी सांगितलेल्या विचाराचा, आचाराचा, उपदेशाचा त्यांच्या प्रमाणे समान होण्यासाठी जरी नसला तरी काही बोध घेऊन जीवन अनुक्रमण केले असते तर निश्चितच मागील प्रकरणात स्पष्ट केल्याप्रमाणे भयावह, विदारक स्थिती निर्माण झाली नसती. परंतु असो सकाळी भ्रमिष्ट होऊन घराबाहेर पडलेली व्यक्ती जर का संध्याकाळी परतत असेल तर त्याला माफी ही असतेच त्याप्रमाणे आज आपली स्थिती आहे आपल्या संतविचार-आचाराचा मागोवा घेऊन त्याप्रमाणे आपल्या आचार विचारात परिवर्तन करणे गरजेचे आहे. निश्चितच या संतसाहित्यात संत विचारात तथ्य आहे तत्त्व, सत्त्व आहे, प्रमाण आहे आणि परिस्थिती निराकरणाचे साफल्य आहे.

तेव्हा आपण हे लक्षात घ्यावे की, संत महात्म्याचे मूल्यमापन करताना, त्यांच्या विचारांचा, उपदेशाचा बोध घेताना त्या संताचे व्यक्तीविशेष व तत्कालीन परिस्थिती विचारात घ्यावी लागते. म्हणजे संताचे श्रेष्ठत्व हे कर्तृत्व, व्यक्तित्व आणि तत्कालीन परिस्थिती या त्रयीच्या संघातातून अथवा संयोगातून उदयास येते.

कधी-कधी या द्वयीतील संघर्षही कर्तृत्वाला जन्म देतो परंतु तो नेहमीच कारणीभूत असतो असे नाही परंतु तो आचरणीयच असतो हे मात्र खरे!

संतानी आपल्या परतत्त्वस्पर्शी प्रतिमेने साहित्याची थोर परंपरा निर्माण करून भारतातील लोक जीवनात सांस्कृतिक अधिष्ठान प्राप्त करून दिले. एवढेच नव्हे तर आजही संत साहित्य दु:खितांना, दलितांना तसेच पतितांना संजीवक ठरत आहे असे दिसून येते.

संतांनी मुख्यत: सामान्य जनतेपर्यंत अध्यात्म विद्येचा प्रसार करण्याचा प्रयत्न केला. लोकांना स्वरूपाचे ज्ञान व्हावे. नैतिक मूल्य आत्मसात करून लोकांनी सामाजिक व्यवहार केला तर समाजात शांतता, ऐक्य, परस्परांबद्दल प्रेम व उच्च नैतिक स्थिती आढळून येईल, असा त्यांचा आशावाद होता. संत भूमिका आध्यात्मिक असली तरी त्याचे कार्य सामाजिक आणि धार्मिक स्वरूपाचे आहे. महाराष्ट्राच्या धर्मविषयक कल्पनांत बदल घडवून आणण्याचे महत्त्वाचे कार्य संतांच्या ग्रंथरचनेनेच आतापर्यंत केलेले आहे आणि करीत राहणार आहे भविष्यात.

शापामुळे हनुमंताला स्वत:च्या शक्तीची जाणीव नव्हती. परंतु त्यांच्या अंगी असलेल्या सामर्थ्याची जाणीव करून देताच समुद्रोल्लंघन, पर्वतधारण आणि सूर्यापर्यंत उड्डाण इत्यादी दिव्य व अचाट कार्ये तो करू शकला. अशाच लोकशक्ती रूपी हनुमंताला त्याच्या सुप्त सामर्थ्याची जाणीव करून देण्याचे महान कार्य संतांनी केले. या हनुमंतालाच लोकमानसात अन्यायाच्या प्रतिकारार्थ जागृत ठेवण्याचे कार्य संत रामदासांच्या हनुमान स्तोत्राद्वारे केले. संताच्या प्रेरणेनी लोकशक्ती आपल्या सामर्थ्याने समाज जीवनात फार मोठे परिवर्तन घडवून आणू शकते याचे प्रत्यंतर आपल्याला शिवाजीच्या कार्यातूनही दिसून येते. म्हणजेच याचा अर्थ संत साहित्य हे तत्कालीन युगाचेच स्पंदन होते असे नाही आजचेही स्पंदन त्यात दिसून येते. प्रत्येक काळात त्याने मानवाला जीवनदान दिले आहे. समतेचा उच्चार केला आहे. काळाच्या पोटात घुसून ते ज्वालामुखी सारखे उद्रेक करते, आकाशपाताळाला भेदणाऱ्या नादाने आपले चिरंतन अस्तित्व शिलालेखासारखे युगाच्या काळात कायम करून ठेवलेले दिसून येते. यावरून संपूर्ण सृष्टीला मानव्याच्या सूत्रात गोवण्याचे कार्य संतसाहित्यानी केले, आजही करीत आहे व भविष्यातही करीत राहणार आहे.

संतसाहित्य म्हणजे महाराष्ट्र शारदेच्या मुकुटातील सर्वात श्रेष्ठ तेजस्वी हिरा आहे. मराठी जनतेने शतकानुशतके ते साहित्य ओठावर घोळवले, अंत:करणात श्रद्धापूर्वक जतन केले. कारण त्यात मायेचा ओलावा आहे, परमेश्वर प्राप्तीची

उत्कटता आहे. लोकोद्धाराची तळमळ,अंत:करणातून स्वाभाविक आवेशाने बाहेर पडलेल्या भावनांचे उमाळे आहेत. ऋषींचा द्रष्टेपणा आहे. सर्व विश्वाला कृपामृताने भिजविणारा प्रेमळपणा आहे. त्याचप्रमाणे शब्दशस्त्रांनी नाठाळांना वठणीवर आणणारी प्रखरता आहे. म्हणून संत साहित्य हे मराठी साहित्याचा आणि संस्कृतीचा एक अविभाज्य भाग आहे. श्रीमंत वारसा आणि भारताचे एक महत्त्वाचे सांस्कृतिक संचित आहे.

आजच्या विदारक परिस्थितीवर उपाय व भविष्यासाठी आवश्यक :

आज समाजात सर्वत्र औदासिन्य पसरलेले दिसते. व्यवहार स्वार्थ, स्पर्धा, हेवेदावे, खोटेपणा, काळाबाजार, भ्रष्टाचार यांचा सारखा हैदोस सुरू आहे. राजकारण, राष्ट्रनिष्ठा, समाजसेवा यांच्या गोंडस नावाखाली कुटील नीतीचा व अप्रामाणिकपणाचा धुडगूस अव्याहत चालू आहे. न्याय, नीती, सत्य, सदाचार, सेवा इत्यादी जीवनमूल्ये समाज जीवनातून संपुष्टात येत आहेत. समाज त्यागापेक्षा भोगात रममाण होत आहे. गरिबांपुढे पोटाची खळगी भरण्याचा प्रश्न 'आ'वासून उभा आहे आणि दुसरीकडे विलासी प्रवृत्ती वारेमाप पैसा उधळीत आहे. राष्ट्राचा आधारस्तंभ समजण्यात येणारी युवापिढी दिवसेंदिवस श्रद्धाहीन, निष्ठाहीन, ध्येयहीन व स्वच्छंदी बनत चालली आहे. समाजातील धुरीणांचा आदर्श दृष्टीपुढे ठेवून त्यांचा मार्ग अनुसरावा असे आदर्श समाजधुरीण दिवसेंदिवस दृष्टीआडहोत आहेत सांप्रत स्थितीतील सत्तेचे व संपत्तीचे खेळ पाहून संतांनी विणलेले सात्विक भावनांचे व सुसंस्काराचे धागे कुजत चाललेले आहेत. सामान्य माणूस हा परिस्थितीचा पक्का दास बनला आहे. या परिस्थितीने माणसापुढे दासीप्रमाणे राबावयास लावण्याची प्रेरणा देणाऱ्या संताच्या विचाराची प्रबोधनाची आज नितान्त आवश्यकता आहे. नव्हे अशा लोकोत्तर संताचे अवतार किंवा आगमन ही सांप्रत काळाची गरज आहे. अशा संताचे माध्यम म्हणजे 'लोकशक्ती'. आपल्या उत्साहवर्धक, उत्तेजनपर, उत्कर्षकारक अशा दिव्यप्रेरणेने लोकशक्तीला उद्दीपीत करून त्यांच्या उदात्त आकांक्षांना आवाहन व आव्हान देणारे उद्‌बोधन त्या सर्व संतांचे आहे.

आज अशाप्रकारचे कर्तृत्व, नेतृत्व व मार्गदर्शनाच्या अभावी आज लोकजीवन रसातळाला जात आहे. हीच सामाजिक जीवनाची खरी शोकांतिका आहे. हे सर्व पाहिल्यानंतर असे वाटते की या राष्ट्राला शाप आहे की काय? असे वाटल्यावाचून राहत नाही अन्यायाला, अत्याचाराला, अनाचाराला प्रतिकार करण्याचे सामाजिक सामर्थ्य नैतिक अधिष्ठानावर उभे व प्रभावशाली झाल्याशिवाय ऐहिक व पारमार्थिक जनतेचा उद्धार अशक्य आहे. म्हणूनच संत साहित्यातून स्फूर्ती घेऊन सर्व

सत्प्रवृत्त लोक जागे होतील व आपल्या अवती-भोवतीच्या अनिष्ट प्रकारांवर पायबंद घालतील तो सुदिन समजावा लागेल.

भ्रष्टाचाराची बजबजपुरी, कलहप्रियता, सत्तास्पर्धेचे कुटिल राजकारण व दुराचार इत्यादी समाजविघातक गोष्टींना आळा घालण्याची आज आत्यंतिक आवश्यकता आहे. तशा प्रकारची जनतेमध्ये जागृतता निर्माण होवो, त्याप्रकारच्या संघटना निर्माण करणे, किंबहुना अशा प्रवृत्तीला पायबंद घालण्यासाठी सत्प्रवृत्त व सदाचारसंपन्न सज्जनांनी प्रसंगी स्वत: साहस करणे अत्यावश्यक झाले आहे.

समाजावर जेव्हा-जेव्हा बिकट प्रसंग आले तेव्हा

यदा यदा ही धर्मस्य ग्लानिर्भवती भारत
अभ्युत्थानमधर्मस्य तदात्मानं सृजाम्यहम् ॥

याप्रमाणे अनेक संतांनी, त्यांच्या विचारांनी, उपदेशांनी, साहित्यांनी धर्मप्रवण नीतीची चाड असणारी, श्रद्धेची बूज राखून लोकशक्ती जागृत करण्याचे महानकार्य केले. काही संत अशिक्षित होते काही सुशिक्षित होते. तरी पांढऱ्या कागदावरील काळ्या व मृत अक्षरांपेक्षा जगज्जीवनाच्या जीवनग्रंथाचे जिवंत व अक्षर ज्ञान अनुभवांच्या द्वारे त्यांनी आपल्या पराकाष्ठेच्या ग्रहणक्षमबुद्धीने ग्रहण केले. स्वच्छ आरशात आसंमतातील जगाचे प्रतिबिंब दिसते. त्यांच्या साहित्यातून आविष्कृत झालेली त्यांची विचारप्रणाली, त्यांचा ध्येयवाद व त्यांचे जीवनदर्शन समाजापर्यंत पोहचविण्याचे महान पुण्यकार्य जसे, संत तुकाराम महाराजांच्या 'अभंगगाथेच्या' माध्यमाने, संत ज्ञानेश्वरांच्या ज्ञानेश्वरीतून, एकनाथांच्या विविध अभंग, भारुडाच्या माध्यमातून, संत रामादासांच्या दासबोधातून, कान्होपात्रा, बहिणाबाई, जनाबाई यांच्या अभंगांतून राष्ट्रसंत तुकडोजी महाराजांच्या ग्रामगीतेतून होत आहे. जिद्दीचे कार्यकर्ते सुसंघटित झाल्यास सर्वांगीण देशोद्धाराचे कार्य या संत पुरुषांच्या साहित्य प्रेरणेतून सहजच होऊ शकेल. म्हणूनच लोकांच्या मनावर या संतांचा ध्येयवाद स्वत:च्या आदर्शाने बिंबविणारे कार्यकर्ते हवे आहेत. राजसत्ता जे करू शकत नाही, द्रव्यराशी खर्चून जे घडू शकत नाही, ते सद्धर्म प्रसाराचे कार्य संत स्वत:च्या उज्ज्वल चारित्र्याने आणि तेजोमय त्यागाने आपोआप घडवून आणू शकतात. शेकडो वर्ष चालू असलेली वारकरी संप्रदायाची परंपरा अशाच गंगोत्रीच्या प्रेरणा स्त्रोतावर सतत प्रवाहित होत आहे, ही गोष्ट बुद्धीला निश्चितच चालना देणारी आहे. समर्पित जीवनाच्या कर्म योग्यांचा सहवास सूर्यासारखा सतत संजीवन प्रद, प्रकाशमय, उत्साहवर्धक उत्कर्षकारक असतो. देशातील अनाचार, दुराचार, अत्याचार यांचे वातावरण त्यावर टीका करून नष्ट होऊ शकत नाही. सदाचार संपन्न लोकांची संख्या

वाढत गेली, की सामाजिक अध:पतनाचा अंधार घालविण्यासाठी निराळा प्रयत्न करण्याचे प्रयोजनच राहणार नाही. म्हणूनच अशा सदाचार संपन्न प्रवृत्तीचा परिपोष करणारे 'संतविचार-संतसाहित्य' समाजापुढे येणे ही आज काळाची गरज आहे व भविष्यातही राहणार आहे हे निश्चित.

आम्ही माणसासारखी माणसे असताना आम्हाला 'माणूस'बना म्हणून सांगणारे राष्ट्रसंत तुकडोजी महाराज

'माणूस द्या, मज माणूस द्या । ही भीक मागता प्रभू दिसला.' असे म्हणतात याचे कारण त्यांना जो माणूस हवा आहे तो दिसत नाही. तेच पुढे म्हणतात.

देव म्हणे माणूस न दिसे । अजब तमाशा हा असला.

देवाला माणूस तरी कसला हवा? महाराजांच्या शब्दांत जणू देव सांगतो-

''जंबुक, मेंढ्या, डुकरे, कुतरे, बहुत मिळे तरि काय करू?
यांना शहाणे करण्यासाठी, मला हवा माणूस भला''

कोल्ह्या-मेंढ्यासारखी, डुकरे-बकऱ्यासारखी जनजीवनात वावरणारी असंख्य माणसे आहेत. परंतु महाराजांच्या मते ही खरी माणसे नव्हेत केवळ साडेतीन हात उंचीचा हाडामांसाचा सांगाडा जर 'माणूस' म्हणून मानला तर प्रत्यक्ष परमेश्वराला 'माणूस द्या मज माणूस द्या अशी भीक त्यांना मागावीच लागली नसती!' या संदर्भात प्रा. श्री. विठ्ठल वाघ यांच्या 'माणूस' या कवितेतील ओळी महत्त्वाच्या आहेत.

''बोरी बाभुईचा काटा । असा वाढला मानूस
मानुसकीचा ना दाना । कानी पडलं कनूस''
''कसा झाला हा मानूस । कडू निंबाचा रे पाला
येल काकडीचा होता । बार कारल्याचा आला''

या ओळीतून कवीने माणूस माणुसकीला कसा पारखा होत चाललेला आहे,याची खंत व्यक्त केली आहे.

'नर करणी करे तो नरका नारायण होजाय ।'

हे जरी खरे असले तरी 'नारायण' होण्यासाठी आधी 'नर' असणे आवश्यक नाही का? तेव्हा 'नरा'चा नारायण होण्याचा खटाटोप करण्यापूर्वी आपण आधी साधा माणूस तरी आहोत का? याचा प्रत्येकाने अंतर्मुख होऊन विचार करण्याची वेळ आली आहे.

सांप्रत समाजव्यवस्थेत सर्वत्र स्वार्थ! स्वार्थ! आणि स्वार्थ! मागे वर्णन

केल्याप्रमाणे राजकारणात घोटाळेच घोटाळे, रेती, वाळू, माफियांपासून तर 'आदर्श' फ्लॅटपर्यंत, २-जी स्पेक्ट्रमपासून तर जलसिंचनापर्यंत. स्वार्थासाठी अनभिज्ञ व्यक्तीला मारण्यापासून तर सख्ख्या आई-बापाला मारण्यापर्यंत काय चित्र आहे हे समाजव्यवस्थेचे, राजकारणाचे, माणूसच माणसाचे लचके तोडायला उठलेला आहे. माणुसकीला कलंक लावणारे वर्तन त्याच्या हातून प्रत्येक क्षणाला घडत आहे. 'माणुसकी' नावाचा 'धर्म', 'शब्दच' आता उरलेला नाही. माणुसकी आता अगदी रक्तबंबाळ झाली आहे आणि म्हणून शेतात कार्य करणाऱ्या बहिणाबाईला मोठ्या चिंतेने, उद्वेगाने म्हणावे लागले-

मानूस मानूस
मतलबी रे मानसा
तुले फार हाव
तुझी हाकाकेल आशा
मानसा मानसा
कधी व्हशील मानूस
लोभासाठी झाला
मानसाचा रे कानूस!'

सर्व संताचीही हीच व्यथा होती. त्यांना निव्वळ हाडामांसाचा माणसासारखा दिसणारा माणूस नको होता. तर सरळ हृदयाचा, सेवाभावी वृत्तीचा, परिश्रमी प्रवृत्तीचा, सर्वांवर प्रेम करणारा माणूस घडावा, त्याची अस्मिता जागृत व्हावी, तो श्रद्धावान बनावा, सदाचार संपन्न व्हावा अशी त्यांची उत्कट तळमळ होती. या तळमळीतून त्यांनी माणसाला खरा माणूस बनविणारी मूल्ये प्रतिपादन करताना राष्ट्रसंतांनी म्हटले आहे-

म्हणा मी 'मानव' निर्भय म्हणा
मज विश्वधर्म आवडतो मानसी
जो सर्व जिवांना देत सर्वदा खुशी
सत्कर्म सत्यता हाच धर्म दिन निशी

त्यांना एकच धर्म अभिप्रेत होता तो म्हणजे 'मानवधर्म'. मानवधर्म पोथीपुराणात नाही. तो मनुष्याच्या विचारात आणि आचारात आहे. रंजलेल्या गांजलेल्याची, दीन-दुबळ्यांची सेवा करणे व उन्नती साधणे हाच त्यांचा मानवधर्म.

जसे तुकाराम महाराजांनी म्हटले होते की,

'जे का रंजले गांजले । त्यासी म्हणे जो आपुले

तोचि साधू ओळखावा । देव तेथेचि जाणावा'

तसेच तुकडोजी महाराज म्हणतात,

अंध, पंगु महारोगी । अनाथ आणि वृद्ध जगी
आश्रम चालवावे जागजागी । त्यांच्या सेवेचे

अंधपंगूंना आधार देण्यास प्रवृत्त करणारा मानवधर्म हाच सामाजिक कर्तव्याचा आणि जाणिवेचा आधार आहे आणि म्हणूनच सर्व संतांचे विचार, उपदेश हे मनुष्याच्या हृदयात परस्पर प्रेमाचे जलसिंचन करून मानवधर्माची वेल फुलवायला सांगतात. माणसाने माणसाशी माणसासारखे वागणे हे सर्व संतांच्या धर्माचे खरे मर्म आहे. म्हणजे कोणी कोणाचे शोषण करून नये, कोणी कोणाला कमी लेखू नये, कोणी कोणाचा द्वेष करू नये, हाच मानवता प्रेमी जनतेला मानवधर्माचा महान संदेश आहे.

सांप्रत युगात भौतिकदृष्टीने पाहता नेत्रदीपक प्रगती झालेली आहे. समग्र विश्वातील वैज्ञानिक शक्तीचा प्रादुर्भाव आणि प्रभाव कोणालाही नाकारता येणार नाही. विज्ञानाने, तंत्रज्ञानाने, संगणकाने जग जवळ आणले ही गोष्ट खरी आहे; परंतु जग जसजसे जवळ आले, तसतसा माणूस माणसापासून दुरावत चालला. कारण तो त्या साधनामुळे आत्मकेंद्री बनला, बाहेरच्या विश्वाशी सहवास कमी झाला. घरीच जग शोधता येते तर बाहेरच्या परिसराशी काय संबंध? ही जाणीव, भावना, विचार, स्वार्थीकेंद्री, आत्मकेंद्री प्रवृत्ती दुरावण्यासाठी जबाबदार असल्यामुळे माणसामाणसाला माणूस परंतु तोच आपल्या बांधवांशी पशुपेक्षाही भयानक वर्तन करीत आहे आणि त्यामुळेच सामाजिक जीवनाचे अध:पतन होत आहे, असे दिसून येते.

यासंदर्भात डॉ. राधाकृष्णन म्हणतात,

'पक्षासारखी आकाशात उत्तुंग भरारी मारणारा, समुद्रात माशासारखा जलविहार करणारा माणूस जमिनीवरून मात्र माणसासारखा चालू शकत नाही, ही आजच्या सामाजिक जीवनाची खरी शोकांतिका आहे.'

म्हणून माणसांनी अंतर्मुख होऊन माणूस बनण्याचा प्रयत्न करण्यासाठी राष्ट्रसंत तुकडोजी महाराज सांगतात-

"अमोल ही वेळा जन्माची वाया व्यसनी खोऊ नको
ज्या अन्नाने पाप वाढते, नीच अन्न ते सेवू नको
श्रीमंताचा बाळ म्हणोनी, अष्टप्रहरी झोपू नको
देवाने दिधला पैसा जरी, व्याभिचाराने फेकू नको"

दुसऱ्या बाजूने वैज्ञानिकतेचा विचार केल्यास या वैज्ञानिक युगात भौतिक दृष्टीने पाहता नेत्रदीपक प्रगती झालेली असली व त्यामुळे समाजजीवन समृद्ध झाले असले तरी, ते सुखी व समाधानी झाले असे वाटत नाही, कारण विज्ञान आणि अध्यात्म यांचा तुलनात्मक अभ्यास केल्यास एक गोष्ट निश्चितपणे जाणवते आणि ती म्हणजे, समाजजीवनातील सुख, समाधान, शांती व साफल्य हे केवळ वैज्ञानिक प्रगतीवरच अवलंबून नाही. आज समग्र विश्वातील वैज्ञानिक शक्तीचा प्रादुर्भाव आणि प्रभाव कोणालाही नाकारता येणार नाही. तथापि विज्ञानाने प्रभावित झालेल्या आधुनिक जगात अध्यात्माच्या चिंतनाचे महत्त्वही नाकारून चालणार नाही. कदाचित उद्याचे सुंदर जग हे विज्ञान आणि अध्यात्म यांच्या संयुक्त संस्कारातूनच उभे राहण्याची अधिक शक्यता आहे. या दृष्टीने संत विचाराला, संत साहित्याला महत्त्वाचे स्थान द्यायलाच हवे!

आजच्या भौतिक संपन्नतेच्या काळात आपण आध्यात्मिक व नैतिक दारिद्र्याचा अनुभव घेतच आहोत. मानवी मूल्ये आज धोक्यात आली आहेत. याचे खरे कारण म्हणजे लोकांचा सांस्कृतिक मागासले पणा होय. राष्ट्रीय एकात्मतेच्या बाबतीत आपण जर खरेच गांभीर्याने विचार केला तर मानव प्रेमातून येणारी धार्मिक व जातीय सहिष्णुता आणि रंजल्या-गांजलेल्या बद्दलचा सेवाभाव ही संताची शिकवण आजही आपणास उपयोगी पडेल. दूषित पर्यावरणाचा जागतिक प्रश्नही 'वृक्षवल्ली आम्हा सोयरे वनचरे' ह्या सदृश्य भावनेने आपण निसर्गाचे भरणपोषण केले तरच सुटू शकेल. जागतिक शांततेचा प्रश्नही केवळ राजकीय मार्गाने सुटणार नाही. मानवी मनात जी युद्धे चालू असतात ती जागतिक शांततेला मारक ठरतात. तेव्हा 'हे विश्वची माझे घर' जे संत ज्ञानेश्वरांनी म्हटले आहे ही मनोधारणाच जागतिक शांततेचे ध्येय व्यवहारात आणू शकेल. त्यासाठी संत चळवळीने दिलेला सातशे वर्षांपासूनचा समाजप्रबोधनाचा वारसा पुन्हा एकदा नव्याने समजून घेणे व इतरांनाही सांगणे हे महत्त्वाचे आहे. आजच्या आपल्या अनेक सामाजिक समस्यांवर संतवाङ्मय हा अतिशय उपयुक्त उपाय आहे.

भक्तीच्या क्षेत्रात स्त्री-पुरुष, जातपात हा भेद मानू नये या विचाराचा संस्कार संत ज्ञानेश्वरांनी मराठी माणसाच्या मनावर केला आणि याची उत्तम उदाहरणे म्हणजे संत चोखोबा, संत सावता माळी, संत जनाबाई, संत बहिणाबाई, संत मुक्ताबाई, संत कान्होपात्रा, संत सोयराबाई यांचा पंढरीच्या पांडुरंगानो उद्धार केला.

सर्व संतांनी मनाची कक्षा विश्वातील प्राणीमात्राच्या नि मांगल्याच्या

कल्पनाची बीजे त्यांनी दैवी संपत्तीचे विवरण करून आपल्या मनात पेरली. विकार हे जीवनविकासाच्या आणि उद्धाराच्या मार्गात कसे आडवे येतात हे आसुरी संपत्तीच्या विवेचनातून स्पष्ट केले. एवढेच नव्हे तर संयम, अपरिग्रह, आक्रोश, दया, करुणा, समता, बंधुत्व, समन्वय, स्नेह यांना आपल्या जीवनात महत्त्वाचे स्थान असल्याचे ज्ञानदेवांनी सांगितलेली ही जीवनमूल्ये ज्याप्रमाणात यादव काळात उपयुक्त होती त्याचप्रमाणात किंबहुना त्यापेक्षाही जास्त आजच्या नि पुढच्या भविष्याच्या काळात उपयुक्त आहेत.

संत साहित्याचे अभ्यासक्रमातील स्थान :

संत साहित्याचा दर्जा, त्याचे व्यक्तीसाठी, समाजासाठी, महत्त्व, स्थान, उपयुक्तता यासर्वां बद्दल माहिती पाहिली आहे. त्याची उपयोगिता ही त्याकाळात नव्हती त्यापेक्षा अधिक आता आहे असे वाटते आणि म्हणूनच शालेय, महाविद्यालयीन अभ्यासामध्ये जवळपास बहुतेक संताचे काव्य कविता म्हणून अभ्यासावयास आहे. आज युवापिढी भरकटत चालली आहे. त्यांच्या वृत्ती, प्रवृत्ती बदललेल्या आहेत आणि यावर नियंत्रण राखणे जरूरीचे आहे. या प्रवृत्तीला लगाम संत साहित्याच्या वाचन, मनन, आणि चिंतनाने बसू शकतो हे अपेक्षित आहे. या वयामध्ये त्यांच्या सवयींना चांगले वळण लावण्यासाठी, त्यांच्यापुढील जीवनाचा योग्य समतोल साधण्यासाठी आणि आपल्या भारतीय संस्कृतीचा आदर्श कायम ठेवण्यासाठी संत साहित्याचे अभ्यासक्रमात महत्त्वाचे स्थान आहे, तेव्हा इयत्ता ८ वी, ९ वी, १० वी, ११ वी व १२ वी मध्ये कोणकोणत्या संताच्या कोणत्या कविता अभ्यासाला आहेत विचार करू.

वर्ग ८ वा

संतवाणी

नाही निर्मळ जीवन । काय करील साबण ।।१।।
तैसे चित्त शुद्ध नाही । तेथे बोध करील काई ।।२।।
वृक्ष न धरी पुष्पफळ । काय करील वसंतकाळ ।।३।।
प्राण गेलिया शरीर । काय करील वेव्हार ।।४।।
तुका म्हणे जीवणेविण । पीक नव्हे नव्हे जाण ।।५।।

- संत तुकाराम

पक्षी जाय दिगंतरा । बाळकांसीआणी चारा ।।१।।
घार हिंडते आकाशी । झांप घाली पिल्लांपासी ।।२।।

माता गुंतली कामासी । चित्त तिचे बाळापाशी ॥३॥
वानर हिंडे झाडावरी । पिली बांधुनी उदरी ॥४॥
तैसी आम्हासी विठ्ठल माये । जनी वेळोवेळा पाहे ॥५॥

- संत जनाबाई

वर्ग ९ वा

ओले मूळ भेदी खडकाचे अंग । अभ्यासासी सांग कार्यसिद्धी ॥१॥
नव्हे ऐसे काही नाही अवघड । नाही कईवाड तोंच परि ॥२॥
दोरें चिरा कापे पडिला कांचणी । अभ्यासे सेवनी विष पडे ॥३॥
तुका म्हणे कैंचा बैसण्याची ठाव । जठरी बाळा वाव एकाएकी ॥४॥

न देखवे डोळा ऐसा आकांत । परपीडे चित्त दुःखी होते ॥१॥
काय तुम्ही येथे नसलासे जाले । आम्ही न देखिलेपाहिजे हे ॥२॥
परचक्र कोठे हरिदासाच्या वासें । न देखिजेत देशें राहातिया ॥३॥
तुका म्हणे माझी लाजविली सेवा । हीनपणे देवा जिणे जालें ॥४॥

- संत तुकाराम

(अभंग क्र. १४००, ५५७) (सकल संतगाथा)

जो सर्व भूतांच्या ठायी

जो सर्वभूतांच्या ठायीं । द्वेषातें नेणेंचि काही ।
आपपरू नाही । चैतन्या जैसा ।
उत्तमातें धरिजे । अधमातें अव्हेरिजे ।
हें काहींचि नेणिजे । वसुधा जेवीं ।
कां रायाचे देह चाळूं । रंका परौते गाळूं ।
तें न म्हणे कृपाळू । प्राणू पैं गा ।
गाईची तृषा हरूं । कां व्याघ्रा विष होऊनि मारूं ।
ऐसें नेणेचि गा करूं । तोय जैसें
तैसी आघवियांची भूतमाचीं । एकपणे जया मैत्री ।
कृपेसी धात्री । आपणचि जो
आणि मी हे भाष नेणे । माझे काहीचि न म्हणे
सुख दुःख जाणणे । नाही जया ।
तेवींची क्षमेलागी । पृथ्वीसी पवाडू आंगी
संतोषा उत्संगी । दिधले घर

- **संत ज्ञानेश्वर**

अध्याय बारावा (ओवी क्र. १४४-१५०) सरकारी प्रत

'देखिले विठ्ठल चरण'

जन्मांतरीचे सुकृत । आजी फळासी आलें
म्हणून देखिले । विठ्ठल चरण ॥१॥
धन्य भाग्य आजी । डोळियां लाधले
म्हणून देखिले । विठ्ठलचरण ॥२॥
धन्य चरण माझे । या पंथी चालिले
म्हणून देखिले । विठ्ठल चरण ॥३॥
येऊनिया देहासी । धन्य झाले
म्हणून देखिले । विठ्ठल चरण ॥४॥
घाली गर्भवासी । कान्होपात्रा म्हणे
जन्मोजन्मी देखेन । विठ्ठल चरण ॥५॥

- संत कान्होपात्रा

(सकल संतगाथा)

वर्ग १० च्या अभ्यासक्रमात समाविष्ट असणाऱ्या कविता-

पतितपावन नाम ऐकुनी

पतितपावन नाम ऐकुनी आलो मी द्वारा
पतितपावन नव्हेसी म्हणुनी जातो माघारा
ध्यावें तेव्हां द्यावे ऐसा अससी उदार ॥१॥
काय धरुनि देवा तुझे कृपणाचे द्वार
सोडी ब्रीद देवा आता नव्हेसि अभिमानी ॥२॥
पतितपावन नाम तुझे ठेवियेले कोणी
झेंडा घेऊनी हाती दवंडी पिटीन तिही लोकी ॥३॥
पतितपावन देवा परी तू मोठा घातकी
नामा म्हणे देवा तुझे न लगे मज काही ॥४॥
प्रेम असोंदे चित्ती म्हणुनी लागतसे पायी ॥५॥

- संत नामदेव

पार्था जेयांचा ठाइ

पार्था जेयाचां ठाइं । वैषम्याची परि नाहिं
रिपुमित्रा दोन्ही । सरिसा पाहू ॥१॥

जो खांडावेया घाओ घाली
कां लावणी जेणें केली
या दोघा येकि चि साउली । वृक्ष जैसा ॥२॥
नातरि इक्षदंडु । पाळितेया गोडु
गाळितेया तो चि पाडु । येकु चि गा॥३॥
अरि मित्रासी तैसा । अर्जुना जेथा भाव ऐसा
मानापमानी सरिसा । होंतु जाए ॥४॥
साइं रितु समान । जैसें कां हें गगन
तैसे येक चि मान । शीतोष्णी जेया ॥५॥
दक्षिणोत्तर मारुता । मेरू जैसा पांडुसुता
तैसा सुखदुःखा प्राप्ता । मध्यस्तु जो ॥५॥
माधुर्ये चंद्रिका । सरिसी चि राया रंका
तैसा जो सकळिकां । भूतां समु ॥७॥
आद्यवियां येक सेव्य जैसे उदक
तैसे जेयाते लोक आसंतीति ॥८॥

- संत ज्ञानेश्वर

असा कसा देवाचा देवा

असा कसा देवाचा देव बाई ठकडा
देव एका पायाने लंगडा, ग बाई ।ध्रृ.॥
गवळ्याघरी जातो । दहीदूध खातो
करि दह्यादुधाचा रबडा ग बाई ॥२॥
शिंकेची तोडितो । मडकेचि फोडितो
पाडि नवनीताचा तो सडा ग बाई ॥३॥
वाळवंटी जातो । कीर्तन करितो
होतो साधुसंतासि झगडा ग बाई ॥४॥
एका जनार्दनी । भिक्षा वाढा बाई
देव एकनाथाचा बचडा ग बाई ॥५॥

- संत एकनाथ

जोडोनियाधन

जोडोनिया धन उत्तम वेव्हारे ।
उदास विचारे वेच करी ॥१॥

उत्तम चि गती तो एक पावेल
उत्तम भोगील जीव खाणी ॥२॥
परउपकारी नेणे परनिंदा
परस्त्रिया सदा बहिणी माया ॥३॥
भूतदया गाईपशूचे पालन
तान्हेल्या जीवन वनामाजी ॥४॥
शांतीरूपे नव्हे कोणाचा पाईट
पाठवी महत्त्व वडिलांचे ॥५॥
तुका म्हणे हे चि आश्रमाचे फळ
परमपद बळ वैराग्याचे ॥६॥

- संत तुकाराम

गिरीचे मस्तकी गंगा

गिरीचे मस्तकी गंगा तेथुनी चालिली बळे
धबाबा लोटल्या धारा धबाबा तोय आदळे ॥१॥
गर्जतो मेघ तो सिंधु ध्वनिकल्लोळ उठिला
कड्यासी आदळे धारा वात-आवर्त होतसे ॥२॥
तुषार उठती रेणु दुसरे रज मातले
वातामिश्रित ते रेणु सीतामिश्रित धूकटे ॥३॥
दराच तुटला मोठा झाडखंडे परोपरी
निबीड दाटली छाया त्यामध्ये ओघ वाहती ॥४॥
गर्जती श्वापदे पक्षी नाना स्वरे भयंकरे
गडद होतसे रात्री, ध्वनिकल्लोळ उठती ॥५॥
कर्दमु निवडेना तो, मानसीं साकडें पडे
विशाळ लोटली धारा ती खाले रम्य वीवरे

- संत रामदास

वर्ग ११ वा

मनाचे श्लोक

जगी धन्य तो दास सर्वोत्तमाचा

मदें मत्सरें सोडिला स्वार्थबुद्धी
प्रपंचिक नाही जयाते उपाधी
सदा बोलणे नम्र वाचा सुवासा

जगी धन्य तो दास सर्वोत्तमाचा ।।१।।
क्रमी वेळ जो तत्त्वचिंतानुवादे
न लिपे कदा दंभ वादें विवादे
करी सुखसंवाद जो उगमाचा
जगी धन्य तो दास सर्वोत्तमाचा ।।२।।
सदा आर्जवी प्रीय जो सर्व लोकी
सदा सर्वदा सत्यवादी विवेकी
न बोले कदा मिथ्य वाचा त्रिवाचा
जगी धन्य तो दास सर्वोत्तमाचा

संत रामदास
संपादक - गं. बा. सरदार

आशीर्वाद पत्र

चिरंजीव जीवाजीपंत ठाणेदार । वास्तव देहपूर । यासी आत्मारामपंत यांचा आशीर्वाद ।। पत्र लिहिणे कारण जे ।। तुम्हास देह गावची सनद । शंभर वर्षाची देऊन पाठविले । कलम तपशील । गावाची आबादी करावी ।।१।।

कामक्रोध हे रयत त्यांचे ऐकू नये ।।२।।
आशा मनशा यांची संगत धरू नये ।।३।।
सदा स्वधर्मे वागणूक ठेवणे ।।४।।
शांती क्षमा दया असो देणे ।।५।।
ज्ञान वैराग्य भजन पूजनी आदर ठेवणे ।।६।।
ही कलमे कबूल होऊन तुम्हांस

खाना केले । तुम्ही तो ते विसरून । सदरीचे कलमास न अनुसरून वाईट वागणूकीचा रस्ता काढला ।। तो तुम्हास परिणामी बाधक होईल ।। सावध राहणे । एकाजनार्दनी शरण । हे आशीर्वाद पत्र ।।७।।

- संत एकनाथ
(श्री एकनाथ गाथा)

ढाल-तरवारे

ढाल तरवारे गुंतले हे कर
म्हणे तो झुंझार कैसा झुंजे ।।
पेटी पडदळे सिले टोप ओझे
हे तो जाले दुजे मरणमूळ

बैसविले मला येणे अश्वावरी
धावू पळू तरी कैसा आता ।।
असोनि उपाय म्हणे हे अपाय
म्हणे हायहाय काय करू ।।
तुका म्हणे हा तो स्वये परब्रम्ह
मूर्ख नेणे वर्म संतचरण ।।

- संत तुकाराम
(संत तुकाराम गाथा)

अभ्यासक्रमाप्रमाणेच बहुतेक संतांच्या ओव्या, अभंग, काव्य हे संगीतबद्ध झालेले आहे तेही यासाठीच की सतत जनसामान्यांच्या कानांवर ते पडोत आणि त्याचा परिणाम त्यांच्यावर व्हावा. परमेश्वराशी एकरूप होऊन त्याची भक्ती करावी ही अपेक्षा. समाजातील वाईट प्रथा, चालीरीती या नष्ट व्हाव्यात आणि एक चांगला समाज त्यातून घडावा हा अपेक्षित मार्ग. बघू या आपण कोणत्या संताची कोणती काव्य संगीतबद्ध झालेले आहे.

संत ज्ञानेश्वरांच्या रचना

१) घनु वाजे रुणुझुणु
वारा वाहे झुणुझुणु
अवतार हा कान्हा । वेगी भेटवा कां

२) अजी सोनियाचा दिनु ।
वर्षे अमृताचा घनु

३) रुणुझुणु रुणुझुणु रे भ्रमरा
सांडी तू अवगुणु रे भ्रमरा

४) पैल तो गे काऊ कोकताहे
शकुन गे माये सांगताहे,

५) देवाचिया द्वारी उभा क्षणभरी
तेणे मुक्तीच्यारी साधीयेल्या

६) मोगरा फुलला, मोगरा फुलला
फुले वेचिता बहरू कळीयासी आला

७) आता विश्वात्मके देवे
येणे वाग्यज्ञे तोषावे
तोषोनि मज दयावे पसायदान हे ।

८) रूप पाहता लोचनी । सुख झाले हो साजणी
तो हा विठ्ठल बरवा । तो हा माधव बरवा

संत तुकारामांच्या रचना-

१) जेथे जातो तेथे तू माझा सांगाती
चालविशी हाथी धरूनिया

२) जाऊ देवाचिया गावा । घेऊ तेथेचि विसावा

३) भेटीलागी जीवा लागलीसी आस
पाहे वाट तुझी रात्रंदिवस

४) मन करारे प्रसन्न । सर्व सिद्धीचे कारण
चित्ती नाही आस । त्याचा पांडुरंग दास

५) सुख पहाता जवा पाडे । दुःख पर्वता एवढे

६) मऊ मेणाहून आम्ही विष्णूदास, कठीण वज्रास भेदूं ऐसे

७) परिसे गे सुनेबाई, नको वेचू दूध दही

८) जे कां रंजले गांजले, त्यासी म्हणे जो आपुले
तोचि साधु ओळखावा, देव तेथेचि जाणावा

९) हे चि दान देगा देवा, तुझा विसर न व्हावा
गुण गाईन आवडी, हे चि माझी सर्व जोडी-
न लगे मुक्ती आणि संपदा, संत संग देई सदा
तुका म्हणे गर्भवासी, सुखे घालावे आम्हासी

१०) आम्हा घरी धन शब्दांचीच रत्ने, शब्दांचीच शस्त्रे यत्न करू
शब्दचि आमुच्या जीवाचे जीवन, शब्दें वाटू धन जनलोकां

११) वृक्षवल्ली आम्हां सोयरे वनचरे, पक्षी ही सुस्वरे आळविती

संत एकनाथाच्या रचना

१) सावळे गे माये, सावळे गे माये

२) सत्वर पाव गे मला । भवानीआई रोडगा वाहिन तुला
सासरा माझा गांवी गेला । तिकडेच खपवी त्याला ।।

३) जोहार मायबाप जोहार । मी विठोबा पाटलाचा महार
सांगतो सारसार विचार । ऐका की जी मायबाप

४) विंचू चावला, विंचू चावला, विंचू चावला
अग अग अग... विंचू चावला, विंचू चावला

५) चला बाई वृंदावनी रास क्रिडा पाहू

६)	उदो बोला उदो बोला
कृष्णाबाई माऊलीचा वो...

७)	मला दादला नको गे बाई
मोडकेसे घर, तुटकेसे छप्पर । देवाला देवघर नाही
फाटकेसे लुगडे, तुटकीशी चोळी । शिवाया दोरी नाही.

संत नामदेवांच्या रचना

१)	पतित पावन नाम ऐकुनि आलो मी द्वारा
पतित पावन नव्हेचि म्हणुनी जातो माघारा ॥

२)	स्फुंद स्फुंदोन नामा उभा महाद्वारी
चित्त पायांवरी विठोबाच्या ॥

३)	अमृताहुनी गोड नाम तुझे देवा । केशवा, माधवा, नारायणा

४)	हरे हरे हरे विठ्ठल विठ्ठल
हाती वीणा मुखी हरी

५)	उभा विठेवरी उभा दिनांचा कैवारी
विठोबा रखमाई, विठोबा रखमाई

संत रामदासांच्या रचना

१)	आरंभी वंदित अयोध्येचा राजा
भक्ताचिया दासा पावत से

२)	पाषाणाचा देव केला । एके दिवशी भंगोनि गेला ।
तेणे भक्त दुखावला । रडे पडे आक्रंदे ॥

३)	मना सज्जना भक्ती पंथेची जावे
तरी श्रीहरी पावेजीते स्वभावे

४)	येथे उभा कां श्रीरामा । मनमोहना मेघश्यामा
काय केली अयोध्यापुरी । येथे वसविली पंढरी
धनुष्यबाण काय केले । कर कटावरी ठेविले
रामी रामदासी भाव । तैसा होय पंढरीराय

संत चोखोबांच्या रचना

१)	आम्हा न कळे ज्ञान न कळे पुराण
वेदांचे वचन न कळे आम्हा

२)	धाव घाली विठू आता चालु नको मंद
मज मारिती बडवे कांही तरी अपराध

३)	विठ्ठल विठ्ठल गजरी । अवघी दुमदुमली पंढरी
होतो नामाचा गजर । दिंड्या पताकांचा भार
निवृत्ति ज्ञानदेव सोपान । अपार वैष्णव ते जाण
हरिकीर्तनाची दाटी । तेथे चोखा घाली मिठी

संत गाडगे महाराजांच्या रचना

१)	गोपाला गोपाला देवकीनंदन गोपाला
२)	बुडती हे जन देखवेना डोळा
येतो कळवळा म्हणूनिया
३)	भुकेलेल्यांना जेवण द्या
तहानलेल्यांना पाणी द्या
उघड्याला कपडे द्या
बेघरांना घरे द्या
घरं देऊ शकत नसाल तर
तुमच्या ओसरीवर आसरा द्या
शिकतो म्हणेल त्याला शिक्षण द्या
रोग्याला औषध द्या
पशुपक्ष्यांना अभय द्या
बेकारांना काम द्या
तरुण-तरुणींना विवाहाची संधी द्या
निराशाला आशा द्या.

संत सावता माळी महाराजांच्या रचना

१)	कांदा मुळा भाजी । अवघी विठाबाई माझी
लसूण मिरच्या कोथिंबरी । अवघा झाला माझा हरी
मोट नाडा विहीर दोरी । अवघी व्यापिली पंढरी
सावता म्हणे केला मळा । विठ्ठलापायी गोविला गळा
२)	भली केली हीन याती । नाहीं वाढली महंती
जरी असता ब्राह्मण जन्म । तरी हें अंगा लागते कर्म
३)	ऐकावे विठ्ठल धुरे । विनंती माझी हो सत्वरे
करी संसाराची बाहेरी । इतुके मागतो श्रीहरी
४)	प्रपंची असूनि परमार्थ साधावा ।
वाचे आळवावा पांडुरंग

संत बहिणाबाईंच्या रचना

१) संतकृपा झाली । इमारत फळा आली
ज्ञानदेवें रचिला पाया । उभारिले देवालया
नामा तयाचा किंकर । तेणे केला हा विस्तार
एका जनार्दनी खांब । ध्वज दिला भागवत
तुका झालासे कळस । भजन करा सावकाश

२) न देखे जाति कुळ । वर्णावर्ण भ्रमजाळ
स्वरूपीं राहिले अटळ । मन हे माझे
आता न चले काही । उपाय सांगता देही
उपदेश महावाक्य पाही । सर्वत्र जाले

३) बोलवे शब्द अंतरीचा धावा । नाइके तुकोबा काय की ज ॥
अदृष्ट करंटे साह्य नव्हे देव । अंतरींची हाव काय करू ॥

संत कान्होपात्रेच्या रचना

१) घ्यारे घ्यारे मुखीं नाम
अंतरी धरूनिया प्रेम
माझा आहे भोळा बाप
घेतो ताप हरोनी

२) येऊनिया देहासी धान्य झाले
म्हणूनि देखिले विठ्ठलचरण
घाली गर्भवासा कान्होपात्राम्हणे
जन्मोजन्मी देखेन विठ्ठलचरण

३) नको देवराया अंत आता पाहू
प्राण हा सर्वथा फूटो पाहे
हरिणीचे पाडस व्याघ्र धरियेले
मज लागी जाहलें तैसे देवा

संत जनाबांईच्या रचना

१) संत फार पंढरीत । किर्तनाचा गजर होतो

२) विठु माझा लेकुरवाळा । संगे लेकुरांचा मेळा
निवृत्ती हा खांद्यावरी । सोपानाचा हात धरी
पुढे चाले ज्ञानेश्वर । मागे मुक्ताई सुंदर
गोरा कुंभार मांडिवरी । चोखा जीवा बरोबरी

जनी म्हणे गोपाळा । करी भक्तांचा सोहळा

३) एके दिवशी वाडियात । देव आले अवचित

४) अवधी पायास लागली । देवे त्यावरी कृपा केली ।।

५) दळिता कांडिता तुज गाईन अनंता । झडकरी क्षणभरी तुझे नाम

संत मुक्ताबाईच्या रचना

१) मुंगी उडाली आकाशी । तिणे गिळिले सूर्याशी
थोर नवलाव झाला । वांझे पुत्र प्रसवला
माशी व्याली घार झाली । देखोन मुक्ताई हासली

२) नाममात्र आम्हा हरिनाम कृष्ण
निशिदिनी प्रश्न मुक्ती मार्गु

३) मुक्ताजीव सदा होति पै नामपाठे
तेचि रूप ईटे देखिले आम्ही

■

संदर्भसूची

क्र.	पुस्तकाचे नाव	लेखक	प्रकाशक
१.	श्री ज्ञानेश्वर चरित्र	प्रा. र. रा. गोसावी सौ. वीणा र. गोसावी	सारथी प्रकाशन, १००५ सदाशिव पेठ, पुणे ४११ ०३०
२.	ताटी उघडा ज्ञानेश्वरा	स. कृ. जोशी	कॉन्टिनेन्टल प्रकाशन विजयानगर कॉलनी पुणे ३०.
३.	संत ज्ञानेश्वर	प्र. ग. सहस्त्रबुद्धे	भारत-भारती आपटे स्मारक भवन, नागपूर ४४० ००२
४.	ज्ञानेश्वरी (अध्याय बारावा)	प्रा. भा. श्री. परांजपे	श्री गजानन प्रकाशन महाल नागपूर - २
५.	महानुभाव पंथ आणि त्यांचे वाङ्मय साहित्य	शं. गो. तुळपुळे	व्हीनस प्रकाशन, पुणे
६.	श्री चक्रधर स्वामी	शं. गो. तुळपुळे	व्हीनस प्रकाशन, पुणे
७.	श्री. चोखामेळा चरित्र	प्रा. र. रा. गोसावी सौ. वीणा गोसावी	सारथी प्रकाशन १००५ सदाशिव पेठ पुणे ४११ ०३०
८.	संत एकनाथ दर्शन	प्रा. रा. ना. घोटोळो	श्री गजानन प्रकाशन, महाळ, नागपूर - २
९.	एकनाथ	श्यामकांत कुळकर्णी	विजय प्रकाशन, नागपूर
१०.	तुकाराम वचनामृत	प्रा. सौ. वीणा गोसावी	श्री गजानन प्रकाशन महाळ, नागपूर - २
११.	तुकारामाचे निवडक शंभर अभंग	प्रा. सौ. वीणा गोसावी	श्री गजानन प्रकाशन महाळ, नागपूर - २
१२.	संत तुकाराम - संत तुकडोजी तुलनात्मक दर्शन	प्रा. डॉ. राम घोडे	राजीव प्रकाशन यू - ९ लक्ष्मीनगर, नागपूर - १०

१३.	संत शिरोमणी श्री सावता महाराज	डॉ. वी. य. कुलकर्णी	मा. गो. डोमाळे, पुणे
१४.	श्री सावता माळी	प्रा. र. रा. गोसावी सौ. वीणा गोसावी	सारथी प्रकाशन सदाशिव पेठ, पुणे
१५.	संत गाडगेबाबा	वसंत पोतदार	अक्षर प्रकाशन माहीम मुंबई
१६.	युगपुरुष संत गाडगे	गिरिजा कीर	मधुराज पब्लिकेशन्स शनिवार पेठ, पुणे
१७.	संत बहिणाबाई चरित्र	प्रा. र. रा. गोसावी सौ. वीणा गोसावी	सारथी प्रकाशन, पुणे
१८.	संत रामदास स्वामी	वि. रा. करन्दीकर	नॅशनल बुक ट्रस्ट, इंडिया नवी दिल्ली
१९.	समर्थांचे साम्य दर्शन	श्री. ल. पांढरीपांडे	सारथी प्रकाशन, पुणे
२०.	संत कान्होपात्रा	प्रा. र. रा. गोसावी सौ. वीणा गोसावी	सारथी प्रकाशन, पुणे
२१.	नामदेव चरित्र	प्रा. र. रा. गोसावी सौ. वीणा गोसावी	सारथी प्रकाशन, पुणे
२२.	नामदेव	दि. के. भाकरे	भारत-भारती आपटे स्मारक भवन नागपूर
२३.	भक्तिगंगेच्या वाटेवर	प्रा. भा. श्री. परांजपे	श्री गजानन प्रकरण महाळ, नागपूर
२४.	संत साहित्य (आकलन आणि अध्यापन)	संपादक मंडळ	महाराष्ट्र राज्य माध्यमिक व उप माध्यमिक शिक्षण मंडळ, पुणे
२५.	वैश्विक संत महात्म्यांचे जीवनदर्शन - ग्रामगीता	डॉ. सौ. किरण वागतोडे	विद्याप्रकाशन, महाळ नागपूर
२६.	विश्वपंढरी अंक	सदगुर विश्वनाथ	कोल्हापूर
२७.	प्राचीन वाङ्मयाचा इतिहास	प्रा. रा. वा. घाटोळे	मंगेश प्रकाशन, रामदास पेठ, नागपूर
२८.	मराठी वाङ्मयाचा इतिहास	प्रा. सौ. वीणा गोसावी	गजानन प्रकाशन, महाळ, नागपूर

लेखिका परिचय

नाव : डॉ. सौ. किरण कृष्णराव नागतोडे
शिक्षण : एम. ए. (राज्यशास्त्र, समाजशास्त्र, मराठी)
एम. एड., पीएच. डी. (शिक्षणशास्त्र)
जन्मतारीख : १/०७/१९६०
शैक्षणिक सेवा : सहयोगी प्राध्यापिका,
स्वावलंबी शिक्षण महाविद्यालय, वर्धा,

प्रकाशित पुस्तके.

१) 'कर्मयोगी विनोबा' भाग १,२,३ या पुस्तकाला १९९४-९५ या वर्षातील मराठी भाषेतील महाराष्ट्र राज्य उत्कृष्ट बालवाङ्मय निर्मिती पुरस्कार मिळाला.
२) बी.एड. अभ्यासक्रमाचे 'शालेय व्यवस्थापन व भारतीय शिक्षणातील आधुनिक विचारप्रवाह.
३) शालेय अभ्यासक्रम व बी.एड. अभ्यासक्रमास लागू असलेले 'नैतिक मूल्य शिक्षण'
४) 'कर्मयोगिनी अहिल्याबाई होळकर'
५) मराठी कादंबरी 'दृष्टिकोन'
६) बी.एड. अभ्यासक्रमाचे 'अध्ययनकर्त्याचा विकास व अध्यापन-अध्ययन क्रियेचे मानसशास्त्र'
७) 'भारतीय शिक्षणप्रणालीचा विकास' बी. एड. अभ्यासक्रमाचे एवढी पुस्तके प्रकाशित झाली.
८) वैश्विक संतमहात्म्यांचे जीवनदर्शन! - ग्रामगीता
९) 'कर्मयोगिनी सावित्रीबाई फुले'
१०) राष्ट्रसंत तुकडोजी महाराजांच्या जीवनावर द्वक-श्राव्य, सि.डी. प्रकाशित.

* जीवनशिक्षण, शिक्षण संक्रमणे, शिक्षण समीक्षा, शिक्षण भारती, सन्मती, श्रीमाळी वैभव व नियतकालिके, वृत्तपत्रे यातून विविधांगी शैक्षणिक व सामाजिक लेखन प्रकाशित, ४५ लेख प्रकाशित.
* जिल्हा, महाराष्ट्र राज्य व अखिल भारतीय स्तरावरील ६० शैक्षणिक परिषदामध्ये ४० पेपर प्रकाशित करून कृतीयुक्त सहभाग.
* यशवंतराव चव्हाण महाराष्ट्र मुक्त विद्यापीठ, नाशिक यांच्या अभ्यासक्रमाची समंत्रक व समन्वयक म्हणून कार्य

* विदर्भ प्रदेश विकास परिषद वर्धा जिल्हा, महिला कार्य कारिणी सदस्य वर्धा जिल्हा फुले समता परिषद, कार्यकारिणी सदस्य तसेच वर्धेतील व वर्धाबाहेरील सामाजिक व शैक्षणिक संस्थादी पदाधिकारी व सदस्य या नात्याने संबंध.
* राष्ट्रीय व राज्यस्तरावरील ५० शैक्षणिक चर्चा, कार्यशाळा, शिबिरे यामध्ये कृतीयुक्त सहभाग.
* विविध विद्यापीठातील शिक्षण महाविद्यालयात विविध विषयांवर व्याख्याने.
* आकाशवाणी नागपूर केंद्रातून शैक्षणिक कार्यक्रमांतर्गत विविध विषयांवरील भाषणे, चिंतन, रूपक, दृष्टिक्षेप या कार्यक्रमांतर्गत ५२ कार्यक्रम प्रसारित.
* सामाजिक सांस्कृतिक, शैक्षणिक कार्यक्रमांतर्गत सतत सहभागी राहून कार्य करण्याचा प्रयत्न.
* राष्ट्रसंत तुकडोजी महाराज नागपूर विद्यापीठ व कवि कुलगुरू कालिदास संस्कृत विश्‍वविद्यालय, रामटेक, जि. नागपूर गोंडवाना विद्यापीठ शिक्षणशाखा या दोन्ही विद्यापीठाच्या शिक्षणशास्त्र विषयाच्या पीएच.डी.करिता मार्गदर्शिका.
* स्वामी रामानंद तीर्थ मराठवाडा विद्यापीठ, नांदेड येथील पीएच.डी. ग्रंथ तपासण्याचे व मूल्यमापनाचे कार्य.
* राष्ट्रीय प्रसारण 'सह्याद्री वाहिनी वरळी, मुंबई वरून 'हॅलो सखी'मध्ये शैक्षणिक कार्यक्रम प्रसारित.
* 'बोर्ड ऑफ स्टडिज' शिक्षणशाखा, राष्ट्रसंत तुकडोजी महाराज नागपूर विद्यापीठ, नागपूर यांचे सभासद

पुरस्कार प्राप्ती :-

१) कर्मयोगी विनोबा भाग १, २, ३ या पुस्तकाला महाराष्ट्र राज्य शासनाचा उत्कृष्ट बालवाङ्मय निर्मिती पुरस्कार

२) सत्यशोधक छत्रपती ज्ञानपीठ धुळेद्वारा 'आदर्श केंद्र पुरस्कार'

३) अखिल भारतीय दलित साहित्य अकादमी, दिल्ली द्वारा 'वीरांगना सावित्रीबाई फुले राष्ट्रीय पुरस्कार' मिळालेला आहे.

४) मानवप्रबोधन कला अकादमी औरंगाबाद द्वारा 'गुणवंत साहित्य समाजसेवा रत्न पुरस्कार'

५) युवा समूह प्रकाशन, वर्धा द्वारा राज्यस्तरीय गौरव पुरस्कार मिळालेला आहे.

६) अखिल भारतीय दलित साहित्य अकादमी, दिल्ली द्वारा - महात्मा फुले राष्ट्रीय फेलोशिप पुरस्कार

७) राष्ट्रीय एकात्मता फेलोशिप पुरस्कार - अखिल महाराष्ट्र पत्रकार संघ, मुंबई.

८) 'अहिल्यादेवी होळकर पुरस्कार' - महाराष्ट्र राज्य शासन, मुंबई.

लेखक परिचय

डॉ. उमाजी पांडुरंगजी नाल्हे
ग्रंथालय विभागप्रमुख
स्वावलंबी शिक्षण महाविद्यालय, वर्धा

जन्म दिनांक : २९ जुलै १९५९

जन्मस्थळ : कळमेश्वर (जि. नागपूर)

शिक्षण : M.Com, M.Phil, MLISc, Ph.D. (Lib & Inf. Sc)

शैक्षणिक अनुभव :

* गेल्या २४ वर्षांपासून ग्रंथालय विभागप्रमुख म्हणून कार्यरत.
* ग्रंथालय व माहितीशास्त्र CLSc, BLISc, MLISc & M.Phil) ला मानद व्याख्याता.
* रा. तु. म. नागपूर विद्यापीठाचे Ph.D. चे मार्गदर्शक व '९८' व्यक्तीस आचार्य पदवी (Ph.D.) मार्गदर्शनाअंतर्गत अॅवॉर्ड
* शैक्षणिक कार्यातील सहभाग :
* १२४ - सेमिनार, कार्यशाळा, परिषदामध्ये कृतियुक्त सहभाग
* ४२ - शोधनिबंध प्रकाशित

इतर संस्थांशी सहभाग :

* उपाध्यक्ष : बाल विज्ञान ग्रंथालय, रामनगर, वर्धा.
* उपाध्यक्ष : विदर्भ ग्रंथालय संघ, नागपूर (VLA)
* अध्यक्ष : ग्रामीण सार्वजनिक वाचनालय, साईनगर, वर्धा
* कोषाध्यक्ष : नागपूर विद्यापीठ महाविद्यालयीन ग्रंथपाल संघटना (NUCLA)
* विभागीय अध्यक्ष : म. राज्य महा. ग्रंथपाल संघटना (MFCLA)
* सदस्य : भारतीय ग्रंथालय संघटना (ILA)
* सदस्य : नागपूर विद्यापीठ शिक्षक संघटना (NUTA)
* संचालक : बुलढाणा अर्बन अॅण्ड रूरल को-ऑप. क्रेडिट सोसायटी, वर्धा
* अध्यक्ष : ज्ञानगंगोत्री सार्वजनिक ग्रंथालय, सांवगी, वर्धा
* संचालक : डॉ. पी.एच.डी. कुमार ग्रंथालय प्रतिष्ठाण, नागपूर

www.ingramcontent.com/pod-product-compliance
Lightning Source LLC
LaVergne TN
LVHW060435051026
849518LV00002B/463